ஹருகி முரகாமி, 1949இல் ஜப்பானிலுள்ள கியோட்டோவில் பிறந்தவர். இளம் வயதிலிருந்தே பெற்றோரால் ஜப்பானிய இலக்கியம் பயிற்றுவிக்கப்பட்டார். டோக்கியோவின் வசேடா பல்கலைக்கழகத்தில் நாடகம் பயின்ற முரகாமி மேற்கத்திய இலக்கியங்களில் ஈடுபாடு கொண்டவர். ஃப்ரான்ஸ் காஃப்கா, சார்லஸ் டிக்கன்ஸ், ஃப்யோதர் தஸ்தயேவ்ஸ்கி மற்றும் ஜாக் கெரோவாக் ஆகியோர் தன்னைப் பாதித்த எழுத்தாளர்கள் என்று குறிப்பிடும் முரகாமி தன்னுடைய முதல் புனைவை 29ஆம் வயதில் எழுதினார். 1985இல் அவர் எழுதிய *Hard-boiled wonderland and the end of the world* மற்றும் 1987இல் வெளிவந்த *Norwegian wood* ஆகிய புதினங்கள் அவர் மீதான உலகளாவிய கவனத்தை உருவாக்கின. இன்று 50க்கும் மேற்பட்ட மொழிகளில் அவரது படைப்புகள் மொழிபெயர்க்கப்படுகின்றன. இவரது முக்கியமான படைப்புகளாக *A wild sheep chase* (1982), *Norwegian Wood* (1987), *The wind-up Bird Chronicle* (1994-95), *Kafka on the shorè* (2002), *1Q84* (2009-10) ஆகிய புதினங்களைக் குறிப்பிடலாம். *The elephant vanishes* (1993), *After the quake* (2002), *Blind willow - sleeping woman* (2006), *Men without women* (2017) ஆகியவை இவரது சிறுகதைத் தொகுப்புகள். பல்வேறு நாடுகளின் விருதுகளைப் பெற்றுள்ள முரகாமி, ரேமண்ட் கார்வர், ட்ரூமென் கெபோட், பால் தெராக்ஸ் உள்ளிட்ட பலரது படைப்புகளை ஜப்பானிய மொழியில் மொழிபெயர்த்துள்ளார்.

முனைவர் ர. லக்ஷ்மி ப்ரியா
மொழிபெயர்ப்பாளர்

பாக்கிடேர்ம் டேல்ஸ் (Pachyderm Tales) எனும் படைப்பாற்றலை ஊக்குவிக்கும் நிறுவனத்தைத் தொடங்கி, நடத்தி வருகிறார். இதன் மூலம் எழுத்து, ஓவியம் மற்றும் பல கலைகளை பயிற்சி வகுப்புகளாக நடத்துவதோடு, கலைஞர்களுக்கு மாதாந்திரத் தொகையை ஏற்படுத்தி தரக்கூடிய திட்டங்களையும் மேற்கொண்டுவருகிறார்.

ஆங்கில இலக்கியத்தில் முனைவர் பட்டம் பெற்றவர். இந்தோனேஷியா, பூட்டான், மலேஷியா, அமெரிக்கா, ஸ்ரீலங்கா, நைஜீரியா, பிலிபைன்ஸ், தாய்லாந்து உட்பட பலநாடுகளில் இலக்கியம் சார்ந்த நிகழ்ச்சிகளில் சிறப்பு விருந்தினராகக் கலந்து கொண்டிருக்கிறார். இவரை https://www.linkedin.com/in/dr-r-lakshmi-priya-23626b75/ என்ற வலைத்தளத்தில் தொடர்புகொள்ளலாம்.

ஹருகி முரகாமி

ஸ்புட்னிக் இனியாள்

தமிழில்

முனைவர் ர. லக்ஷ்மி ப்ரியா

எதிர் வெளியீடு

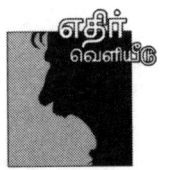

ஸ்புட்னிக் இனியாள்
ஹருகி முரகாமி

தமிழில்: முனைவர் ர. லக்ஷ்மி ப்ரியா
முதல் பதிப்பு: ஜனவரி 2023

எதிர் வெளியீடு,
96, நியூ ஸ்கீம் ரோடு, பொள்ளாச்சி – 642 002
தொலைபேசி: 04259 – 226012, 99425 11302

விலை: ரூ. 350

SPUTNIK SWEETHEART
Haruki Murakami

Translated by: R. Lakshmi Priya
First Edition: January 2023

Published by
Ethir Veliyeedu, 96, New Scheme Road, Pollachi – 2
email: ethirveliyedu@gmail.com
www.ethirveliyeedu.com

ISBN: 978-93-90811-71-7
Cover Design: Santhosh Narayanan
Printed at Jothy Enterprises, Chennai.

This edition is published by an agreement with Haruki Murakami
Copyright © 1999 by Haruki Murakami
All rights reserved.

All rights reserved. No part of this book may be reprinted or reproduced or utilised in any form or by any electronic, mechanical or other means, now known or hereafter invented, including Photocopying and recording, or in any information storage or retrieval system, without permission in writing from the Publisher.

மொழிபெயர்ப்பாளர் முன்னுரை

ஒரு மொழிபெயர்ப்பாளரின் முக்கியமான ஆயுதம், முதல் காதல் புத்தகம் மட்டுமே. எனக்கும் அப்படித்தான். எதற்காகப் படிக்கிறேன், ஏன் கற்றுக்கொள்கிறேன் என்று பாரபட்சம் இல்லாமல் படித்துக்கொண்டிருக்கிறேன். புத்தகங்களுக்கு ஒரு மந்திரசக்தியுண்டு. அது படிப்பவரையும் தன் வார்த்தைகளின் விஸ்தாரத்தில் இழுத்துக்கொள்ளும். இது எனக்கே எனக்கான உணர்வு மட்டுமில்லை. ஒரு பொதுவான உணர்வுதான். இப்படியிருக்க, இந்த உண்மைகளைத் தாண்டி, தன் புனைவுலகில் இருந்து வெளியில் வந்து என்னைத் தட்டி எழுப்பியவள் சுமிரே. அவளைப்போல நானும், கொஞ்சம் பித்துப்பிடித்தவள் தான்... பேதை மனதை உணராத உலகில், நானும் உன் போல் தான், என்னையும் புரிந்துகொள்ள முடியாத மக்கள் புறக்கணிக்கிறார்கள் என்று சொன்னாள். இப்படி என்னுள் கலந்தவளை, என் மொழியில், என் மக்களுக்காக மொழிபெயர்க்காமல், நான் இருப்பது எப்படி?

இதில் பல சிக்கல்கள் இருந்தன. முதலில் மொழி. தமிழ்மொழியை மூச்சாகக் கொண்டிருந்தாலும், என் சிந்தனைமொழி, ஆங்கிலம் தான். அதன் விளைவு இந்தப் புத்தகம், என்னுள் கலந்திருந்தாலும் அதை நான் மொழிபெயர்க்க இரண்டு வருடங்கள் எடுத்துக்கொண்டேன். வார்த்தைகள் என்னுள் வராமல், வந்த வார்த்தைகள் திருப்தியளிக்காமல்... நான் செய்வது சரியா என ஆயிரம் முறை யோசித்திருப்பேன். அந்த நேரங்களில் எனக்கு உறுதுணையாக இருந்த என் அழகான குடும்பத்திற்கு (அப்துல், விக்கி, அம்மா) இந்தப் புத்தகத்தின் ஒவ்வொரு வார்த்தையையும் சமர்ப்பிக்கிறேன்.

இந்தப் புத்தகத்தைத் தேர்வு செய்ததற்கு என்னிடம் சில காரணங்கள் உண்டு. (உண்மையில், இந்தப் புத்தகம்தான் என்னைத் தேர்வு செய்தது). *Poioumenon* என்று ஒரு கருத்தாக்கம்

உள்ளது. அதாவது, படைப்பைப் பற்றி, எழுதும்பொழுது ஏற்படும் பிரச்சனைகளைப் பற்றி, கலையைப் பற்றி, கலைஞரின் வாழ்க்கையின் அன்றாடங்களைப் பற்றி என்று; ஒரு புனைவு, புனைவு உருவாக்குதலைப் பற்றி இருந்தால், அதை *poioumenon* என்பார்கள். இந்தப் புத்தகம் அந்த வகையைச் சார்ந்தது. சுமிரே என்ற படைப்பாளியின் படைப்புமுறை, அவள் தவிப்புகள், அவளின் காதல், கோபதாபம், ஆசைகள் என அனைத்தையையும் கூறும் கதை. என் முனைவர் படிப்பின் ஓர் அம்சம், *poioumenon*-ஐ பற்றியது. இதுவொரு காரணமா என்று நீங்கள் கேட்கலாம்... ஆனால் படைப்பது என் தொழில். நான் ஆயிரக்கணக்கில் மாணவர்களுக்குப் படைப்பின் யதார்த்தத்தைச் சொல்லித்தருகிறேன். அதனால் எனக்குப் படைப்பால் ஏற்படும் தாக்கங்களும், பிரச்சனைகளும் தெரியும். படைப்பென்பது உண்மையில் ஓர் ஏகாந்தமான செயல்பாடு என்பார்கள். இது போன்ற புத்தகங்கள் படிக்கும்போது, நாம் தனித்து இல்லை, நம்மைப்போல் பல பித்துப்பிடித்தவர்கள் இந்த உலகில் இருக்கிறார்கள் என்ற ஆறுதல் கிடைக்கிறது. என் ஆசிரியர் எப்பொழுதும் சொல்வார், படைப்பதற்கு நாம், நம்மைத் தியாகம் செய்தல் அவசியம். அந்தத் தியாகத்தைச் செய்யத்தூண்டும் புத்தகங்களில் இதுவும் ஒன்று.

இரண்டாவதாக இந்தப் புத்தகத்தின், பாலினபேதமற்ற கதையாடல். இந்தச் சமுதாயத்தில் இப்படித்தான் ஆண்கள் இருக்க வேண்டும், இப்படிப் பெண்கள் இருக்க வேண்டும், இப்படித் திருநர்கள் இருக்கவேண்டும் என்ற கோட்பாடுகள் இருப்பின், அதைத் தகர்த்த புதினம் இது. இல்லை, நான் சரியாகச் சொல்லவில்லை. அப்படி எந்தக் கோட்பாடும் இல்லாத / அறியாத புத்தகம் இது. படைப்பிற்கு என்ன தேவை என்பதை மட்டுமே கருவாகக் கொண்டு, பெண்ணிற்கு இது தேவையா என்று கேட்காத புத்தகம். பெண்ணியம் பற்றிப் பேசாதபோதும், அடிப்படையில் பெண்ணியம் சார்ந்த படைப்பு. படைக்க 'room of one's own' தேவை, பெண்களுக்கு மட்டுமில்ல அனைவருக்கும். பொருளாதாரம், நேரம், குடும்பச்சூழல் இப்படித் தேவைகள் ஏராளம், அவை அனைத்தையும் நினைவூட்டும் புத்தகம். இந்தப் புத்தகத்தின் பாத்திரங்களின் பாலினம் எளிதாக மாற்றக்கூடிய ஒன்று. சுமிரே, மியு, கதைசொல்லி என்று அனைவரையும் எந்தவகையான பாலினத்திலும் அடங்கும் மனிதர்களாகப் படைக்கப்பட்டிருப்பது.

மூன்றாவதாக, *LGBTQ+* உறுப்புகள். ஒருவிதத்தில் இரண்டாம் கருத்தின் நீட்டிப்புதான். பாலினபேதமற்ற ஒரு கதையாடலில், பாலினத்தேர்வை எத்தனை அழகாகப் புரியவைக்கலாமோ, அத்தனை அழகாகப் பேசும் புத்தகம். அரசியல், கலாச்சாரக் காவல்தனம் என எதுவுமில்லாமல் மிக யதார்த்தமாகச் சொல்லப்பட்ட காதல் கதை. காதல் ஒரு பிரபஞ்ச உணர்வு. காதல் ஒரு பொதுவுடைமை. இதற்குப் பாலினத்தை வகுத்துத் தருவது நம் முட்டாள்தனம். இந்தப் புத்தகத்தின் சுமிரே, பல பதின்பருவத்தினரின் கேள்விகளுக்கான விடை. அவளின் குழப்பங்கள் பலருக்குத் தீர்வாகும். அதற்கு அவள் வயதும் தொடர்புறுத்தக்கூடியதாக இருப்பது, ஒரு சாதகமான அம்சம். இப்படிப் பல காரணங்களைச் சொல்லிக்கொண்டே போகலாம்.

மொழிபெயர்ப்பாளர்கள் இரண்டு வகைப்படுவர்: ஒன்று மூலப்பிரதிக்கு நெருக்கமான மொழிபெயர்க்க விரும்புபவர்கள். படைப்பின் அழகையும், வனப்பையும் ரசித்து, அதை அப்படியே மொழிபெயர்க்கவேண்டும் என்று நினைப்பவர்கள். இதில் படிப்பவர்கள் கொஞ்சம் கஷ்டப்படுவார்கள். மொழிபெயர்ப்பு என அறிந்து படிப்பது அவசியம். இரண்டு மொழிபெயர்க்கப்படும் மொழிக்கு நெருக்கமாக மொழிபெயர்க்க விரும்புபவர்கள். இதில் இடர்பாடுகளே இல்லாமல், மொழிபெயர்ப்பு என்ற உணர்வே இல்லாமல் இருக்கும். ஆனால், அதைக் கொண்டுவர நிச்சயம், மூலக்கதையில் ஏதேனும் சமரசம் செய்யவேண்டும். இதனால் மொழிபெயர்ப்பாளர்கள் முடிந்தளவு சமநிலை வகிக்கத்தான் போராடுகிறார்கள். நானும் அதையேதான் செய்திருக்கிறேன்.

என் மொழிபெயர்ப்பின் நோக்கம், மொழியாளுமையைக் காண்பிப்பதோ, முரகாமியை உங்களுக்கு அறிமுகம் செய்வதோ கிடையாது. (அதைச் செய்ய அறிஞர்கள் இருக்கிறார்கள், செய்தும் விட்டார்கள்.) என் நோக்கம், என்னைக் கவர்ந்த சுமிரேவை உங்களிடம் காட்ட மட்டும்தான்.

முரகாமியைப் படித்தால் அதைப்பற்றிப் பேசாமல் இருப்பது கடினம். பேசவேண்டும் என்று தோன்றினால், நிச்சயம் தொடர்புகொள்ளுங்கள்.

அன்புடன்,
முனைவர் ர. லக்ஷ்மி ப்ரியா

ஸ்புட்னிக்

அக்டோபர் 4, 1957இல், மனிதனால் உருவாக்கப்பட்ட ஸ்புட்னிக் 1 என்ற உலகத்தின் முதல் செயற்கைக்கோளை ருஷ்யர்கள், கஜகஸ்தான் குடியரசின் பைக்னோர் விண்வெளி ஆராய்ச்சி மையத்திலிருந்து ஏவினர். ஸ்புட்னிக், 58 செண்டிமீட்டர் விட்டமும், 83.6 கிலோ எடையும் கொண்டது. அது பூமியை 96 நிமிடம், 12 வினாடிகள் சுற்றியது.

அதே ஆண்டு, நவம்பர் 3ஆம் தேதி, லைகா என்ற நாயுடன் ஸ்புட்னிக் 2 வெற்றிகரமாக ஏவப்பட்டது. பூமியின் வளிமண்டலத்தை விட்டுச் சென்ற முதல் உயிரினமானது லைகா, ஆனால் அது திரும்பவேயில்லை. விண்வெளி ஆராய்ச்சியின் உயிரியல் ஆய்வுக்காக லைகா பலி கொடுக்கப்பட்டது.

- *கம்ப்ளீட் கிரோனிக்ல் ஆப் வேர்ல்ட் ஹிஸ்டரி* - யில் இருந்து.

1

இருபத்தியிரண்டாம் வயதின் வசந்தகாலத்தில், சுமிரே அவள் வாழ்வில் முதன்முறையாகக் காதலில் விழுந்தாள். தீவிரமான காதல், சமவெளிகளைச் சாய்த்து - தான் போன பாதையனைத்தையும் தகர்த்து, காற்றில் தூக்கி வீசி, கிழித்தெறிந்து, தவிடுபொடியாக்கும் மெய்ம்மை நிறைந்த சூறாவளி. ஒரு மணித்துளிகூட தனது தாக்கத்தைக் குறைத்துக்கொள்ளாத தீவிரம், அது கடலைப் பெயர்த்துக் கடக்கும்போதும், அங்கோர்-வாட்டைத் தரைமட்டம் ஆக்கும்போதும், இந்தியக்காடுகளை, புலிகள் உட்பட யாவையும் சாம்பலாக்கும்போதும், அப்படியே அது பெர்சியன் பாலைவனத்தில் ஒரு புழுதிப்புயலாக உருமாறி, கடலளவு மண்ணைக்கொண்டு மகத்தான ஒரு கோட்டையைப் புதைத்தபோதும். சுருங்கச் சொன்னால், ஒரு பிரம்மாண்டமான காதல். அவள் காதலில் விழுந்த நபருக்கு அவளைவிடப் பதினேழு வயது அதிகம். திருமணம் ஆனவர். மற்றும், இதை நான் சேர்த்தாக வேண்டும், ஒரு பெண். இது இங்குதான் தொடங்கியது, மேலும் இங்கேயே முடிந்துவிட்டது. கிட்டத்தட்ட.

அப்பொழுது, சுமிரே - ஜப்பானிய மொழியில், ‘ஊதாப்பூ’ - ஓர் எழுத்தாளராக வேண்டுமெனப் போராடிக்கொண்டிருந்தாள். வாழ்வு எத்தனை சாத்தியங்களை அவள் மீது அள்ளித் தெளித்தாலும், ஒரு நாவலாசிரியை அல்லது சூனியம். அவளின் தீர்மானம் ஜிப்ரால்டர் பாறையை ஒத்தது. அவளுக்கும் இலக்கியத்தின் மீது அவளுக்கிருந்த நம்பிக்கைக்கும் இடையே யாராலும் பிரவேசிக்க முடியாது.

அவளுடைய பள்ளிப்படிப்பு, கனாகவா மாகாணத்தில் உள்ள ஒரு பொது உயர்நிலைப்பள்ளியில் முடிந்தவுடன், டோக்கியோவில் ஒரு குட்டி தனியார் கல்லூரியின் கலைத்துறையில் சேர்ந்தாள். அந்தக்கல்லூரி அவளைப் பொறுத்தவரையில் தொலைநோக்கில்லாத, மந்தமான, பிடிப்பில்லாத

மனிதர்களாலான இடம், அதை அவள் வெறுத்தாள் - மற்றும் அவளுடன் பயின்ற மற்ற மாணவர்கள் (நான் உட்பட, என நினைக்கிறேன்) அனைவரையும் புத்தியற்ற, கீழ்த்தரமான வகையினராகக் கருதினாள். சற்றும் ஆச்சர்யப்படுவதற்கில்லை, அந்தவருடம் முடியும் முன்பே அவள் திடீரென்று அங்கிருந்து விடைபெற்றாள். அங்கு அதற்குமேல் இருப்பதை நேர விரயமென முடிவு செய்திருந்தாள். நான் அதைச் சரியான தீர்மானமாகக் கருதுகிறேன், சாதாரணமானப் பொதுமைப்படுத்துதலை அனுமதிப்பீர்களானால், முழுமையில் இருந்து தன்னை முழுமையாக விலக்கிக்கொண்டிருக்கும் இந்த உலகத்தில், அர்த்தமற்ற பொருட்களுக்கு இடமில்லையா? இந்த அ-பூரணமான வாழ்க்கையிலிருந்து அத்தனை அர்த்தமற்றவைகளையும் விலக்கிவிட்டால் அவை தங்களின் அ-பூரணமான நிலையை இழந்துவிடும்.

சுமிரே தீவிரமான காதல்பித்து கொண்டவள், சிறிதளவேனும் பேதைமை மட்டுமே சரி என்பதில் தீர்மானமானவள் - கவித்துவமாகச் சொல்லவேண்டும் என்றால் உலகமறியாதவள். அவளைப் பேசவைத்தால் பேசிக்கொண்டே போவாள், ஆனால் அவளுக்குப் பிடிக்காதவர்கள் முன்பு - உலகின் முக்கால்வாசி பேர் - வாய்திறப்பது கூட அரிது. அதிகமாகப் புகைபிடித்தாள், ஒவ்வொருமுறையும் ரயிலில் பயணச்சீட்டை தொலைத்தாள். கற்பனைகளில் மூழ்கி, உணவருந்தவும் மறந்துவிடுவாள், மேலும் அவள் பழைய இத்தாலியப் படங்களில் காணும் அகதிகள்போல் இளைத்திருந்தாள் - கண்கள் மட்டுமே இருக்கும் ஒரு குச்சி போல. உங்களுக்கு அவளுடைய ஏதேனும் ஒரு புகைப்படத்தைக் காட்ட ஆசையாகவுள்ளது, ஆனால் என்னிடம் எதுவுமில்லை. புகைப்படங்கள் எடுப்பதை அவள் அறவே வெறுத்தாள் - தன் சுவடுகளை விட்டுப்போக எந்த விருப்பமும் இல்லாதவள், *A Portrait of an artist as a young wo(man)*. அந்த நேரத்தில் சுமிரேவைப் படம் எடுத்திருந்தால், எனக்குத் தெரியும் எத்தனை மதிப்புமிக்கப் பதிவாயிருக்கும் - சிலர் எத்தனை அபூர்வமானவர்கள் என்பதை உணர்த்த.

நான் நிகழ்வுகளின் வரிசையை மாற்றிக் குழப்பிவிட்டேன். சுமிரே காதலில் விழுந்த பெண்ணின் பெயர் மியு. எனக்குத் தெரிந்தவரையில் அப்படித்தான் எல்லோரும் அவளை அழைத்தனர். எனக்கு அவள் இயற்பெயர் தெரியாது, பல

சிக்கல்களில் மாட்டிவிட்ட உண்மை அது, நான் மறுபடியும் கோர்வையை மாற்றுகிறேன். மியு கொரியாவைச் சேர்ந்தவள், ஆனால் அவள் அதில் ஒரு வார்த்தை கூடப் பேசியதில்லை - தன் இருபதுகளில் அதைக் கற்க முடிவு செய்யும்வரை. அவள் பிறந்தது, வளர்ந்தது எல்லாமே ஜப்பானில், பிரான்ஸ் நாட்டின் கலைக்கூடத்தில் இசை பயின்றாள், அதனால் ஜப்பானிய மொழி அளவிற்கு பிரெஞ்சும் ஆங்கிலமும் சரளமாகப் பேசினாள். அவள் எப்போதுமே சிறந்த உடையணிந்து காணப்பட்டாள், அழகான முறையில், விலை உயர்ந்த ஆனால் பகட்டில்லாத ஆபரணங்களை அணிந்தாள், மேலும் அடர்நீல நிறத்தில், பன்னிரெண்டு கலன்கள் கொண்ட ஒரு ஜாகுவார் காரை ஓட்டினாள்.

சுமிரே முதன்முறை மியுவைச் சந்தித்தபொழுது, அவர்கள் ஜாக் கெரோக்கின் புதினங்களைப் பற்றிப் பேசினர். சுமிரேவிற்குக் கெரோக்கை அவ்வளவு பிடிக்கும். அவள் ஒவ்வொரு மாதமும், அந்த மாதத்திற்கென ஓர் இலக்கியப் பெரும்புள்ளியைக் குறித்து வைத்திருப்பாள், அந்த மாதம், அப்போது மற்றவர்களால் பெரிதும் பேசப்படாமலிருந்த கெரோக். அவள் தன் சட்டை பாக்கெட்களில் முனைகள் மடிந்த பழைய 'ஆன் த ரோடு' அல்லது 'லோன்சம் டிராவெலெர்' ஆகியவற்றை வைத்து, சில நொடிகள் கிடைத்தால் கூட அதைப் புரட்டிக் கொண்டிருந்தாள். தனக்குப் பிடித்தமான வரிகள் வரும்போது, அதைக் கோடிட்டு, மனப்பாடம் செய்துகொண்டாள் - ஏதோ அதுவொரு புனித எழுத்து என்பதைப்போல. அவளுக்கு மிகப்பிடித்த வரிகள் 'லோன்சம் டிராவெலெரில்' வரும் காட்டுத்தீ பார்வையிடும் படலங்கள். கெரோக் தன் வாழ்வின் மூன்று மாதங்கள், மலை உச்சியில் உள்ள கூடாரத்தில், தனியாக, காட்டுத்தீயைப் பார்வையிடும் பணியில் இருந்தார்.

சுமிரேவிற்கு முக்கியமாக இந்தப் பகுதி மிகவும் பிடிக்கும்:

எந்தவொரு மனிதனும் ஒருமுறையேனும் அடர்காட்டுக்குள் நிலவும் ஆரோக்கியமான, இன்னும் சொன்னால், சலிப்படைய வைக்கும் தனிமையை அனுபவிக்காமல் இருக்கக்கூடாது, அங்குத் தன்னை மட்டுமே அவன் முழுக்கச் சார்ந்திருக்கும் சூழலில் தன்னுடைய உண்மையான மேலும் தான் அறிந்திராத பலத்தைக் கண்டறிவான்.

ஸ்புட்னிக் இனியாள் | 13

"அற்புதமில்லையா?" என்றாள். "ஒவ்வொருநாளும் மலை உச்சியில் நின்று, 360 பாகை சுற்றி, ஏதேனும் நெருப்புப்புகை வருகிறதா என்று பார்க்க வேண்டும். அவ்வளவுதான். வேலை முடிந்தது. மீதமிருக்கும் நேரத்தில் நீ படிக்கலாம், எழுதலாம், எது வேண்டுமானாலும் செய்யலாம். இரவுகளில் கரடிகள் உன் வீட்டைச் சுற்றிக்கொண்டிருக்கும். அது வாழ்க்கை! இதோடு ஒப்பிடுகையில், கல்லூரியில் இலக்கியம் படிப்பது, வெள்ளரிக்காயின் கசப்புப்பகுதியை கடிப்பது போல."

"சரி" என்றேன், "ஆனால் ஒருநாள் மலையில் இருந்து இறங்கித்தான் ஆகவேண்டும்." வழக்கம்போல், எனது நடைமுறைக்கு உகந்த, சுவையற்ற கருத்துக்கள் அவளைப் பாதிக்கவில்லை.

சுமிரே கெரோக்கின் புதினங்களில் வரும் கதைமாந்தர்கள் போல வாழ நினைத்தாள் - சுதந்திரமாக, சந்தோஷமாக, ஒழுக்கநெறிகள் துறந்து. தனது கோட் பாக்கெட்களுக்குள் கைகளைப் புதைத்துக்கொண்டு, கேசம் அடங்காமல் அலைபாய, வானத்தின் வெறுமையைக் கருப்புநிற பிளாஸ்டிக் சட்டம் போட்ட டிஸ்ஸி கில்லெஸ்பி வாயிலாக அவள் பார்த்தவாறிருப்பாள் - கண்களில் பார்வைக்கோளாறு இருந்தாலும்கூட. ஒரு மறுசுழற்சிக் கடையில் வாங்கிய பெரிய ஹெரிங்போன்கோட்டை எப்போதும் அவள் மாட்டிக் கொண்டிருந்தாள், அதனுடன் ஒருஜோடி கடினமான தோலால் செய்த பூட்சுகளும். அவளுக்குத் தாடி வளர்ந்திருந்தால், நிச்சயமாக அதையும் வைத்திருப்பாள்.

சுமிரே ஒன்றும் பெரிய அழகில்லை. அவள் கன்னங்கள் ஒட்டியிருந்தன, கொஞ்சம் அகலமான உதடுகள். குட்டி, வான் நோக்கிய நாசி. உணர்ச்சிகள் பீறிடும் முகம். நகைச்சுவை உணர்வுகொண்ட குணம், ஆனாலும் அவள் எளிதில் சத்தமாகச் சிரிக்கமாட்டாள். கொஞ்சம் குள்ளம், மேலும் நல்ல மனநிலையிலும் கூட அவள் பேச்சு சண்டையிடத் தயாராகயிருப்பவள் போல் தோன்றும். அவள் உதட்டில் சாயம் பூசியோ, கண்களுக்கு மையிட்டோ நான் கண்டதில்லை. பிராக்கள் பல அளவுகளில் உண்டு என்பதை அவள் அறிவாளா என்பதுகூட எனக்கு ஐயமே! ஆனாலும், சுமிரேவிடம் ஏதோ ஒரு தனித்துவம் இருந்தது, மனிதர்களை அவளிடம் ஈர்க்கக்கூடியது. அந்தத் தனித்துவத்தை விளக்குவது எளிதல்ல, ஆனால் அவள் கண்களை

உற்று நோக்கும்போது, நீங்கள் அதைக் கண்டுகொள்ளலாம், அவளது ஆழ்மன அழகின் பிரதிபலிப்பு.

*

வெளிப்படையாக இதையும் சொல்லிவிடுகிறேன். நான் சுமிரேவைக் காதலிக்கிறேன். அவளிடம் முதல்முறை பேசியதில் இருந்தே அந்த ஈர்ப்பு, சில நாட்களில் பின்வாங்கமுடியாத ஒன்றாக மாறியது. பலநாட்கள் அவளைப் பற்றி மட்டுமே யோசிக்கமுடிந்தது. நான் அவளிடம் என் எண்ணங்களைச் சொல்ல முயற்சி செய்தேன். ஆனால் எண்ணங்களையும், வார்த்தைகளையும் தொடர்புறுத்த முடியவில்லை. ஒரு விதத்தில் பார்த்தால் அதுவே சிறந்தது. அவளிடம் தெளிவாகச் சொல்லியிருந்தால், என்னை அவள் எள்ளி நகையாடியிருப்பாள்.

நானும், சுமிரேவும் நண்பர்களாக இருந்தபோது, எனக்கு இரண்டு அல்லது மூன்று காதலிகள் இருந்தனர். சரியான எண்ணிக்கையில்லை என்று கிடையாது. இரண்டு, மூன்று - உங்கள் எண்ணிக்கையைப் பொருத்தது. அவர்களுடன் நான் உடலுறவுமட்டும் கொண்ட பெண்களையும் சேர்த்தால், பட்டியல் சற்று நீளும். எது எப்படியோ, இந்தப் பெண்களிடம் உடலுறவு கொண்ட நேரங்களிலும் சுமிரேவே எனது நினைவுகளில் நிறைந்திருந்தாள். அவளுடைய நினைவுகளே வந்து போயின. நான் அவளைக் கட்டிக் கொண்டிருப்பதாகக் கற்பனை செய்துகொள்வேன். அற்பமான செயல்தான், ஆனாலும் என்னால் அதைத் தடுக்கமுடியவில்லை.

சுமிரேவும், மியுவும் எப்படிச் சந்தித்தார்கள் என்பதற்கு மீண்டும் வருவோம்.

ஜாக் கெரோக்கைப் பற்றி மியு கேள்விப்பட்டிருந்தாள், அவன் ஒரு எழுத்தாளன் என்பதை மட்டும். அவன் எந்தவகையைச் சார்ந்த எழுத்தாளௗன்பதை அவளால் நினைவுகூர முடியவில்லை. “கெரோக்... ம்... அவன் ஸ்புட்னிக்கா?”

அவள் என்ன சொல்லவருகிறாள் என்பதைச் சுமிரேவால் புரிந்துகொள்ள முடியவில்லை. கத்தியையும், முட்கரண்டியையும் தனது கைகளில் ஏந்தியபடி, யோசித்துவிட்டுக் கேட்டாள், “ஸ்புட்னிக்? ருஷ்யர்கள், ஐம்பதுகளில் ஏவிய முதல் செயற்கைக்கோளைப் பற்றிச் சொல்கிறீர்களா? ஜாக் கெரோக்

ஒரு அமெரிக்க நாவலாசிரியர். காலகட்டத்தைக் கவனித்தால் ஒத்துப்போகிறது..."

தன் விரலைக்கொண்டு மேஜை மேல் ஒரு வட்டத்தை வரைந்தவாறே, ஏதோ முக்கியமானவொன்றைத் தனது நினைவலைகளில் தேடியபடி, மியு கேட்டாள், "ஐம்பதுகளில் எழுதிய எழுத்தாளர்களை, அப்படித்தானே அழைத்தார்கள்?"

"ஸ்புட்னிக்...?"

"இலக்கிய இயக்கத்தின் பெயர். எழுத்தாளர்களை எப்படிப் பல இயக்கங்கள் கொண்டு பிரிப்பார்களோ, அதுபோல. ஷிகா நோயா எப்படி வொயிட் பிர்ச் (White Birch) இயக்கத்தைச் சேர்ந்தவரோ அது போல."

இறுதியாகச் சுமிரேவிற்குப் புலப்பட்டது. "பீட்னிக்!"

மியு தனது வாயைப் பொறுமையாகக் கைக்குட்டை கொண்டு துடைத்தாள். "பீட்னிக் - ஸ்புட்னிக். என்னால் இதுபோன்ற பெயர்களை நினைவில் வைத்துக்கொள்ளவே முடியாது. கென்மம் ரெஸ்டொரேசன் (Kenmum Restoration) அல்லது தி ட்ரீட்டி ஓஃப் ரப்போல்லோ (The Treaty of Rapallo) போன்றது. பழைய புராணம்."

அவர்களுக்கிடையில் மெல்லிய அமைதி நிலவியது, நேரம் நகர்ந்துபோவதை உணர்த்துவதுபோல.

"தி ட்ரீட்டி ஓஃப் ரப்போல்லோ?" சுமிரே வினவினாள்.

மியு சிரித்தாள். ஏக்கத்துடன், ஆனால் பலவருடங்கள் பழகியது போன்ற சிரிப்பு, அலமாரியிலிருந்து பொத்திவைத்த ஒரு பொருளை மறுபடி எடுத்தது போல! அவள் கண்கள் மிக வசீகரமாகச் சுருங்கின. எட்டி தன்னுடைய நீண்ட விரல்களால் சுமிரேவின் கலைந்திருந்த கேசத்தை வருடினாள். அது சற்றும் எதிர்பாராத ஆனால் இயற்கையான சைகையாக அமைந்தது, சுமிரேவால் சிரிப்பை மட்டுமே திருப்பிக்கொடுக்கமுடிந்தது!

அன்றிலிருந்து சுமிரே, மியுவிற்கு இட்ட பெயர் 'ஸ்புட்னிக் இனியாள்'. அவ்வார்த்தை காதுகளில் ஒலித்த விதம் அவளுக்குப் பிடித்திருந்தது. லைகா, அவளுக்கு அந்த நாயின் நினைவு வந்தது. மனிதனால் உருவாக்கப்பட்ட அந்தச் செயற்கைக்கோள் இருண்ட அகண்டத்தில் சத்தமில்லாமல் விரைந்து கொண்டிருக்க, அந்த நாயின் கருமையான துறுதுறுத்த விழிகள் சிறிய ஜன்னல்களின்

16 | ஹருகி முரகாமி

வழியே விழித்திருந்தன. எல்லையற்ற அந்தத் தனிமையில் லைகா எதைப் பார்த்துக்கொண்டிருக்கும்?

இந்த ஸ்புட்னிக் உரையாடல், சுமிரேவின் அத்தங்காளின் திருமண வரவேற்பு நடைபெற்ற ஓர் ஆடம்பரவிடுதியில் நடந்தது. சுமிரே தன் அத்தங்காளிடம் நெருக்கமான உறவில் இல்லை, இன்னும் சொன்னால் அவர்களிருவருக்கும் ஆகாது. அவளைப் பொருத்தமட்டில் இதுபோன்ற வரவேற்பு நிகழ்வுகளுக்குப் போவதைக்காட்டிலும் பெரிய கொடுமை எதுவுமில்லை. ஆனால், இம்முறை தப்பிக்க வழியில்லாததால் சென்றாள். அவளையும், மியுவையும் ஒரே உணவருந்தும் மேசையில் அடுத்தடுத்து உட்கார வைத்தார்கள். மியு பெரிதாக விவரிக்கவில்லை, ஆனால் அவள் சுமிரேவின் அத்தங்காளிற்குப் பியானோ கற்பித்திருந்தாள் அல்லது அதுபோல ஏதோவொன்று - பல்கலைக்கழக இசைத்துறை நுழைவுத்தேர்விற்கு அவள் தயாராக. அதுவொன்றும் நெடுநாள், பரஸ்பர உறவு இல்லையென்றாலும் மியுவிற்கு வரவேண்டிய கட்டாயம் இருந்தது.

மியு, அவள் கேசத்தைக் கோதிய நிமிடம், சுமிரே காதலில் விழுந்தாள், ஏதோ அவள் புல்வெளிகளைக் கடக்கும்போது பளிச்! என்று மின்சாரம் தாக்கியது போல். கலைஞர்களுக்கான அசரீரி அது. அதனால் சுமிரேவிற்குத் தான் அந்த நிமிடம் காதலில் விழுந்தது ஒரு பெண்ணிடத்தில் என்பது பெரிதாகத் தோன்றவில்லை.

நானறிந்தவரைக்கும் சுமிரேவிற்குக் காதலர்கள் என்று பெரிதாக யாரும் இருந்தில்லை. உயர்நிலைப்பள்ளியில் இருந்தபோது அவளுக்குச் சில ஆண் நண்பர்கள் இருந்தனர், அவர்களுடன் திரையரங்கத்திற்கும் நீச்சலுக்கும் போவாள். என்னால், அவளது அந்த உறவுகள் ஆழமாக இருந்ததாகக் கற்பனை கூட செய்யமுடியவில்லை. சுமிரேவின் கவனம் முழுக்க எழுத்தாளராவதில் இருந்தது, அவளுக்குக் காதலிக்க நேரம் பெரிதாயில்லை. அப்படியே அவள் உடலுறவு கொண்டாலும், அல்லது உடல்சார்ந்த ஏதோவொரு உறவிருப்பின் - பள்ளிப்பருவத்தில், அனேகமும் இலக்கிய ஆர்வமிகுதியால் இருந்திருக்குமே தவிர, காமத்தாலோ காதலாலோ அல்ல.

“உண்மையைச் சொல்லவேண்டும் என்றால், காமம் என்னைக் குழப்பியது.” அவள் தன் முகத்தைத் தெளிவாக வைத்துக்கொண்டு

என்னிடம் ஒருநாள் சொன்னாள். இது அவள் கல்லூரியை விட்டுச்செல்வதற்கு முன்னால், என்று நினைக்கிறேன்; ஐந்திற்கும் மேலான காக்டெய்ல் கோப்பைகளைத் தன்னுள் இறக்கியிருந்தாள், அதனால் அவள் நிச்சயம் போதையில் இருந்திருக்க வேண்டும். "உனக்குத் தெரியுமா - அது எப்படிப் புலப்படும்? காமத்தைப் பற்றிய உன் கருத்து என்ன?"

"காமம் என்பது புலப்படவேண்டிய ஒன்றல்ல," என்று நான் கூறினேன், எப்போதும் பொதுவாகச் சிந்திக்கும் எனது சாமானிய மனதின் வெளிப்பாட்டை. "காமமும் இருக்கிறது, அவ்வளவுதான்."

அவள் என்னைச் சிறிதுநேரம் ஆராய்ந்தாள், ஏதோ வேற்றுக்கிரகவாசியைப் பார்ப்பதுபோல. ஆர்வங்குறைந்து அவள் அந்தரத்தை வெறிக்க ஆரம்பித்தாள், அந்த உரையாடலின் பாதை மாறியது. இவனிடம், இதைப்பற்றிப் பேசி எந்தப் பயனுமில்லை என்று அவள் நினைத்திருக்கக்கூடும்.

சுமிரே சிகசாகியில் பிறந்தாள். அவள் இல்லம் கடற்கரைக்கு அருகாமையில் இருந்தது. அவள், உலர்ந்த மண்ணைத் தூக்கிக் கொண்டு வந்து சாளரத்தில் அறையும் காற்றின் ஒலியில் வளர்ந்தாள். அவள் தந்தை யோகோஹாமாவில் பல் மருத்துவமனை வைத்திருந்தார். அவர் மிகவும் அழகானவர், அவரது நாசிகள் ஸ்பெல்பௌண்ட்டில் நடித்த கிரிகோரி பெக்கை நினைவூட்டும். சுமிரேவிற்கு அந்த அழகான மூக்குகளின் பேறு வாய்க்கவில்லை; அவள் கூற்றிலிருந்து, அவள் சகோதரனுக்கும். அவளுக்கு ஆச்சர்யமாயிருந்தது அவ்வழகான நாசிகளைப் படைத்த மரபணுக்கூறுகள் எங்கே தொலைந்தன என்பதே. அந்த மரபணுக்கூறுகள் நிஜமாகவே நித்தியத்திற்குள் புதைக்கப்பட்டு விட்டிருந்தால், உலகம் ஒரு வருத்தத்திற்குரிய நிலையை அடைந்துவிடும். அப்படிப்பட்ட அற்புதம் அந்த நாசிகள்.

யோகோஹாமாவில் பல்பராமரிப்பு தேவைப்பட்ட பெண்களுக்குச் சுமிரேவின் தந்தை ஒரு தேவதூதன். பரிசோதனை அறையில் அவர் எப்போதும் சர்ஜிக்கல் தொப்பியும், பெரிய முகக்கவசமும் அணிந்திருந்தார், அதனால் அவரைக் காண வந்தவர்கள் அனைவரும் கண்டது ஒருஜோடி கண்களையும், காதுகளையும் மட்டுமே. அப்படியிருந்தும் அவர் எத்தனை அழகன் என்பதை அனைவரும் அறிந்திருந்தனர். அவருடைய வசீகரமான, கம்பீரமான நாசி முகக்கவசத்திற்கு அடியில் விரிவதைக் கண்ட பெண்கள் வெட்கத்தில் பூரித்தனர். ஒரு நொடியில் - அவர்கள்

18 | ஹருகி முரகாமி

பற்களைச் சீர்செய்யும் செலவிற்கு இடம் இருக்கிறதா இல்லையா என்று கருதாமல் - அவரிடம் ஈர்ப்பு கொண்டனர்.

சுமிரேவின் அம்மா தனது முப்பத்தியொன்றாம் வயதில் பிறவி இருதயக் கோளாறு காரணமாக உயிரிழந்தார். சுமிரேவிற்கு அப்போது மூன்று வயது கூட ஆகவில்லை. அவளுக்கு அவள் அம்மாவைச் சார்ந்து இருந்த ஒரே நினைவு, அவருடைய ஸ்பரிசத்தின் வாசனை மட்டுமே. அவரது சில புகைப்படங்கள் இருந்தன - அவருடைய மணநாளன்று எடுத்த புகைப்படம் ஒன்றும், சுமிரே பிறந்ததும் எடுத்த சாயப்படமும். சுமிரே தொகுப்பிலிருந்து தன் அம்மாவின் படங்களை உருவியெடுத்து பல நாட்கள் அவற்றைக் கூர்ந்து பார்த்திருக்கிறாள். சுமிரேவின் அம்மாவுக்கு - சாதாரணமாகச் சொன்னால் - மறக்கும்படியான முகம். அளவான, மெனக்கெடாத சிகை அலங்காரம். அவள் என்ன நினைக்கிறாள் என யோசிக்கும்வகையில் உடையணிந்திருப்பாள், வசீகரம் இல்லாத புன்னகை. ஒரு அடி பின்னால் எடுத்துவைத்தால் சுவரின் சித்திரத்தோடு கரைந்துவிடுவாள். சுமிரே எப்படியாவது தன் தாயாரின் முகத்தைத் தன்னுடைய நினைவுகளில் செதுக்கிக் கொள்ள நினைத்தாள். அப்படிச்செய்தால் என்றாவது கனவுகளில் அவரைக் காண்பாள். அவருடன் கைகுலுக்குவாள், அரட்டையடிப்பாள். ஆனால் அது அவ்வளவு சுலபமான செயலல்ல. எவ்வளவு முயற்சி செய்தும் அவர் முகத்தை நினைவில் வைத்துக்கொள்ள முடியாமல் அது மறைந்தவாறே இருந்தது. கனவுகளை விடுங்கள், வெட்டவெளிச்சத்தில், தெருவில் ஒருநாள் அவரைக் கடந்தால் கூட சுமிரேவால் தன் அம்மா என்று யூகிக்க முடியாது.

சுமிரேவின் தந்தை இறந்துபோன மனைவியைப் பற்றி அதிகம் பேசியது கிடையாது. பொதுவாகவே, அவர் அவ்வளவாகப் பேசுபவர் கிடையாது, மேலும் வாழ்வின் அத்தனை பரிமாணங்களிலும் - வாய்த்தொற்று ஒட்டிக்கொண்டு விட்டால் என்ன செய்வது என்பதைப் போல அவர் ஓடினார், தன்னுடைய மனதில் உள்ளதைப் பகிர்வதில் இருந்து விலகி. சுமிரேவிற்குத் தன் தந்தையிடம் இறந்துபோன தாயைப் பற்றிப் பேசிய நினைவேயில்லை. ஒரே ஒருமுறை தவிர்த்து. அவள் அப்பொழுது சிறியவளாக இருந்தாள், ஏதோ ஒரு காரணத்தினால், "என் அம்மா எப்படி இருந்தார்கள்?" என்று வினவினாள். அவளுக்கு இந்த உரையாடல் மிகத் துல்லியமாக நினைவில் இருந்தது.

அவள் தந்தை அவருடைய பார்வையின் திசையைத் திருப்பி, எங்கோ நோக்கினார், பின் சற்று யோசித்துவிட்டுச் சொன்னார். “அவளுக்கு ஞாபக சக்தி அதிகம்” மற்றும் “அவள் எழுத்து அழகாக இருந்தது.”

ஒருவரை வர்ணிக்கும் விசித்திர முறை. சுமிரே தன் கண்ணில் ஏக்கத்தோடு, தன்னுடைய பனிவெள்ளை நோட்டுப் புத்தகத்தின், முதல் பக்கத்தைத் திறந்து வைத்துக்கொண்டு - உற்சாகமூட்டும் அரவணைப்பும் அக்கறையும் நிறைந்த வார்த்தைகளுக்காகக் காத்திருந்தாள் - ஓர் ஆதரவை, ஓர் ஊடச்சைத் தேடினாள் - சூரியனில் இருந்து மூன்றாவது கிரகமான இங்கு, குழப்பம் மிகுந்த தனது வாழ்வில் தன்னை ஆசுவாசப்படுத்திக்கொள்ள. அவள் தந்தை ஏதாவது சொல்லியிருக்கவேண்டும், அவருடைய மகள் அதைப் பற்றிக்கொள்ளும் வகையில். ஆனால் சுமிரேவின் அழகான அப்பா அவ்வார்த்தைகளைப் பேசவில்லை, அவளுக்கு மிகவும் தேவையாயிருந்த அந்த வார்த்தைகளை.

*

சுமிரேவின் தந்தை, அவளுக்கு ஆறு வயதிருக்கும்போது மறுமணம் செய்து கொண்டார், இரண்டு வருடம் கழித்து அவளுக்குத் தம்பி பிறந்தான். அவளின் புது அம்மாவும் ஒன்றும் பெரிய அழகில்லை. போதாக்குறைக்கு அவருக்குப் பெரிதாக ஞாபகசக்தியும் கிடையாது, அவர்களது எழுத்தும் நன்றாயில்லை. எப்படி இருந்தபோதும், அவள் புது அம்மா இரக்ககுணம் நிறைந்தவராகவும், நியாயமானவராகவும் இருந்தார். அது குட்டி சுமிரே, அவருடைய புத்தம்புது பெண்ணிற்குப் பெரும் அதிர்ஷ்டம். அதை அதிர்ஷ்டமென்று சாதாரணமாகச் சொல்லி விடமுடியாது. அவள் தந்தை தேர்ந்தெடுத்த பெண் அல்லவா. அவர் சிறந்த தந்தையாக இல்லாதிருக்கலாம், ஆனால் தன்னுடைய துணையைத் தேர்வுசெய்ய என்று வரும்போது, தான் என்ன செய்கிறோம் என்று அவருக்கு நன்றாகவே தெரிந்திருந்தது.

அவளுடைய புது அம்மாவின் பாசம் அவளது நீண்ட, கடினமான இளமைப்பருவத்திலும் மாறவில்லை, உடன், சுமிரே கல்லூரிக்குச் செல்வதை விடுத்து, நாவலாசிரியர் ஆகப்போவதாகச் சொன்னபோதும் - அவரது கருத்து மாறுபடினும், சுமிரேவின் ஆசையை மதித்தார். அவருக்குச் சுமிரே அதிகம் படிக்கிறாள் என்பது எப்போதுமே பெரிதுவகையைத் தந்தது, சுமிரேவின் இலக்கியவேட்கைக்கு அவர் அதிகமும் உற்சாகமுட்டினார்.

அவளுடைய இரண்டாம் தாய், சுமிரேவின் தந்தையைச் சமாதானப்படுத்த, சுமிரேவின் இருபத்தியெட்டாம் வயதுவரை ஒரு சிறு ஊக்கத்தொகையைத் தர அவர்கள் தீர்மானித்தனர். அதற்குள் எழுத்தைக்கொண்டு அவளால் சம்பாதிக்க முடியவில்லையெனில், வேறுபிழைப்பைத் தேடிக்கொள்ளவேண்டும். அவளின் புது அம்மா, அவளுக்காகப் பரிந்துரைக்கவில்லை என்றால் அவள் தூக்கி வீசப்பட்டிருப்பாள் - நயா பைசா இன்றி சமூகத்தில் வாழத் தேவையான எந்தத் திறனுமின்றி - காட்டுமிராண்டித்தனமான நகைச்சுவையற்ற ஒரு நிதர்சனத்துக்குள். மனிதன் சிறிது சந்தோஷமாகச் சிரித்துவிட்டுப் போகட்டும் என்பதற்காக பூமி இத்தனை அரும்பாடுபட்டுச் சூரியனைச் சுற்றுவதில்லை.

சுமிரே தன் ஸ்புட்னிக் இனியாளை, அவள் கல்லூரிப்படிப்பைக் கைவிட்டு இரண்டாண்டுகளுக்கு மேல் சிலகாலம் கழிந்த பின்பு சந்தித்தாள்.

அவள் அப்போது கிஜிஜோஜியில், அடுக்குமாடிக் குடியிருப்பின் ஒற்றை அறையில் குறைந்தபட்ச சாமான்களுடன், அதிகபட்ச புத்தகங்களுடன் வாழ்ந்து கொண்டிருந்தாள். உச்சிநேரம் எழுவாள், மேலும் மதியநேரம் இனோகாஷிரா பூங்காவில் ஒரு யாத்ரிகன் புனிதமலையை நோக்கி நடக்கும் உற்சாகத்தோடு நடைக்குச்செல்வாள். வெயில்நேரங்களில் பூங்காவின் இருக்கை மீது அமர்ந்து, ரொட்டித்துண்டுகளை மென்றவாறே, சிகரெட்டுகளை ஒன்றன் பின் ஒன்றாகப் புகைத்தவண்ணம் வாசிப்பாள். மழை அல்லது குளிர்காலங்களில் பாரம்பரிய சங்கீதத்தைச் சத்தமாக ஒலிபரப்பும் பழமைவாய்ந்த காபிக்கடைக்குச் சென்று, அங்குள்ள தேய்ந்த இருக்கையில் மூழ்கி, தனது புத்தகங்களை வாசிப்பாள், ஷுபர்ட்டின் சிம்பொனிகளும் பாக்-இன் கண்டக்டஸ்களும் கேட்கும்போதும் அவள் முகத்தில் ஒரு தீவிரம் தோன்றும். மாலையில் அவள் ஒரு பீரும், இரவுணவிற்காகப் பல்பொருள் அங்காடிகளில் ஏதேனும் துரித உணவையும் வாங்கிக் கொள்வாள்.

இரவு 11க்கு அவள் மேஜையில் இருப்பாள். அவளருகில் ஒரு வெப்பப்புட்டியில் சூடான காபி, ஒரு காபிக்கோப்பை (அவள் பிறந்தநாள் அன்று Snafkin படம் பொறித்த அதை நான் பரிசாகத் தந்தேன்), ஒரு டப்பா மால்பரோ மற்றும் கண்ணாடியால் ஆன சாம்பல்தட்டு. உறுதியாக அவளருகே சொல்செயலியும் (Word

Processor) இருக்கும், ஒவ்வொரு பொத்தானும் தனக்கே உரியதான ஓர் எழுத்துடன்.

ஓர் ஆழ்ந்த அமைதி அங்கே சூழ்ந்திருக்கும். அவள் மனம் குளிர்கால இரவின் வானம் போல் தெளிவாயிருக்க, பிக் டிப்பரும் *(Big Dipper)* நார்த் ஸ்டாரும் *(North Star)* அங்குப் பிரகாசமாக மின்னிக் கொண்டிருக்க. அவளுக்கு எழுதப் பல விஷயங்கள் இருந்தன, பல கதைகள் சொல்வதற்கு. அவள் அதற்கான தகுந்த வெளிப்பாட்டைக் கண்டுகொண்டாள், புதிய எண்ணங்களும், யோசனைகளும் அதன்வழி எரிமலைக்குழம்புபோல் பொழியும், நிலையான நீரோடையென, உலகம் இதுவரை கண்டிராத படைப்புகளாய் திண்ணமடையும். மக்களின் கண்கள் ஆச்சரியத்தில் விரியும், அரிய திறமையைக் கொண்ட நல்ல இளம் எழுத்தாளரின் திடீர் அறிமுகம். அவளின் சிரித்த முகத்துடன் ஒரு புகைப்படம் செய்தித்தாளின் கலைஇலக்கியப் பக்கங்களில் வெளியாகும், பத்திரிகை ஆசிரியர்கள் போட்டி போட்டுக்கொண்டு அவள் கதவைத் தட்டுவார்கள்.

ஆனால் அது அப்படி நடக்கவேயில்லை. சுமிரே துவக்கங்கள் கொண்ட சில புனைவுகளையும், முடிவுகள் கொண்ட சில இலக்கியப் புனைவுகளையும் எழுதினாள். ஆனால் ஒரு புனைவில் கூடத் துவக்கம், முடிவு என இரண்டும் அமையவில்லை.

*

படைப்பாளர்களுக்கே உண்டான தடை எதுவோ அவளை எழுதவிடாமல் தடுத்தது என்றில்லை - அதற்கு நேரெதிர். அவள் எழுதிக்கொண்டே இருந்தாள், அவளுக்குத் தோன்றிய அனைத்தையும். பிரச்சனை என்னவென்றால் அவள் மிக அதிகமாக எழுதினாள். நீங்கள் நினைப்பீர்கள் தேவையற்ற சில பகுதிகளை நீக்கினால் போதும், அவள் எழுத்து செம்மையாகிவிடும், ஆனால் அது அவ்வளவு சுலபமல்ல. அவளுக்குத் தீர்க்கதரிசனமே இல்லை - எது முக்கியம், எது இல்லை என்பதை அவளால் தீர்மானிக்க முடியவில்லை. மறுநாள் தான் எழுதியவற்றை அச்செடுத்து, வாசிக்கும்போது, ஒவ்வொரு வாக்கியமும் அவளுக்கு இன்றியமையாத ஒன்றாகத் தோன்றியது. அல்லது எதுவுமே தேவையில்லை எனக் கருதினாள். சில சமயங்களில் அவள் வெறுப்படைந்து, மொத்தப்பிரதியையும் கிழித்துக் குப்பையில் எறிவாள். ஒருவேளை குளிர்காலமாக இருந்து, சுமிரேவின் அறையில் கனப்படுப்பு இருந்திருந்தால் அது சற்று

வெதுவெதுப்பாகவாவது இருந்திருக்கும் - 'ல போகேமே'வில் இருந்து ஒரு நிகழ்வைக் கற்பனை செய்து பாருங்கள். ஆனால் சுமிரேவின் அறையில் கனப்படுப்பு மட்டும் இல்லாதில்லை, தொலைபேசியும் கூட இல்லை. சரியான முகம் பார்க்கும் ஒரு கண்ணாடியும் இல்லை என்பதையும் குறிப்பிட்டேயாக வேண்டும்.

வார இறுதிகளில் சுமிரே என் வீட்டிற்கு வருவாள், பிரதிவரைவுகளைத் தனது கைகளில் குவித்தவாறு - படுகொலையில் இருந்து தப்பிய நற்பேறு நிறைந்த வரைவுகள். ஆனாலும் அதுவொரு குவியல். சுமிரே உலகத்திலேயே தன் வரைவுகளை ஒருவருக்கு மட்டுமே காண்பிப்பாள். அது நான்தான்.

கல்லூரியில் அவளைவிட நான் இரண்டு ஆண்டுகள் மூத்தவன், எங்கள் பாடங்கள் மாறுபட்டிருந்தன, அதனால் நாங்கள் சந்திக்க வாய்ப்பு கிட்டியதே கிடையாது. எங்கள் சந்திப்பு முற்றிலும் தற்செயலான ஒன்று. மே மாதத்தில், பல விடுமுறை நாட்களுக்குப் பிறகு வந்த திங்கட்கிழமை, நான் கல்லூரியின் பிரதான வாசலில் அமைந்த பேருந்து நிறுத்தத்தில் நின்று, பழைய சாமான் கடையில் கண்டெடுத்த பால் நிசான்னின் ஒரு புதினத்தை வாசித்துக் கொண்டிருந்தேன். ஒரு குள்ளப்பெண் என் பக்கவாட்டில் சாய்ந்து, என்ன புத்தகம் வாசிக்கிறேன் எனக் கண்ணோட்டம் விட்டுக் கேட்டாள், எத்தனையோ எழுத்தாளர்கள் இருக்கையில் ஏன் நிசான்? அவள் ஏதோ சண்டையிட ஆயத்தமாக இருப்பதைப்போலத் தோன்றியது. எதையாவது எட்டி மிதித்துப் பறக்க விடவேண்டும் என்கிற எண்ணம், ஆனால் எதுவும் கிடைக்காததால் என் வாசிப்புத் தேர்வைத் தாக்கினாள்.

சுமிரேவும் நானும் பல விஷயங்களில் ஒத்துப்போனோம். சுவாசிப்பைப்போலப் புத்தகவாசிப்பு எங்களிருவருக்கும் இயல்பாயிருந்தது. கிடைத்த தருணங்களில் எல்லாம் நாங்கள் ஏதோவொரு நிசப்தமான மூலையில் அமர்ந்து ஒவ்வொரு பக்கமாக முடிவின்றித் திருப்பிக் கொண்டிருப்போம். ஜப்பானிய நாவல்கள், அயல்நாட்டுப் புதினங்கள், புதிய படைப்புகள், சங்ககால இலக்கியம், முன்னோக்குத்தன்மையுடைய படைப்புகள், விற்றுத்தீர்ந்த புத்தகங்கள் என யாவும் - எங்கள் ஞானத்தை ஏதேனும் ஒருவிதத்தில் தூண்டக்கூடியதாக இருப்பின் அவற்றை வாசித்தோம். நாங்கள் நூலகங்களில் சுற்றித்திரிந்தோம். நாட்களனைத்தையும், கண்டா என்கிற, டோக்கியோவில் இருந்த பழைய புத்தகக்கடைகளுக்கெல்லாம் மெக்காவான ஓர் இடத்தில்,

புத்தகத்தேடலில் கழித்தோம். நான் இதுவரை இத்தனை தீவிரமாக, இத்தனை ஆழமாக, இத்தனை விசாலமாக வாசித்த யாரையும் கடந்து வந்ததில்லை சுமிரேவைத் தவிர; அவளும் அப்படியே உணர்ந்தாள் என நம்புகிறேன்.

சுமிரே கல்லூரியைக் கைவிட்ட நேரம் நான் பட்டம் பெற்றேன். அதன்பிறகு அவள் மாதத்தில் இரண்டு அல்லது மூன்று முறை என் வீட்டிற்கு வருவாள். சிலமுறை நானும் அவள் வீட்டிற்குப் போவதுண்டு. ஆனால் அந்த இடத்தில் இருவரைத் திணிப்பது கஷ்டமாக இருந்தது. அதனால் அவளே பலமுறை என் வீட்டிற்கு வருவாள். நாங்கள் படித்துக்கொண்டிருக்கும் புதினங்களைப் பற்றிப் பேசுவோம், நூல்களைப் பரிமாறிக் கொண்டோம். நானே பலமுறை இரவுணவு சமைத்தேன். சுமிரே சமைப்பதைவிடப் பட்டினி கிடப்பதே பரவாயில்லை என நினைப்பவள். தன்னுடைய பகுதிநேர வேலைகளில் இருந்து எனக்கு நன்றி சொல்வதற்காகப் பரிசுகள் பல எடுத்துக்கொண்டு வருவாள். ஒருமுறை அவள் மருத்துவ அங்காடியில் வேலை பார்த்தபோது ஆறு டஜன் ஆணுறைகளை எனக்காக எடுத்து வந்தாள். இன்னும் எங்கோ அலமாரியின் அடியில்தான் அவை கிடக்கவேண்டும்.

சுமிரே எழுதிய புதினங்கள் அல்லது புதினத்தின் பாகங்கள் அவள் நினைத்த அளவுக்கு மோசமாக இல்லை. உண்மை. சிலநேரங்களில் அவள் பாணி பிடிவாதமான மூதாட்டிகள் நிறைந்த ஒரு குழு அவரவர் தனிப்பட்ட சுவையையும், புகார்களையும் ஏந்தியவாறு கடுமையான பேரமைதியில் தைக்கும் ஒட்டுவேலை மெத்தையைப் போலிருந்தது. இதில் அவளுடைய மனஅழுத்தகுணமும் பல நேரங்களில் கட்டுப்பாடின்றி இருக்கும். இது போதாதென, பிரம்மாண்டமான பத்தொன்பதாம் நூற்றாண்டு சாயலில், அரிய இணைப்புச்சொற்களால் நிரம்பி, ஆன்மாவையும், மனிதனின் விதியையும் கைப்பற்றக்கூடிய அனைத்து சாத்தியமான நிகழ்வுகளையும் கொண்ட ஒரு புதினத்தை உருவாக்கவேண்டும் என்பதில் சுமிரே தீர்மானமாக இருந்தாள்.

இதையும் சொல்லியே ஆக வேண்டும், சுமிரேவின் எழுத்தில் ஓர் அற்புதமான புத்துணர்வு இருந்தது, அவளுக்கு முக்கியமாகப்பட்ட அனைத்தையும், நேர்மையாகச் சித்தரிக்க வேண்டும் என்கிற முயற்சி. அவளுடைய சிறப்பம்சம் என்பது யாருடைய பாணியையும் அவள் பின்பற்றவில்லை,

24 | ஹருகி முரகாமி

எழுத்துகளைச் சல்லடையிட்டு அனைத்தையும் விலைமதிப்பற்ற, புத்திசாலித்தனமான சிறு தொகுப்புகளாக மாற்றவும் முயற்சிக்கவில்லை. அவளுடைய எழுத்தில் என்னைக் கவர்ந்த விஷயம் அதுவே. அவள் எழுத்தில் இருந்த நேரடி சக்திக்கு முட்டுக்கட்டையிட்டு, அழகான வசதியான கோர்வையில் எடுத்துச்செல்வது நல்லதல்ல. அவசரப்பட எந்தத்தேவையும் இல்லை. பாதை மாறிச்செல்ல அவளிடம் இன்னும் நிறையக் காலஅவகாசம் இருந்தது. பழமொழி ஒன்று உள்ளதுதானே, "சித்திரமும் கைப்பழக்கம்."

"என் தலை நான் எழுதவேண்டியவைகளால் நிரம்பி ஏதோ பொருள்களால் அடைக்கப்பட்ட ஓர் அபத்தமான கொட்டகையைப் போல் இருக்கிறது" என்றாள் சுமிரே. "உருவகங்கள், காட்சிகள், பிடுங்கிக்கொள்ள வேண்டிய வார்த்தைகள்... என் மனதில் இவை... இல்லை... சுடர்விட்டு எரிந்து கொண்டிருந்தன, உயிர் பெற்று வாழ்ந்தன. 'எழுது!' என்று என்னிடம் அது கத்துகிறது. ஒரு சிறந்த படைப்பு உருவாகப் போகிறது என்பதை என்னால் உணரமுடிகிறது. அது என்னை ஏதோவொரு புத்தம்புதிய இடத்திற்குக் கொண்டுசெல்லும். பிரச்சனை என்னவென்றால், நான் நாற்காலியில் அமர்ந்து, அவை அனைத்தையும் ஒரு காகிதத்தில் கொட்டித்தீர்த்தால், மிக முக்கியமான ஏதோவொன்றைக் காணவில்லை என்றுணர்கிறேன். அது பிறக்க மறுக்கிறது - வைரங்கள் இல்லை, வெறும் கூழாங்கற்களே. நான் எங்கும் இழுத்துச் செல்லப்படவில்லை."

சுளித்த முகத்துடன், சுமிரே 250வது கல்லை எடுத்து, குளத்தில் எறிந்தாள்.

"என்னிடம் ஏதோ ஒரு பற்றாக்குறை இருக்கிறது. நாவலாசிரியர் ஆவதற்கு மிக அத்தியாவசியமான ஏதோ ஒன்று."

ஆழ்ந்த மௌனம் அங்கு சூழ்ந்தது. அவள் என்னுடைய சாமானிய கருத்தை நாடுகிறாள் எனத் தோன்றியது.

சற்று நேரம் கழித்து நான் பேசத்துவங்கினேன். "பலகாலங்களுக்கு முன்னால் சீனாவில், நகரங்கள் பெரிய மதிற்சுவர்கள் சூழ்ந்து, பெரிய பிரம்மாண்டமான கதவுகளுடன் இருந்தன. அந்தக்கதவுகள் மக்களை உள்ளேயும் வெளியேயும் செல்ல அனுமதிக்க மட்டுமில்ல, அவை மிகுந்த முக்கியத்துவம் வாய்ந்ததாக இருந்தன. நகரத்தின் உயிர் அந்தக் கதவுகளில் இருந்ததாக மக்கள்

நம்பினர். அல்லது அங்கு இருக்கவேண்டும் என நினைத்தனர். மத்திமக்கால ஐரோப்பாவில் மக்கள் நகரத்தின் இதயம் அதன் தேவாலயங்களிலும், பிரதான சதுக்கத்திலும் இருப்பதாக நினைத்ததுபோல. அதனால்தான் இன்றளவும் சீனாவில் பல அற்புதமான கதவுகள் நின்றுகொண்டிருக்கின்றன. உனக்குச் சீனர்கள் அக்கதவுகளை எப்படிக் கட்டினார்கள் என்று தெரியுமா?"

"என்னால் யூகிக்கமுடியவில்லை" என்றாள் சுமிரே.

"மக்கள் வண்டி கட்டிக்கொண்டுபோய்த் தொன்மையான போர்க்களங்களிலிருந்து, புதைக்கப்பட்ட அல்லது அங்கு சிதறியிருக்கும் வெளுத்த எலும்புகளைத் திரட்டுவர். சீனா மிகப் பழமையான நாடு - பல போர்க்களங்கள் - அதனால் தொலைவில் தேடவேண்டிய அவசியம் ஏற்படவேயில்லை. வாயிலில் பெரிய கதவுகளை எழுப்பி இந்த எலும்புகளை அதில் வைத்து அடைத்தனர். அவர்கள் இறந்த வீரர்களுக்கு இந்த விதத்தில் மரியாதை செய்தால், அவர்கள் தங்கள் நகரங்களுக்குக் காவலிருப்பார்கள் என்று நம்பினர். இது மட்டுமல்ல. கதவுகள் கட்டிமுடித்தபிறகு பல நாய்களை அழைத்துவந்து அவற்றின் கழுத்தை அறுத்து, ரத்தத்தைக் கதவுகளில் தெளித்தனர். இளம் ரத்தத்தை, காய்ந்த எலும்புகளின் மீது தெளிப்பதால், மாயமாக அந்தத் தொன்மையான ஆன்மாக்கள் உயிர்பெறும். அதுவே அவர்களின் எண்ணம்."

சுமிரே நான் தொடர்வதற்காக அமைதியாகக் காத்திருந்தாள்.

"புதினம் எழுதுவதும் அப்படியே. நீ எலும்புகளைச் சேகரித்து, உன் கதவை அமைக்கிறாய், ஆனால் கதவு எத்தனை அழகாக இருந்தாலும், அது மட்டும் அதை உயிர்கொண்டு, சுவாசிக்கச் செய்துவிட முடியாது. கதை என்பது இந்த உலகம் சார்ந்தது அல்ல. ஒரு நிதர்சனமான கதை என்பதற்கு அற்புதமான ஞானஸ்நானம் தேவைப்படுகிறது, புவியின் இந்தப்பக்கத்தை, அதன் மற்றொரு பக்கத்துடன் இணைக்க."

"நீ சொல்வது என்னவென்றால் நான் சொந்தமாகத் தேடிப்போய், என் நாயைக் கண்டறியவேண்டும் என்றா?"

நான் தலையசைத்தேன்.

"மற்றும் புதிதாக ரத்தம் சிந்தவேண்டும்?"

சுமிரே தன் உதட்டை கடித்துக்கொண்டு இதைப்பற்றி யோசித்தாள். மற்றொரு பாவப்பட்ட கல்லைத்தூக்கி குளத்தில் எறிந்தாள். “எனக்கு ஒரு மிருகத்தைக் கொல்வதில் இஷ்டமில்லை, என்னால் அதைத் தவிர்க்க முடிந்தால்.”

“அது ஓர் உருவகமே,” என்றேன் நான். “நீ நிஜத்தில் எதையும் கொல்லத் தேவையில்லை.”

நாங்கள் எப்பொழுதும் போல் அருகில் அமர்ந்து கொண்டிருந்தோம், இனோகாஷிரா பூங்காவில் அவளுக்குப் பிடித்த இருக்கையில். ஒரு குளம் எங்கள் முன் விரிந்திருந்தது. காற்றில்லாத நாள். இலைகள் தாங்கள் உதிர்ந்த இடத்திலேயே கிடந்தன, தண்ணீரின் பரப்பில் ஒட்டிக்கொண்டு. என்னால் எங்கோ தூரத்தில் மூட்டப்பட்டிருக்கும் தீயின் வாடையை நுகரமுடிந்தது. காற்றெங்கும் இலையுதிர்காலத்தின் கடைசி நிமிடங்களின் வாசனை, தூர சத்தங்கள் அனைத்தும் தெள்ளத்தெளிவாகக் கேட்டது.

“உனக்கு என்ன தேவையென்றால் காலமும், அனுபவமும்,” என்றேன் நான்.

“காலமும், அனுபவமும்,” அவள் சிந்தித்தாள், பின் வானத்தை வெறித்தாள். “காலம் பற்றி எதுவும் செய்யமுடியாது - அது கடந்துகொண்டே இருக்கிறது. ஆனால் அனுபவம்? அதைப்பற்றி மட்டும் பேசாதே. இதில் எந்தக் கர்வமும் இல்லை, ஆனால் எனக்குக் காமவுணர்ச்சியே இல்லை. எந்த வேட்கையுமில்லை என்றால் எழுத்தாளனுக்கு எப்படிப்பட்ட அனுபவம் இருக்கும்? பசியே இல்லாதவன் சமையல்காரனாக இருப்பதுபோல.”

“உன் காமம் எங்கு போனதென்று எனக்குத் தெரியாது,” என்றேன். “அது எங்கோ ஒளிந்திருக்கக்கூடும். அல்லது எங்கோ பயணம்சென்று, வீடு திரும்பி வர மறந்துவிட்டது. ஆனால் காதல்வயப்படுவதென்பது பித்துப்பிடிக்கச்செய்யும் ஒரு செயல். எங்கிருந்தோ திடீரென்று வந்து பிடித்துக்கொள்ளும். யாருக்குத் தெரியும் - நாளைக்கே நடக்கலாம்.”

சுமிரே வானத்தைக் கூர்வதை நிறுத்திவிட்டு என் பக்கமாகப் பார்வையைத் திருப்பினாள் “சூறாவளி போலவா?”

“அப்படியும் சொல்லலாம்.”

அவள் சிறிது யோசித்தாள். "நீ நிஜத்தில் சூறாவளியைப் பார்த்திருக்கிறாயா?"

"இல்லை" என்றேன். நல்லவேளையாக டோக்கியோ சூறாவளிகள் வரும் இடமில்லை.

நான் கணித்ததுபோல, ஒன்றரைவருடம் கழித்து, திடீரென்று, அர்த்தமேயின்றி, சுமிரேவை ஒரு காதல் சூறாவளி பற்றிக்கொண்டது. அவளை விட 17 வருடங்கள் அதிகமான ஒரு பெண்ணிடத்தில். அவளுக்கே அவளுக்கான அவளுடைய ஸ்புட்னிக் இனியாள்.

சுமிரேவும், மியுவும் சேர்ந்து திருமண வரவேற்பில் அந்த மேஜையின் நாற்காலியில் அமர்ந்து, உலகிலுள்ள அனைவரும் இதுபோன்ற சூழல்களில் என்ன செய்வார்களோ அதையே செய்தனர், தங்களைப் பரஸ்பரம் அறிமுகம் செய்துகொண்டனர். சுமிரேவிற்கு அவள் பெயர் மேலொரு வெறுப்பு, அதனால் எங்கெல்லாம் முடியுமோ அங்கெல்லாம் அதை மறைக்கவே முயற்சித்தாள். ஆனால் யாரேனும் கேட்பின், மரியாதை நிமித்தம் அதைச்சொல்வதைத் தவிர வேறு வழியென்ன?

அவள் தந்தையைப் பொருத்தவரை, அவளின் தாயார் சுமிரே என்ற பெயரைத் தேர்ந்தெடுத்திருக்கிறார். அவளுக்கு அதே பெயரில் இருந்த மொசார்ட்டின் பாடல் மிகவும் பிடிக்கும், அதனால் பலவருடங்கள் முன்பே தனக்கு ஒரு பெண்குழந்தை பிறந்தால் அதுதான் பெயராயிருக்கும் எனத் தீர்மானித்துள்ளார். வரவேற்பறை இசைப்பதிவுத்தட்டின் அலமாரியில், மொசார்ட்டின் பதிவு ஒன்று இருந்தது, சந்தேகமேயின்றி அவள் அம்மா கேட்டுக்கொண்டிருந்தது; சுமிரே குழந்தையாக இருக்கும்போது, இதை ஒலிபெருக்கியில் வைத்து, பாடலைப் பலமுறை திரும்பத்திரும்பக் கேட்டிருக்கிறாள். எலிசபெத் ஸ்வார்ஸ்கோஃப் (Elizabeth Schwarzkopf) பாட, வெயிட்டர் கெய்ஸ்கிங் (Waiter Geiseking) பியானோவில். சுமிரேவிற்கு அதன் அர்த்தம் புலப்படவில்லை, ஆனால் வசீகரமான அந்தக் கருவின் மூலம் அது அழகான வயலட்கள் வயலில் பூப்பதைப் புகழும் பாடல் என்பதை உணர்ந்தாள். சுமிரேவிற்கு அந்த உருவாக்கம் பிடித்திருந்தது.

மேல்நிலையில் இருக்கும்போது அதன் ஜப்பானிய மொழிபெயர்ப்பு ஒன்றைக் கண்டுகொண்டு, அவள்

அதிர்ச்சியுற்றாள். அதன் வரிகளோ ஓர் இரக்கமற்ற மேய்ப்பரின் மகள் அப்பூக்களைக் கருணையில்லாமல் மிதித்துத்தள்ளுவதைப் பற்றியிருந்தது. அந்தப்பெண் தான் பூக்களை நசுக்கிவிட்டோம் என்பதைக்கூட கவனிக்கவில்லை. அது கதேயின் கவிதைவரி சார்ந்திருந்தது, சுமிரேவால் அதில் எவ்வித நற்குணத்தையோ, தெரிந்துகொள்ளவேண்டிய பாடத்தையோ கண்டுபிடிக்க முடியவில்லை.

*

"என் அம்மா எனக்கு இத்தனைக் கொடூரமான பாடலிலிருந்து ஒரு பெயரை எப்படிச் சூட்டமுடியும்?" என்றாள் சுமிரே, தன் முகத்தை இறுக்கிக்கொண்டு.

மியு தனது துடைப்புக்குட்டையின் மூலைகளைச் சரிசெய்தாள், பாரபட்சம் இன்றி சிரித்தாள், சுமிரேவைப் பார்த்தாள். மியுவின் கண்கள் கருமையானவை. பலவண்ணங்கள் கலந்து, ஆனால் தெளிவாகவும், நிர்மலமாகவும் இருந்தது.

"அந்தப்பாடல் அழகாயிருக்கிறது என்று நினைக்கிறாயா?"

"ஆம், அந்தப்பாடல் நன்றாகவே இருக்கிறது."

"இசை அழகாயிருப்பின் அதுபோதும் என்றே நினைக்கிறேன். உலகில் யாவுமே அழகாயிருந்து விட முடியாதல்லவா? உன் அம்மாவிற்கு அந்த இசை அத்தனை பிடித்திருக்கவேண்டும், அதன் வரிகளைப் பொருட்படுத்தாத அளவு. அது மட்டுமின்றி உன் முகத்தைச் சுருக்கிக்கொண்டேபோனால், சில நிரந்தரச் சுருக்கக் கோடுகள் வந்துவிடும்."

சுமிரே தன் இறுகிய முகத்தைத் தளர்த்திக்கொண்டாள்.

"நீங்கள் சொல்வது சரியாக இருக்கலாம். நான்தான் சற்று வருத்தமடைந்து விட்டேன். என் தாயார் எனக்காக விட்டுச்சென்ற ஒரே திடமான பொருள் அந்தப்பெயர் மட்டுமே. என்னைத் தவிர, அதாவது."

"சரி, நான் சுமிரே ஓர் அழகான பெயர் என நினைக்கிறேன். எனக்கு மிகவும் பிடித்திருக்கிறது," என்றாள் மியு, பின் ஏதோ புதியகோணத்தில் பார்ப்பதுபோல் தலையைத் திருப்பிக் கொண்டாள். "ஆமாம், இந்த வரவேற்பில் உன் தந்தை இருக்கிறாரா?"

ஸ்புட்னிக் இனியாள் | 29

சுமிரே சுற்றுமுற்றும் பார்த்தாள். வரவேற்பு நடந்த இடம் பெரிது, ஆனால் அவளின் தந்தை உயரமானவர், அதனால் அவளால் எளிதில் கண்டுகொள்ள முடிந்தது. அவர் இரண்டு மேஜைகள் தள்ளி அமர்ந்திருந்தார், முகம் சாய்த்து, யாரோவொரு குள்ளமான, காலைநேர அங்கியணிந்த முதியவரிடம் பேசிக்கொண்டிருந்தார். அவரின் புன்னகை நம்பகத்தன்மை வாய்ந்ததாகவும், ஒரு பனிக்கட்டியை கரைக்குமளவு இதமாகவும் இருந்தது. அலங்கார விளக்குகளுக்கு அடியில், அவரின் வசீகரமூக்கு மெதுவாக எழும்பியிருந்தது, ரோகோகோ (Rococo) சிறப்புத்தோற்றத்தைப்போல், அவரைப் பார்த்துப் பழக்கப்பட்ட சுமிரே கூட, அவரின் அழகினால் கவரப்பட்டாள். அவள் தந்தை இது போன்ற நிகழ்ச்சிகளுக்காகவே படைக்கப்பட்டவர். அவரின் இருப்பே அந்த இடத்தைப் பளிச்சிட வைப்பதாயிருந்தது. பெரிய ஜாடியில் வைத்திருக்கும் பூக்கள்போல் அல்லது ஒரு நீளமான அடர் கருப்புநிற லிமோஸ்சின் போல.

சுமிரேவின் தந்தையை, வேவு பார்த்ததும், மியு பேச்சற்றுப் போனாள். சுமிரேவால் அவள் தனது சுவாசத்தை உள்வாங்குவதை உணரமுடிந்தது. ஓர் அமைதியான காலைவேளை வெல்வெட் திரைசீலைகளை மெதுவாகத் தள்ளி தங்களின் பிரியமானவரை எழுப்ப சூரியஒளியை உள்ளே பரவவிடுவதுபோல். ஒருவேளை நான் ஓபரா கண்ணாடிகளைக் கொண்டு வந்திருக்கவேண்டும், சுமிரே யோசித்தாள். அவளுக்குத் தன் தந்தையைக் கண்டவர்கள் இந்த மாதிரி உணர்ச்சிவசப்படுவது தெரிந்த ஒன்றே - அதுவும் மத்திமவயதுப் பெண்கள். அழகு என்றால் என்ன? அதற்கு என்ன மதிப்பு இருக்கிறது? சுமிரேவிற்கு அது எப்பொழுதுமே விசித்திரமாகத் தோன்றியது. ஆனால் எவருமே அவளுக்கு இதுவரை பதிலளித்ததில்லை. இதுபோன்ற அசைக்கமுடியாத உணர்ச்சி வெளிப்பாடு மட்டுமே இருந்தது.

“இந்தமாதிரி அழகான தந்தையைப் பெற்றிருப்பது எப்படி இருக்கும்?” என்றாள் மியு. “ஆர்வத்தில் அறிய விழைகிறேன்.”

சுமிரே பெருமூச்சு விட்டாள் - மக்களை எத்தனை எளிதில் யூகிக்கமுடிகிறது. “எனக்குப் பிடிக்கும் என்று சொல்லமுடியாது. அனைவரும் ஒன்றையே நினைக்கிறார்கள்: என்னவொரு அழகான ஆண். தனித்துவம் பொருந்தியவன். ஆனால் அவன் மகளோ, பார்க்க ஒன்றும் பெரிதான அழகில்லை, இல்லையா?

30 | ஹருகி முரகாமி

இதையே அட்டவிசம் (Atavism) என்பார்கள் என அவர்கள் நினைக்கிறார்கள்."

மியு சுமிரேவைப் பார்த்தாள், அவள் தாடையை மெல்ல இழுத்து, அவளுடைய முகத்தை உற்று நோக்கினாள், ஏதோவொரு கலைக்கூடத்தில் ஓவியத்தை ரசிப்பதுபோல.

"இதுவரை அப்படித்தான் நினைத்துக்கொண்டிருக்கிறாய் எனில் அது பெரும் பிழை," என்றாள். "நீ மிகவும் வடிவானவள். ஒவ்வொரு அங்குலமும் உன் தந்தையைப்போல்." அவள் எம்பி, மேஜைமேல் இருந்த சுமிரேவின் கைகளை மெதுவாகப் பற்றினாள். "உனக்கு நீ எத்தனை அழகு என்று புரியவில்லை."

சுமிரேவின் முகம் வெட்கத்தில் சூடானது. அவள் இதயம் பித்துப்பிடித்த குதிரை மரப்பாலத்தில் ஓடுவதுபோல் பலத்த சத்தத்துடன் அடித்துக்கொண்டது.

இதற்குப்பிறகு சுமிரேவும், மியுவும் தங்களது தனிப்பட்ட உரையாடலில் மூழ்கினர். வரவேற்போ கலகலப்பானதாயிருந்தது, உணவிற்குப் பிறகான சொற்பொழிவுகளுடன் (மிக நிச்சயமாக, சுமிரேவின் தந்தையாரது உரையுடன்), இரவுணவும் நன்றாகவே இருந்தது. ஆனால் இதில் ஒருதுளிக்கூட சுமிரேவின் நினைவில் இல்லை. பிரதானஉணவு மாமிசமா? அல்லது மீனா? அவள் கத்தி, முள்கரண்டி இதெல்லாம் உபயோகித்தாளா? பண்பட்ட முறையில் உணவை உண்டாளா? அல்லது உணவைக் கையால் உண்டு, தட்டை நக்கினாளா? சுமிரேவிற்கு நினைவில்லை.

இருவரும் இசையைப்பற்றிப் பேசினர். சுமிரே பாரம்பரிய சங்கீதத்தின் பெரும் ரசிகை மேலும் சிறுவயதிலிருந்தே தந்தையின் இசைப் பதிவுத்தட்டுகளை ஆராய்ந்தவள். அவளுக்கும், மியுவிற்கும் ஒரே ரசனை இருந்தது. அவர்கள் இருவருக்கும் பியானோ இசை பிடித்திருந்தது, பீத்தோவனின் சொனாட்டா 32 இசை வரலாற்றின் உச்சம் என உறுதியாக நம்பினர். மற்றும் வில்ஹெல்ம் பாகாஸ்ஸின் (Wilhelm Backhaus) டெக்கா (Decca) சொனாட்டா கச்சேரி உட்பொருள் ஆய்வில் புதுத்தரத்தைப் பதித்ததாக நம்பினார்கள். என்னவொரு மகிழ்ச்சியான, துடிப்பான, இன்பம் பயக்கும் நிகழ்வு அது!

விளாடிமிர் ஹோராவிட்ஸ் நிகழ்த்திய சோப்பினின் பதிவுகள், பிரத்தியேகமாக ஸ்சர்ஸ்வ்ஸ் (Scherzos), அது எத்தனை மகத்துவம் வாய்ந்ததாக இருந்தது, இல்லையா? பிரெடெரிக்

ஸ்புட்னிக் இனியாள் | 31

குலடாவின் (Freidrich Gulda) கச்சேரிகளில் டேபுஸ்சய்யின் (Debussy) முன்னுரை சாமர்த்தியமானதாகவும், அருமையாகவும் இருந்தது. கேய்ஸ்க்கிங்யின் க்ரியேக் (Greig) தொடக்கம் முதல் இறுதிவரை இனிமையாக உள்ளது. ஸ்வியோட்ஸ்லாவ் ரிச்சர்ஸ்சின் ப்ரோகோபியேவ் (Prokofiev) மறுபடி மறுபடி கேட்கத்தூண்டக்கூடியது - அவரது வெளிப்பாடோ எண்ணமாற்றங்களைத் தெளிவாகப் காட்டும். வாண்டா லண்டோவ்ஸ்காவின் மொசார்ட் சொனாட்டா அத்தனை இதமும், மிருதுத்தன்மையும் வாய்ந்தது, ஏன் அதற்குச் சரியான வரவேற்பு இன்னும் கிடைக்கவில்லை என்பது புலப்படவில்லை.

"நீ என்ன செய்கிறாய்?" என்று வினவினாள் மியு, அவர்களின் இசைகுறித்த விவாதம் முடிவிற்கு வந்தவுடன்.

நான் கல்லூரியை விட்டுவிட்டேன், என்று விவரித்தாள் சுமிரே மேலும் சில பகுதிநேர வேலைகள் பார்க்கிறேன், எனது புதினங்களை எழுதியவண்ணம். எப்படிப்பட்ட புதினங்கள் என வினவினாள் மியு. அதை விவரிப்பது கடினம் என்றாள் சுமிரே. சரி, அப்படியென்றால் எந்தமாதிரி புதினங்களைப் படிக்கப் பிடிக்கும்? அதை நான் பட்டியலிட ஆரம்பித்தால் நாம் வாழ்நாள் முழுவதும் இங்கேயே கழிக்கவேண்டியது தான், என்றாள் சுமிரே.

"சமீபத்தில் ஜாக் கெரோக்கைப் படித்துக் கொண்டிருக்கிறேன்." அங்கேதான் ஸ்புட்னிக் பற்றிய அவர்களது உரையாடல் நடந்தது.

பொழுதைக்கழிக்க எளிதில் படிக்கக்கூடிய புதினங்களைத் தவிர்த்து மியு புதினங்களைத் தொடுவது அரிது. "அவையனைத்தும் புனைவு என்ற எண்ணம் என் மனதில் இருந்து விலகுவதே கிடையாது," விளக்கினாள் அவள், "அதனால் கதாபாத்திரங்கள்மேல் அனுதாபம் கொள்வதென்பது எனக்கு முடியாத ஒன்றாக உள்ளது. நான் எப்பொழுதுமே அப்படித்தான் இருந்துள்ளேன்." அதனால்தான் அவள் வாசிப்புகள் நிஜத்தை நிஜமாகக்காட்டும் புத்தகங்களுக்கு மட்டும் என்று வரையறுக்கப்பட்டு இருக்கிறது. வேலைசார்ந்த புத்தகங்களை மட்டுமே அவள் படித்தாள்.

"நீங்கள் என்ன வேலை செய்கிறீர்கள்?" என்றாள் சுமிரே.

"பெரும்பாலும் அது வெளிநாடு சார்ந்தது," மியு கூறினாள். "பதிமூன்று வருடங்களுக்கு முன் என் தந்தையின் வர்த்தகம்சார்ந்த நிறுவனத்தை நான் சமாளிக்கத்தொடங்கினேன்,

முதல்பிள்ளையாக இருந்ததால். நான் பியானோ வாசிப்பாளர் ஆவதற்குப் படித்துக்கொண்டிருந்தேன், ஆனால் என் தந்தை புற்றுநோயால் மரணமடைந்தார், என் தாய் உடலுறுதி அற்றவர் உடன் ஜப்பானியமொழி நன்றாகப் பேசத்தெரியாது. தம்பி மேல்நிலைப்பள்ளியில் இருந்தான், ஆக அப்போதைக்கு நிறுவனத்தை நான் தொடர்ந்து நடத்த முடிவெடுக்கப்பட்டது. பல உறவினர்களின் வாழ்வாதாரம் இந்த நிறுவனத்தை நம்பியே இருந்தது, அதனால் நிறுவனத்தைப் புறக்கணிக்கமுடியவில்லை."

தன் பெருமூச்சால் நிறுத்தற்குறியிட்டு வந்தாள்.

"என் அப்பாவின் நிறுவனம் முதலில் உலர்பொருட்களையும் மூலிகைகளையும் இறக்குமதி செய்துகொண்டிருந்தது, ஆனால் இப்பொழுது பல விஷயங்களைச் செய்கிறோம். கணிப்பொறியின் உதிரிபாகங்கள் உட்பட. நான் இப்பொழுதும் நிறுவனத்தின் தலைவராயிருக்கிறேன், ஆனால் என் கணவரும், தம்பியும் நிர்வாகப்பொறுப்புகளை எடுத்துக்கொண்டதால் நான் அடிக்கடி அலுவலகம் செல்லத்தேவையில்லை. அதனால் எனக்கென தனிப்பட்ட ஒரு வணிகத்தைச் செய்கிறேன்."

"என்ன?"

"ஒயின் இறக்குமதி, பிரதானமாக. சில நேரங்களில் இசைநிகழ்ச்சிகளும் ஏற்பாடு செய்கிறேன். ஐரோப்பாவிற்கு அடிக்கடி செல்வேன், இது போன்ற தொழில்கள் தனிமனிதத் தொடர்புகளைச் சார்ந்துள்ளதால். ஆகவேதான் என்னால் தனிப்பட்ட சில பெரிய நிறுவனங்களுடன் போட்டியிடமுடிகிறது. ஆனால் இத்தனைத் தொடர்புகளை நிலைக்க வைத்திருப்பது நிறைய நேரத்தையும், சக்தியையும் உறிஞ்சிக்கொள்ளும். அது அப்படித்தான் என நினைக்கிறேன்..." அவள் திடீரென்று ஏதோ நினைவு வந்ததுபோல் மேலே பார்த்தாள். "ஆமாம், நீ ஆங்கிலம் பேசுவாயா?"

"ஆங்கிலம் பேசுவது என் பலமில்லை, ஆனால் சமாளித்து விடுவேன் என நம்புகிறேன். எனக்கு ஆங்கிலம் படிக்க மிகவும் பிடிக்கும்."

"உனக்குக் கணிப்பொறி உபயோகிக்கத் தெரியுமா?"

"இல்லை, தெரியாது. ஆனால் நான் சொல்செயலி உபயோகிப்பேன், கணிப்பொறி எளிதில் கற்றுக்கொண்டு விடுவேன்."

“வண்டி ஓட்டுதல்?”

சுமிரே இல்லையெனத் தலையசைத்தாள். கல்லூரி தொடங்கிய ஆண்டு அவள் தந்தையின் வோல்வோ வண்டியை நிறுத்துமிடத்தில் ரிவர்ஸ் எடுக்க நினைத்து, கதவைத் தூணில் முட்டி நொறுக்கியிருக்கிறாள். அன்றிலிருந்து அவள் அதிகமாக வண்டி ஓட்டியதில்லை.

“சரி - இருநூறு வார்த்தைகளில் குறியீட்டிற்கும், சின்னத்திற்கும் உள்ள வித்தியாசத்தைக் கூறமுடியுமா?”

மடியிலிருந்த துண்டை எடுத்து, மெதுவாகத் தன் வாயை துடைத்துக்கொண்டு, சுமிரே மறுபடியும் அதை மடியில் போட்டுக்கொண்டாள். இந்தப்பெண் சொல்ல வருவது என்ன? “ஒரு குறியீடு மற்றும் ஒரு சின்னம்?”

“எந்தச்சிறப்பும் இல்லை. ஓர் எடுத்துக்காட்டு மட்டுமே.”

சுமிரே மீண்டும் தலையசைத்தாள். “இம்மியளவு கூட என்னவென்று தெரியவில்லை.”

மியு சிரித்தாள். “நீ தப்பாக நினைக்கவில்லை என்றால், உனக்கு வாழ்க்கையில் உபயோகப்படும்வண்ணம் என்ன திறமை இருக்கிறது. எதில் நீ சிறந்து விளங்குகிறாய். புதினங்களைப் படிப்பதையும், இசை கேட்பதையும் தவிர்த்து, உன்னால் என்னிடம் சொல்ல முடியுமா?”

சுமிரே அமைதியாகத் தன் கத்தியையும், முள்கரண்டியையும் தட்டின் மீது வைத்துவிட்டு, மேஜையின் மேலிருந்த வெற்றிடத்தை நோக்கினாள், பின் கேள்வியைப்பற்றி யோசித்தாள்.

“நான் எதில் சிறந்து விளங்குகிறேன் என்பதைவிட, என்னால் முடியாதது என்னவென்று சொல்வது எளிது. சமைக்கவோ, வீட்டைச் சுத்தம்செய்யவோ என்னால் முடியாது. எனது அறை ஒரு குப்பைக்கூளம், என் பொருட்களை நான் எப்பொழுதும் தொலைத்துக்கொண்டே இருக்கிறேன். எனக்கு இசை பிடிக்கும் ஆனால் கொஞ்சம்கூடப் பாடவராது. என் நிலை தடுமாறும், ஒரு தையல்கூட சரியாகத் தைக்கத்தெரியாது. எனக்குத் திசைகள் குளறுபடி உண்டு ஆகவே பாதிநேரம் இடம், வலம் சொல்லதெரியாது. கோபத்தில், பொருட்களை உடைப்பேன். தட்டுகள், பென்சில்கள், அலார கடிகாரம். பின் அதை நினைத்து வருந்துவேன், ஆனால் சிலநேரங்களில் என்னால்

34 | ஹருகி முரகாமி

என்னைக் கட்டுப்படுத்திக்கொள்ள முடியாது. என்னிடம் வங்கியில் காசில்லை. நான் மிக நாணம்கொண்டவள், என்னிடம் பேசுவதற்குக்கூடப் பல சிநேகிதர்களில்லை."

சுமிரே விரைவாக மூச்சுவிட்டு, மேற்கொண்டு பேசினாள்.

"நான் வேகமாக விசைப்பலகையில் தட்டச்சு செய்வேன். நான் ஒன்றும் பெரிய உடற்பயற்சியாளர் இல்லையென்றாலும் தாளம்மை தவிர என் வாழ்நாளில் ஒருநாளும் நோய்ப்பட்டதில்லை. நான் எப்பொழுதுமே நேரம் தவறாதிருப்பேன், எந்த நியமனத்திற்கும் நேரந்தாழ்ந்து போனதில்லை. எதை வேண்டுமானாலும் என்னால் உண்ண முடியும். தொலைக்காட்சி பார்க்கமாட்டேன். பெருமை பேசுவது தவிர்த்து ஒருபோதும் சாக்குப்போக்கு சொல்லமாட்டேன். மாதத்தில் ஒருமுறை, என் தோள்பட்டை மரத்துப்போகும், அன்றுமட்டும் தூங்கமுடியாது, மற்ற நாட்களில் ஆழ்ந்து உறங்குவேன். என் மாதவிடாய் சீராய் இருக்கும். எனக்கு சொத்தைப்பல் கிடையாது. என் ஸ்பானிஷ் சுமாராக இருக்கும்."

மியு மேலே பார்த்தாள். "உனக்கு ஸ்பானிஷ் பேசத் தெரியுமா?"

சுமிரே மேல்நிலைப்பள்ளியில் இருந்தபொழுது, ஒருமாதம் தன் மாமாவின் வீட்டில் கழித்தாள், அவர் மெக்ஸிகோவைச் சார்ந்த வியாபாரி. சூழலை பயன்படுத்திக்கொண்டு அவள் தீவிரமாக ஸ்பானிஷ் படித்தாள். கல்லூரியிலும் ஸ்பானிஷ் மொழியையே தேர்வுசெய்திருந்தாள்.

மியு ஒயின்கோப்பையைத் தனது விரலுக்கிடையில் பற்றி, மெதுவாகத் திருப்பினாள், ஓர் ஆயுதத்தில் ஆணியைத் திருப்புவதுபோல. "என்னிடம் கொஞ்சகாலம் வேலைசெய்வது பற்றி என்ன நினைக்கிறாய்?"

"வேலையா?" என்ன முகபாவம் சரியாக இருக்கும் என்று புலப்படாமல், தன் வழக்கமான கடுகடு முகத்தையே சுமிரே வைத்துக் கொண்டாள். "நான் என் வாழ்நாளில் இதுவரை சரியான வேலை என்று ஏதும் செய்ததில்லை, எனக்குச் சரியாகத் தொலைபேசியில் எப்படிப் பேசவேண்டும் என்றுகூடத் தெரியாது. காலை 10 மணிக்கு முன் ரயிலைப் பிடிப்பதை அறவே தவிர்க்கிறேன், மற்றும் நீங்கள் கவனித்திருப்பீர்கள் எனக்குக் கண்ணியமாகப் பேச தெரியாது."

"அது எதுவுமே ஒரு பொருட்டில்லை," என்றாள் மியு. "ஆமாம் நாளை மதியம், நேரம் ஒதுக்கமுடியுமா?"

சுமிரே உடனடியாகச் சம்மதித்தாள். அவளுக்கு யோசிக்க வேண்டிய அவசியம் கூட இல்லை. நேரம் என்பது அவளது பிரதான சொத்து.

"அப்படியென்றால், நாளை நாம் மதிய உணவு உட்கொள்வோம்? அருகில் இருக்கும் உணவகத்தில் அமைதியான ஒரு மேஜையை முன்பதிவு செய்துவிடுகிறேன்." மியு, பணியாளர் அவளுக்காக நிரப்பியிருந்த கோப்பையில் இருந்த புது ஒயினை எடுத்து, நன்றாகக் கவனித்து, அதன் வாசனையை நுகர்ந்து பின் முதல்துளியை அருந்தினாள். அவளின் செய்கையில் இருந்த இயற்கையான எழில், தேர்ந்த பியானோ வாசிப்பாளர் பலவருடப் பயிற்சிக்குப் பிறகு ஒரு சின்னப்பகுதியை வாசிப்பதுபோல் இருந்தது.

"மற்ற விவரங்களை நாம் நாளை பேசுவோம். இன்று சந்தோசமாக இருக்க விரும்புகிறேன். இந்த உணர்வு எங்கிருந்து வருகிறது என்று தெரியவில்லை, நான் குடிக்கும் இந்தப் போர்டேங்ஸ் நன்றாக உள்ளது."

சுமிரே தன் முறைப்பைத் தளர்த்திக்கொண்டு, நேரடியாகக் கேட்டாள்: "ஆனால் நீங்கள் என்னை இப்பொழுதுதானே சந்தித்தீர்கள், உங்களுக்கு என்னைப்பற்றி ஒன்றுமே தெரியாது."

"உண்மை. எனக்கு உன்னைப்பற்றி தெரியாதுதான்," மியு ஒத்துக்கொண்டாள்.

"பிறகு நான் உதவியாக இருப்பேன் என்று எவ்வாறு நம்புகிறீர்கள்?"

மியு தனது ஒயின் கோப்பையை ஒரு சுற்று சுற்றினாள். "நான் மக்களை எப்பொழுதும் அவர்களின் முகத்தைக்கொண்டே தீர்மானிப்பேன்," என்றாள். "அதாவது எனக்கு உன் முகம் பிடித்திருக்கிறது, உன் தோற்றமும்."

சுமிரே தன்னைச் சுற்றியிருந்த காற்று திடீரெனக் கரைவதாக உணர்ந்தாள். அவளது முலைகள் ஆடையினடியில் இறுகுவதாகவும். இயந்திரத்தனமாக நீர்க்கோப்பையை அடைந்து அவள் தண்ணீரை விழுங்கினாள். பருந்துபோன்ற முகத்தையுடைய ஒரு பணியாளன் அவளுக்குப் பின்புறம் பக்கவாட்டில் வந்து காலியான அவளது கோப்பையைக் குளிர்ந்தநீரால் நிரப்பினான்.

36 | ஹருகி முரகாமி

சுமிரேவின் குழப்பமான மனதிற்குப் பனிக்கட்டிகளின் சப்தம், குகைக்குள் பதுங்கியிருக்கும் திருடனின் முனகலைப்போல் இருந்தது.

"நான் இந்தப்பெண்ணிடம் காதல் வயப்பட்டுள்ளேன் என்பதைச் சட்டென்று உணர்ந்தாள். அதில் எந்தத் தவறுமில்லை. பனி குளிர்ந்திருக்கிறது; ரோஜாக்கள் சிவப்பாக இருக்கின்றன. நான் காதலில் இருக்கிறேன். இந்தக்காதல் என்னை எங்கோ தூக்கிச்செல்லப்போகிறது. இதன் தாக்கம் சக்திவாய்ந்ததாய் உள்ளது; என்னால் இதைமீறி ஒன்றும் செய்யமுடியவில்லை. நிச்சயம் ஓர் அற்புதமான வெளியாக அது இருக்கும், இதுவரைக்கும் நான் கண்டிராத ஒன்றாக." "அதில் ஆபத்திருக்கலாம், என்னை ஆழமாகக் காயம் செய்யுமளவிற்கு, அல்லது என்னைக் கொல்லுமளவிற்கு. அனைத்தையும் நான் இழந்துவிடலாம். ஆனால் வேறுவழியே இல்லை. நான் இதனுடன் பயணிக்கமட்டுமே முடியும். நான் எரிந்து சாம்பலாகி, காற்றில் கரைந்து போவேனென்றாலும்."

எனக்கு, இப்பொழுது தெரியும், அவளுடைய ஆழ்மன உணர்வு உண்மையாக மாறியது என்பது. நூற்றியிருபது சதவீதம் துல்லியமாக.

2

வரவேற்பு முடிந்த இரண்டுவாரங்களுக்குப் பிறகு ஒரு ஞாயிறு இரவு, வைகறைப்பொழுதில், சுமிரே என்னை அழைத்தாள். இயற்கையாகவே, நான் உறங்கிக்கொண்டிருந்தேன். ஒரு பழைய பட்டறைக்கல்போல. இந்த வாரம் நான் ஒரு முக்கியமான கூட்டத்தை நடத்த பொறுப்பேற்றிருந்ததால், சில மணிநேரங்களே உறங்கமுடிந்தது, அந்தக்கூட்டத்திற்குத் தேவையான அனைத்து ஆவணங்களையும் திரட்டி (தேவையற்ற) அவற்றை வாசித்தேன். வாரஇறுதியில், நான் மனம்நிறையத் தூங்கவேண்டும் என்று நினைத்தேன். ஆனால் அப்பொழுதுதான் அந்தத் தொலைபேசி ஒலித்தது.

"தூங்கிக்கொண்டிருக்கிறாயா?" என்றாள் சுமிரே.

"ம்" என்று முனகிக்கொண்டே, என்னையும் அறியாமல் என் படுக்கையின் அருகிலிருந்த அலாரகடிகாரத்தைப் பார்த்தேன். கடிகாரத்தின் முட்கள் பெரிதாக ஒளிர்ந்துகொண்டிருந்தன, ஆனால் எனக்கு நேரத்தைப் பார்க்கமுடியவில்லை. என் விழித்திரையில் பிரதிபலித்த உருவமும், என் மூளையின் செயலாக்கமும் ஒன்றவில்லை, ஒரு மூதாட்டி ஊசியில் நூலைக்கோர்க்க போராடித் தோற்பதுபோல. என்னால் உணரமுடிந்தது என்னவென்றால் என்னைச்சுற்றி அனைத்தும் இருளில் மூழ்கியிருந்தன, பிட்ஜெரால்டின் 'டார்க் நைட் ஆப் தி சோல்' போன்றிருந்தது.

"இன்னும் கொஞ்சநேரத்தில் விடிந்துவிடும்."

"ம்" என்று நான் கவனிக்கமுடியாமல் முனகினேன்.

நான் வசிக்குமிடத்தின் அருகே ஒரு ஆள் கோழிப்பண்ணை வைத்திருக்கிறான். அவன் பலவருடங்களாகக் கோழிகளை வளர்க்கிறான். இன்னும் அரைமணி நேரத்தில் அவை புயல்போல் கொக்கரிக்கும். இதுவே என் இஷ்ட நேரம்.

கிழக்கில் காரிருள் இரவு ஒளிர ஆரம்பிக்கும் தருணம், சேவலோ தன்னால் இயன்றவரைக்கும் கூவித்தீர்க்கும், யாரையோ பழிவாங்குவதுபோல். உங்கள் வீட்டினருகில் சேவல்கள் உண்டா?

தொலைபேசியின் மறுமுனையில் நான் மெதுவாகத் தலையசைத்தேன்.

"நான் பூங்காவினருகில் உள்ள தொலைபேசி மையத்திலிருந்து அழைக்கிறேன்."

"ம்," என்றேன். அவள் வீட்டிலிருந்து 200 அடி தொலைவில் ஒரு தொலைபேசி மையம் இருந்தது. சுமிரேயின் இடத்தில் தொலைபேசி இல்லாத காரணத்தால், அழைப்புகளைச் செய்ய அவள் நடந்துவரவேண்டும். சாதாரணத் தொலைபேசி மையம், அவ்வளவே.

"நான் உன்னை இத்தனை சீக்கிரம் அழைத்திருக்கக்கூடாதென்று அறிவேன். என்னை மன்னித்துவிடு. இன்னும் சேவல் கூவக்கூட ஆரம்பிக்காதவேளை. பரிதாபமான இந்த நிலா இன்னும் கிழக்குவானில், அயர்ந்த சிறுநீரகம்போல் தொங்கிக்கொண்டிருக்கும் நேரம். ஆனால் என்னை நினைத்துப்பார் - நான் இந்த இருட்டுக்குள் சோர்ந்த கால்களை இழுத்துக்கொண்டு, என் அத்தங்காளின் திருமணத்தில் பரிசாகக்கிடைத்த தொலைபேசிச்சீட்டை எடுத்துக்கொண்டு வரவேண்டும். தம்பதிகள் தங்களுடைய கைகளை சந்தோஷமாகக் கோர்த்துக்கொண்டிருக்கும் ஒரு புகைப்படம் இதில் பொருத்தப்பட்டுள்ளது. இது எத்தனை மனச்சோர்வை உண்டாக்குவதாக உள்ளதென்பதை உன்னால் கற்பனை செய்யமுடிகிறதா? அடக்கடவுளே! என்னுடைய காலுறைகள்கூடப் பொருந்தவில்லை. ஒன்றில் மிக்கி மௌஸ்ஸின் படமும், மற்றொன்றில் வெறும் கம்பளி. எனது அறையோ களேபரமாகக் காட்சியளிக்கிறது; என்னால் எதையும் கண்டுபிடிக்கமுடியவில்லை. இதைச் சத்தம்போட்டு சொல்லவும் முடியவில்லை, ஆனால் எனது உள்ளாடை எவ்வளவு மோசமானநிலையில் உள்ளதென்று தெரியுமா. உள்ளாடைத்திருடர்கள் கூட அதைத் திருடுவார்களா என்பது ஐயமே. எவனோ ஒரு வக்கிரபுத்திகாரன் என்னைக் கொன்றால் கூட, நான் சங்கடத்திலிருந்து மீள மாட்டேன். நான் ஒன்றும் அனுதாபங்களைக் கேட்கவில்லை, ஆனால் வேறேதேனும் பதில்தந்தால் சற்று நன்றாயிருக்கும். உன்னுடைய இதமற்ற குறுக்கீடுகள் - 'ஓ'க்கள் மற்றும் 'ம்'களைத்

ஸ்புட்னிக் இனியாள் | 39

தவிர்த்து. இணைப்புகளைப் பயன்படுத்தினால் என்ன? ஓர் இணைப்புச்சொல் இருந்தால் நன்றாகத்தான் இருக்கும். ஒரு இருந்தும் அல்லது ஆனால்."

"எனினும்," என்றேன். நான் சோர்ந்திருந்தேன், மேலும் இப்பொழுதும் கனவிற்கு இடையிலிருப்பதாக உணர்ந்தேன்.

"எனினும்", என்றாள் அவள். "இதுபோதும். ஒரு சின்ன அடி. மிகச் சின்ன அடியே, எனினும்."

"ஏதாவது, சொல்லவேண்டியிருந்ததா?"

"ஆம், ஒன்று சொல்லவேண்டி இருந்தது. அதனால்தான் அழைத்தேன்," சுமிரே கூறினாள். தன்னுடைய தொண்டையைச் செருமிக் கொண்டாள். "எனக்குத் தெரியவேண்டியது என்னவென்றால், குறியீட்டிற்கும், சின்னத்திற்கும் இடையே இருக்கும் வித்தியாசம் என்ன?"

விசித்திரமான ஓருணர்வை உணர்ந்தேன், யாரோ சத்தமின்றி என் தலைக்குள் நடப்பதைப்போல். "மீண்டும் கேள்வியைக் கேட்கமுடியுமா?"

அவள் மீண்டும் சொன்னாள். "குறியீட்டிற்கும், சின்னத்திற்கும் இடையே உள்ள வித்தியாசம் என்ன?

நான் கட்டிலில் அமர்ந்தேன், ரிசீவரை இடதுகையிலிருந்து, வலதிற்கு மாற்றினேன். "இதைப் புரிந்துகொள்ள நினைக்கிறேன் – நீ என்னை ஞாயிறு காலையில் அழைத்து, விடியவும்செய்யாத ஒரு நேரத்தில், குறியீட்டிற்கும், சின்னத்திற்கும் இடையே உள்ள வித்தியாசத்தை அறிய அழைக்கிறாய். ம்..."

"சரியாகச் சொல்லவேண்டும் எனில் *4.15*," என்றாள். "என் மனதைத் தொந்தரவு செய்துகொண்டிருந்தது குறியீட்டிற்கும், சின்னத்திற்கும் இடையில் என்ன வித்தியாசம் இருக்கும்? ஒருவர் சில வாரங்களுக்கு முன் என்னிடம் கேட்டார், எனது மனத்தைவிட்டு அது விலகமறுக்கிறது. படுக்கையறைக்கென நான் ஆடைகளைக் களைந்துகொண்டிருந்தேன், திடீரென்று எனக்குத் தோன்றியது, இதை அறிந்து கொள்ளும்வரைக்கும் தூக்கம் வராது. உன்னால் விவரிக்க முடியுமா? குறியீட்டிற்கும், சின்னத்திற்கும் இடையேயுள்ள வித்தியாசத்தை?"

"நான் யோசிக்கிறேன்," என்றேன், பிறகு அந்தரத்தை ஆராய்ந்தேன். நான் முழு உணர்வோடு இருக்கும்போதும், சுமிரேவிற்கு இதைச்

சொல்லிப் புரியவைப்பது எளிய காரியமில்லை. "பேரரசர் என்பவர் ஜப்பானின் சின்னம். உனக்கு அது விளங்குகிறதா?"

"ஏதோ," என்றாள்.

"ஏதோ, போதாது. ஜப்பானின் அரசியலமைப்பில் அதுவே சொல்லப்படுகிறது," நான் முடிந்தவரைக்கும் பொறுமையாகச் சொன்னேன். "விவாதத்திற்கோ, ஐயத்திற்கோ இதில் இடமில்லை. நீ இதை ஒத்துக்கொண்டே ஆகவேண்டும் இல்லையென்றால் நாம் இந்தக்கேள்வியில் முன்னேறமுடியாது."

"சரி. நான் அதை ஒத்துக்கொள்கிறேன்."

"நன்றி. ஆக - பேரரசர் ஜப்பானின் சின்னம். அதற்காகப் பேரரசரும், ஜப்பானும் ஒன்று என்று அர்த்தம் கிடையாது. புரிகிறதா?"

"புரியவில்லை."

"சரி, இது எப்படி - அம்பு ஒருபக்கத்தை நோக்கி இருக்கிறது. பேரரசர் ஜப்பானின் சின்னம், ஆனால் ஜப்பான் பேரரசரின் சின்னம் கிடையாது. அது புரிகிறதல்லவா?

"புரிகிறது என்று நினைக்கிறேன்."

"ஒரு எடுத்துக்காட்டிற்காக 'பேரரசர் ஜப்பானின் குறியீடு' என நீ எழுதுகிறாய் என்று வைத்துக்கொள். அவை இரண்டையும் அது சமமாக்கிவிடும். அதனால் 'ஜப்பான்' என்றால் 'பேரரசர்' என்றும், 'பேரரசர்' பற்றிப்பேசினால் 'ஜப்பான்' பற்றிப்பேசுவதாகவும் ஆகிவிடும். இன்னும் சொல்லவேண்டும் என்றால் அந்த இரண்டு வார்த்தைகளையும் மாற்றி மாற்றி உபயோகிக்க முடியும். '$A = B$, அதனால் $B = A$ என்பது போல்.' இதுவே குறியீடு."

"நீ பேரரசரையும், ஜப்பானையும் மாற்றி உபயோகிக்கமுடியும் என்கிறாய்? அப்படிச்செய்யலாமா?"

"நான் அப்படிச்சொல்லவேயில்லை," என்றேன், மறுமுனையில் தீவிரமாகத் தலையை அசைத்தவாறே. "என்னால் முடிந்தவரைக்கும் உனக்கு விளக்க முயற்சிக்கிறேன். பேரரசரையும், ஜப்பானையும் மாற்றும் எண்ணம் எனக்கில்லை. இது விவரிப்பதற்காகச் சொன்னது மட்டுமே."

ஸ்புட்னிக் இனியாள் | 41

"ம்" என்றாள் சுமிரே. "எனக்குப் புலப்படுகிறது என்று நினைக்கிறேன். ஒரு உருவகம் போல். ஒரு வழிப்பாதைக்கும் இரு வழிப்பாதைக்கும் இருக்கும் வேறுபாடு போல்."

"நம்மைப் பொறுத்தவரையில், நீ வேறுபாட்டை உணருமிடத்தை நெருங்கி விட்டாய்."

"நீ எத்தனை அழகாக விவரிக்கிறாய், இது என்னை ஆச்சரியப்படுத்துகிறது."

"அதுவே என் பணி" என்றேன். வார்த்தைகள் ஆழமற்றும், பழமையாகவும் தோன்றின. "நீ ஆரம்பநிலை பள்ளிக்கூட வாத்தியாராக வாழ்ந்து பார்த்தால் தெரியும். என்னிடம் கேட்கப்படும் கேள்விகளை உன்னால் கற்பனைகூடச் செய்துபார்க்கமுடியாது."

"உலகம் ஏன் தட்டையாக இல்லை? ஏன் ஸ்குவிட்டுக்கு 10 கால்கள் உள்ளது, ஏன் 8 கால்கள் இல்லை? அனைத்து கேள்விகளுக்கும் விடைசொல்லும் வித்தையை எப்படியோ கற்றுவிட்டேன்."

"நீ சிறந்த ஆசானாக இருக்கவேண்டும்."

"ஆச்சரியம்தான்," என்றேன் நான். நான் நிஜமாகவே வியந்தேன்.

"ஆமாம், ஸ்குவிட்டுக்கு ஏன் பத்துக்கால்கள் உள்ளது, எட்டுக்கால்கள் இல்லாமல்?"

"நான் இப்பொழுதாவது தூங்கப்போகட்டுமா? அடித்துப்போட்டதுபோல் உள்ளது. இந்தத் தொலைபேசியைப் பிடித்திருப்பதே ஏதோ உடைந்துவிழும் கற்சுவரைப் பிடித்திருப்பதுபோல் இருக்கிறது."

"உனக்குத் தெரியுமா," என்றாள் சுமிரே, ஒரு மெல்லிய இடைவேளையைப் படரவிட்டாள் - "பழையகாலத்து வாயிற் காப்போன், ரயிலின் கதவை, ரயில் செயின்ட் பீட்டர்ஸ்பர்க் நோக்கி நகர்ந்தபிறகு சத்தமாகச் சார்த்துவதுபோல - இதைச்சொல்ல பைத்தியக்காரத்தனமாக உள்ளது, ஆனால் நான் காதலில் விழுந்துவிட்டேன்."

"ம்," என்றேன் நான், மறுபடியும் ரிசீவரை என் இடதுபக்கம் மாற்றிக்கொண்டு. அவள் மூச்சுவிடுவதை என்னால் கேட்கமுடிந்தது. இதற்கு எப்படி பதிலளிக்க என்று எனக்குத் தெரியவில்லை. பலசமயங்கள் இது எனக்கு நடப்பதே, என்ன

சொல்வதென்று தெரியாமல் ஏதேனும் தப்பாகக் கூறிவிடுவேன். “என்னிடத்தில் இல்லை என்று நினைக்கிறேன்?”

“இல்லை,” சுமிரே பதிலளித்தாள். மலிவான லைட்டர் கொண்டு சிகரெட்டை ஏற்றும் சத்தத்தை என்னால் கேட்கமுடிந்தது. “இன்று நேரமுள்ளதா? இன்னும் பேச ஆசைப்படுகிறேன்.”

“அதாவது நானல்ல, ஆனால் நீ வேறொருவர் மீது காதல்கொண்டது பற்றி?”

“ஆம்,” என்றாள். “நான் தீவிரமாக நீயல்லாது மற்றொருவர் மீது காதலில் விழுந்ததைப் பற்றி.”

நான் தொலைபேசியை எனது தலைக்கும், தோளுக்குமிடையே வைத்துவிட்டு சோம்பல் முறித்தேன். “இன்று மாலை சந்திக்கலாமே.”

“நான் ஐந்துமணிபோல் வருகிறேன்,” சுமிரே கூறினாள். பிறகு “நன்றி” என்று ஏதோவொரு ஞாபகத்தில் சேர்த்துக்கொண்டாள்.

“எதற்காக?”

“என் கேள்விக்கு நடுநிசியில் பதிலளிக்கும் அளவு நல்லவனாக இருந்ததற்கு.”

நான் ஏதோ சொல்லிவிட்டுத் தொலைபேசியை வைத்தேன், விளக்குகளை அணைத்தேன். இன்னும் காரிருள் சூழ்ந்திருந்தது, அவளின் இறுதி நன்றியை நினைத்துப் பார்த்தேன், இதுவரை அவ்வார்த்தைகளைக் கேட்டிருக்கிறேனா? ஒருமுறை கேட்டிருக்கிறேன், ஆனால் நினைவுகூர முடியவில்லை.

சுமிரே ஐந்துமணிக்குச் சற்று முன்னால் என்னுடைய வீட்டை வந்தடைந்தாள். என்னால் அவளை அடையாளம் கண்டுகொள்ளவே முடியவில்லை. அவள் முழுமையாக மாறியிருந்தாள். அவள் கூந்தல் சிறியதாக ஆனால் பகட்டாக வெட்டப்பட்டிருந்தது, முன்புறமாகத் தொங்கிய முடியில் கத்திரிக்கோலின் வெட்டுத்தடங்கள் இன்னுமிருந்தது. அவள் ஒரு மெலிதான ஸ்வெட்டரைப் போட்டிருந்தாள், அதனுள் ஒரு கையில்லாத அடர்நீலநிற கவுனும் அதனுடன் ஒருஜோடி பொதுவான நீளம் கொண்ட கருப்பு எனாமல் ஹீல்ஸும். அவள் ஸ்டாக்கிங்ஸ் கூடப் போட்டிருந்தாள். ஸ்டாக்கிங்ஸ்? பெண்களின் உடைகளில் நான் தேர்ந்தவனல்ல, எனினும் தெளிவாக இவை

யாவும் விலையுயர்ந்தவை எனத் தெரிந்தது. இதுபோன்ற ஆடையில் அவள் நாகரீகமாக, வனப்புடன் காட்சியளித்தாள். உண்மையைச் சொன்னால் நன்கு கவர்ச்சியாக இருந்தாள். ஆனால் எனக்கோ பழைய, பித்துப்பிடித்த சுமிரேவைத்தான் பிடித்திருந்தது. அவரவருக்கு ஒரு சுவை. “நன்றாகவே இருக்கிறாய்,” என்றேன், மீண்டும் ஒருமுறை அவளை முழுமையாகப் பார்த்துவிட்டு. “ஆனால் பழைய ஜாக் கெரோக் என்ன சொல்வார் என்று பிரமிப்பாக இருந்தது.” சுமிரே சிரித்தாள், மெலிதான புன்னகை, அவளுடைய வழக்கமான புன்னகையைவிடக் கொஞ்சம் தேர்ந்த ஒன்று. “கொஞ்சம் நடப்போமா?”

அருகருகே நாங்கள் நடந்தோம். பௌலீவர்ட் பல்கலைக்கழகத்தில் இறங்கி, ரயில்நிலையத்தை நோக்கி, எங்களுக்குப் பிடித்த காபிக்கடையில் நின்றோம். சுமிரே அவளின் வழக்கமான கேக்துண்டையும், காபியையும் வாங்கினாள். அது தெளிந்த ஞாயிறு மாலை, ஏப்ரல் மாதயிறுதி. பூக்கடைகளில் கிராஸ்ஸ் மற்றும் டூலிப்ஸ்களால் நிறைந்து காணப்பட்டது. இளந்தென்றல் வீசியது, மெதுவாகப் பெண்களின் பாவாடைவிளிம்புகளைச் சலசலக்கச்செய்துவிட்டு, இளமரங்களின் வாசனையைப் பொறுமையாகக் கிளப்பியபடி வீசியது.

எனது கைகளைத் தலைக்குப் பின்னால் கட்டிக்கொண்டு, சுமிரே நிதானமாக ஆனால் ஆர்வமாகக் கேக்கை உண்பதைப் பார்த்தேன். அந்தரத்திலிருந்த சிறிய ஒலிபெருக்கி வழியே அஸ்டருட கில்பெர்ட்டோ ஒரு பழைய போஸ்ஸா நோவா பாடலை பாடிக்கொண்டிருந்தாள். “டேக் மீ டு அருண்டா,”. கண்களை நான் மூடிக்கொண்டேன். கோப்பைகள், தட்டுகளின் சத்தம் எங்கோ தூரத்துக் கடல் அலையின் கர்ஜனைபோல் கேட்டது. அருண்டா - அது எப்படியிருக்கும்? என்று வியந்தேன்.

“இன்னும் உறக்கம் வருகிறதா?”

“இல்லை,” என்று சொல்லிக்கொண்டே கண்களைத் திறந்தேன்.

“நலமா?”

“நான் நன்றாயிருக்கிறேன். மோல்டுவு நதி வசந்தகாலத்தில் இருப்பதுபோல் நன்றாயிருக்கிறேன்.”

சுமிரே கேக்கைத் தாங்கியிருந்த காலித்தட்டைச் சிறிதுநேரம் பார்த்தாள். பிறகு என்னைப் பார்த்தாள்.

"நான் இந்த ஆடைகளைப் போட்டிருப்பது விசித்திரமாக இல்லையா?"

"ஆம் என்றே நினைக்கிறேன்."

"நான் இவற்றை வாங்கவில்லை. இதை வாங்குமளவு என்னிடம் காசில்லை. இதற்குப்பின்னால் ஒரு கதை இருக்கிறது."

"நான் கதையை யூகிக்க முயற்சிக்கவா?"

"நிச்சயமாக," என்றாள் அவள்.

"நீ, உனது வழக்கமான சுருங்கிய ஜாக் கெரோக் உடையில், உன் உதட்டில் சிகரெட்டோடு இருந்தாய், ஏதோவொரு பொதுக்கழிப்பறையில் உன் கைகளைக் கழுவிக்கொண்டிருந்தாய், அப்போது அங்கு ஐந்தடி ஒரு அங்குலம் கொண்ட ஒரு பெண் நன்றாக உடையணிந்து கொண்டு வந்து பதற்றத்தோடு, 'தாங்கள் தயவு செய்து எனக்கு உதவவேண்டும்! சொல்லிப் புரியவைக்க நேரமில்லை, என்னை ஒரு முரட்டுக்கும்பல் துரத்துகிறது. என்னோடு உடையை மாற்றிக்கொள்ள முடியுமா? நாம் மாற்றிக்கொண்டால் அவர்களிடமிருந்து நான் தப்பிவிடுவேன். நல்லவேளை நாம் ஒரே அளவில் இருக்கிறோம்.' என்று சொல்லியிருப்பாள், ஏதோ ஹாங்காங் சார்ந்த சண்டைப்படம் போல."

சுமிரே சிரித்தாள். "அந்த இன்னொரு பெண் சரியாக 6.5 இன்ச் ஷூக்களை, ஏழாம் அளவு உடையுடன் போட்டுக் கொண்டிருந்தாளா? தற்செயலாக."

"பிறகு நீங்களிருவரும் உடைகளை மாற்றிக்கொண்டீர்கள், உன்னுடைய மிக்கி மௌஸ் உள்ளாடைவரை அனைத்தையும்."

"என் காலுறையில்தான் மிக்கி மௌஸ் இருக்கிறது, உள்ளாடையில் இல்லை."

"என்னவோ," என்றேன் நான்.

"ம்" சுமிரே சிந்தித்தாள். "நீ சொன்னதற்கும், நடந்ததற்கும் இடையே ஒன்றும் பெரிய வித்தியாசமில்லை."

"எந்தளவுக்கு நான் சொன்னது சரி?"

அவள் மேஜையில் சாய்ந்தாள். "அது ஒரு பெரிய கதை. கேட்கிறாயா?"

ஸ்புட்னிக் இனியாள் | 45

"இத்தனைதூரம் இதைச் சொல்லவந்திருப்பதால், நான் கேட்க விரும்பினாலும், விரும்பாவிட்டாலும் நீ சொல்வாயென்றே தோன்றுகிறது. எது எப்படியோ நீ சொல்லத்துவங்கு. ஏதேனும் முன்னுரை இருந்தால் சேர்த்துக்கொள். உடன் 'டான்ஸ் ஆஃப் தி ப்ளேசேட் ஸ்பிரிட்ஸ்'. பிறகு எனக்கு எந்த ஆட்சேபணையுமில்லை."

அவள் பேசத்துவங்கினாள். அவளுடைய அத்தங்காளின் திருமண வரவேற்பு பற்றியும், பிறகு அயோமாவில் மியுவுடன் உண்ட மதியவுணவு பற்றியும். அது நிச்சயம் ஒரு பெரிய கதையே.

3

திருமணம் முடிந்த மறுநாள், திங்கட்கிழமை, மழைநாள். நடுநிசி ஆரம்பித்த மழை விடியற்காலைவரை தூறியது. அந்த மென்மையான, மிருதுவான மழைத்துளிகள், வசந்தகாலபூமியை நனைத்து, சத்தமின்றி அங்கு உறங்கிக் கொண்டிருந்த பல பெயரில்லாத மிருகங்களை எழுப்பிவிட்டன.

மியுவை மீண்டும் சந்திக்கப்போகிறோம் என்கிற எண்ணமே சுமிரேவைக் கிளர்சியடையச்செய்தது, அவள் கவனம் சிதறியிருந்தது. ஒரு மலையின் உச்சியில் தனியே நின்றிருப்ப தாகவும், தன்னைச் சுற்றிக் காற்றுவீசுவதாகவும் உணர்ந்தாள். எப்பொழுதும்போல் தன் மேசையில் அமர்ந்து, ஒரு சிகரெட்டைப் பற்றவைத்து, சொல்செயலியை ஆன் செய்துவிட்டு, அதை உற்றுப்பார்த்தவாறு இருந்தாள், என்ன செய்தபோதும் ஒருவார்த்தைகூட வரவில்லை. சுமிரேவைப் பொறுத்தவரை அது ஒருபோதும் நடந்திராத சங்கதி. எழுதும் எண்ணத்தைக் கைவிட்டு, சொல்செயலியை அணைத்துவிட்டு, தனது குட்டி அறையில், வாயில் பற்றவைக்காத ஒரு சிகரெட்டுடன் படுத்தபடி, ஏதேதோ தேவையற்ற எண்ணவலைகளுக்குள் மூழ்கினாள் சுமிரே.

மியுவைப் பார்க்கவேண்டும் என்கிற எண்ணமே என்னை இப்படி ஆட்டிப்படைத்தால், பார்ட்டிநாளன்றுதான் நாங்கள் கடைசியாகப் பார்த்தோம் என்றிருந்தால், எத்தனை கொடூரமாயிருந்திருக்கும் என நினைத்துப்பாருங்கள். நான் மியுவைப் போல் (அழகான, பண்புள்ள ஒரு பெண்ணாக) இருக்க விரும்புகிறேனா? இல்லை. அவள் முடிவுசெய்தாள், இது அது இல்லை. அவள் அருகிலிருக்கும்பொழுது, அவளைத் தீண்டும் உணர்வு என்னை வாட்டுகிறது. அது வேறுவிதமான ஏக்கம்.

சுமிரே பெருமூச்சுவிட்டாள், சற்றுநேரம் அந்தரத்தை உற்று நோக்கினாள், பின் சிகரெட்டைப் பற்றவைத்தாள். இதைப்பற்றி நினைப்பதே, பரமவிசித்திரமாக இருக்கிறதென

அவள் நினைத்தாள். இருபத்திரெண்டு வயது வாழ்க்கையில் முதல்முறையாக நான் காதலில் இருக்கிறேன். அதுவும் பெண்ணாகத்தான் இருக்கவேண்டுமா?

மியு முன்பதிவு செய்திருந்த உணவகம் ஓமோடே சாண்டோ சப்வே ஸ்டேஷனில் இருந்து, 10 நிமிட நடைதூரம். முதல்முறை செல்பவர்களால் எளிதில் கண்டுபிடிக்கக்கூடிய வகையில் அமைந்ததில்லை; அது சாதாரணமாக ஒருவேளை உணவிற்காகச் செல்லும் இடமுமில்லை. அதன் பெயரும் எளிதில் நினைவு வைத்துக்கொள்ளும் வண்ணமில்லை - நான்கைந்துமுறை கேட்டால் தவிர. உணவகத்தின் வரவேற்பறையில் சுமிரே மியுவின் பெயரைச் சொன்னதும், முதல்மாடியில் இருந்த சிறிய தனியறைக்கு அவள் அழைத்துச் செல்லப்பட்டாள். மியு அங்கு ஏற்கனவே அமர்ந்து, குளிர்ந்த பெரியர்* நீரை அருந்திக்கொண்டே, மெனு குறித்துப் பணியாளரிடம் தீவிரமாகப் பேசிக்கொண்டிருந்தாள்.

மியு அடர்நீல போலோ ஷர்ட்டின் மேல், அதேநிறத்தில் காட்டன் ஸ்வெட்டர் அணிந்திருந்தாள், உடன் தலையில் ஒரு மெல்லிய, சில்வர் கிளிப்பும். ஜீன்ஸ் துணியினாலான வெள்ளைநிறக் கால்சட்டையை அவள் அணிந்திருந்தாள். மேஜையின் ஒருமூலையில் ஒரு அடர்நீலக் குளிர்கண்ணாடியும், அவளுக்கு அருகிலிருந்த நாற்காலியில் மீது ஒரு ஸ்குவாஷ் மட்டையும், மிஸ்ஸியோனி ஸ்போர்ட்ஸ்பேக்கும் இருந்தன. அவள் மதியம் இரண்டு-மூன்று மணிநேரங்கள் ஸ்குவாஷ் விளையாடிவிட்டு வீட்டிற்குச்செல்பவள்போல் தெரிந்தாள். அவளது கன்னங்கள் இன்னும் கொஞ்சம் பிங்க்நிறத்தில் தெரிந்தன. சுமிரே அவளை, ஜிம்மில் உள்ள ஷவரில் தன் உடலை நறுமணம் வீசும் சோப்பால் தேய்த்துக் குளிப்பதாக, கற்பனை செய்தாள்.

சுமிரே தனது வழக்கமான ஹெரிங்போன் மேலாடையும், காக்கிநிறக் கால்சட்டையும் அணிந்து, கலைந்த கேசத்துடன் ஒரு அநாதையைப்போல உள்நுழைவதைக் கண்ட மியு, மெனுவிலிருந்து கண்களை உயர்த்தி, ஒரு பளிச்சிடும் புன்னகையுடன், "நீ அனைத்தும் உண்பாய் என அன்று சொன்னாய் அல்லவா, நீ ஆட்சேபிக்கவில்லை என்றால் உனக்கும் சேர்த்து நான் ஆர்டர் பண்ணட்டுமா?" என்று வினவினாள்.

"நிச்சயமாக," என்றாள் சுமிரே.

மியு இருவருக்கும் ஒரே உணவை ஆர்டர் செய்திருந்தாள். முக்கிய உணவு பாந்தமாகத் தீயில் வாட்டிய மீன், காளான்களுடன், கொஞ்சம் பச்சை சாஸ். மீன்துண்டுகள் துல்லியமாகச் சமைக்கப்பட்டிருந்தன, அவை பிரவுன் நிறத்தில் கலைநயமிகுந்து காணப்பட்டன, பார்த்ததும் அதன் பக்குவம் புரியும்படியாக. அதனுடன் பூசணிக்காயில் செய்த க்னோச்சி *(Gnocchi)* மற்றும் எண்டைவ் *(Endive)* சாலட் உணவை முழுமையாக்கியன. இனிப்பிற்கு அவர்கள் கிரேமே பருலே *(Creme Brulee)* உண்டனர். சுமிரே மட்டுமே அதை உண்டாள், மியு அதைத் தொடவுமில்லை. இறுதியாக ஒரு எஸ்பிரெஸ்ஸோ அருந்தினார்கள். மியு தான் என்ன சாப்பிடுகின்றோம் என்பதைத் தேர்ந்தெடுத்து உண்டதை சுமிரே கவனித்தாள். அவளது கழுத்து கொடியின் தண்டுபோல மெலிந்து தெரிந்தது, அவளுடம்பில் ஒருஇம்மிகூடக் கொழுப்பில்லை. அவளுக்கு டயட் செய்யும் அவசியமில்லை. எனினும் அவள் உணவுகுறித்து மிகுந்தக் கட்டுப்பாடுடன் இருப்பது தெரிந்தது. மலைக்குகையில் ஒளிந்திருக்கும் ஸ்பார்டன்கள் போல.

அவர்கள் எதைப்பற்றியும் பெரிதாகப் பேசவில்லை. மியு, சுமிரேவைப் பற்றி வினவினாள், சுமிரே தன்னால் இயன்றளவுக்கு உண்மையாகப் பதிலளித்தாள். அவள் மியுவிடம் தன் தந்தையை, தாயை, பள்ளியை (அதில் அவளுக்குப் பிடிக்காத விஷயங்கள்), வாங்கிய பரிசுகளை - ஒரு மிதிவண்டியும் நிறைய கலைக்களஞ்சியங்களும் - எப்படிக் கல்லூரியிலிருந்து வெளிவந்தாள், இப்போது எப்படிப் பொழுதைக்கழித்தாள் என்று அனைத்தையும் கூறினாள். பெரிதாக உணர்வைத் தூண்டக்கூடிய வாழ்க்கையில்லை. இருந்தும், மியு உற்சாகமாகக் கேட்டாள் - அது ஏதோ வேற்றுலகப் புராணமென்பதைப் போல.

சுமிரேவிற்கும், மியு பற்றித் தெரிந்துகொள்ள ஆர்வமாயிருந்தது, ஆனால் மியு தன்னைப் பற்றிப் பேசத்தயங்கினாள். "அது ஒன்றும் முக்கியமில்லை" என்று சொல்லிப் பெரிதாகச் சிரித்தாள். "உன்னைப் பற்றித் தெரிந்துகொள்ளவே ஆர்வமாயுள்ளது."

அவர்கள் பேசிமுடிக்கையில், மியு பற்றி சுமிரே பெரிதாயொன்றும் தெரிந்து கொள்ளவில்லை. அவளறிந்த ஒரே விஷயம்: மியுவின் தந்தை கொரியாவின் வடக்கில் இருந்த ஏதோவொரு சிற்றூரின் வளர்ச்சிக்கு பெரிய தொகையைப் பரிசாகத்தந்துள்ளார் என்பதும், பல கட்டடங்களை அங்கு வசிப்பவர்களுக்காகக் கட்டியிருக்கிறார்

என்பதும் மட்டுமே - ஆகவே அவர்கள் அவரின் வெண்கலச் சிலையொன்றை ஊரின் மையப்பகுதியில் எழுப்பியிருந்தனர்.

மியு விளக்கினாள், "அந்த ஊர் மலைகளுக்கு மத்தியிலமைந்த சிறிய இடம், குளிர் கொடூரமாயிருந்தது, அதை நினைத்தாலே குளிரூட்டும்படி. மலைகள் முரட்டுத்தனமாக, இரத்தச்சிவப்பில் காணப்பட்டன, அவை முழுவதும் முரட்டு மரங்களால் சூழப்பட்டிருந்தன. நான் சிறுமியாக இருந்தபோது என் தந்தை அங்கு அழைத்துச் சென்றார். அப்போது அவர்கள் அந்தச்சிலையைத் திறந்து வைத்தனர். வந்திருந்த உறவினர்கள் அனைவரும், என்னைக் கட்டியணைத்து, அழுதனர். அவர்கள் கூறிய ஒருவார்த்தைகூட எனக்குப் புலப்படவில்லை. எனக்குப் பயமாக மட்டுமேயிருந்தது. என்னைப் பொறுத்தவரைக்கும், நான் இதுவரை நினைத்துக்கூடப் பார்க்காத ஓர் அயலகம் அது."

"அது எப்படிப்பட்ட சிலை?" வினவினாள் சுமிரே. அவள் இதுவரைக்கும் சிலை எழுப்பப்பட்ட யாரையும் பற்றிக் கேள்விப்பட்டதில்லை.

"சாதாரணமான ஒரு சிலைதான். அனைத்து இடங்களிலும் பார்க்கக்கூடியது. ஆனால் சொந்தத்தந்தையைச் சிலையாகப் பார்ப்பது, கொஞ்சம் விசித்திரமான அனுபவம். உன் தந்தைக்காக சிக்சாகி நிலையத்தில் சிலை எழுப்பினால், வினோதமாகத் தோன்றுமில்லையா? என் தந்தை மிகக் குள்ளமான மனிதர், ஆனால் அந்தச்சிலை அவரை மாபெரும் மனிதனாகக் காண்பித்தது. எனக்கு அப்போது ஐந்து வயதிருக்கும், ஆனால் கண்ணில் காணும் தோற்றங்கள் யாவும் உண்மையல்ல என்ற நிதர்சனத்தை அன்று உணர்ந்துகொண்டேன்."

சுமிரே சிந்தித்தாள், ஒருவேளை அவளின் அப்பாவுக்கு ஒரு சிலை எழுப்பியிருந்தால், அது மிகக்கடினமான பணியாக இருந்திருக்கும் - அவர் நிஜ உலகில் அத்தனை அழகாயிருந்ததால்.

*

"நாம் நேற்று எங்கு முடித்தோமோ, அங்குத் துவங்க விரும்புகிறேன்," மியு சொன்னாள், அவர்கள் இரண்டாவது எஸ்பிரேஸோவை அருந்திக்கொண்டிருந்த வேளையில். "நீ என்ன நினைக்கிறாய், என்னிடம் பணிபுரிய விரும்புவாயா?"

50 | ஹருகி முரகாமி

சுமிரேவிற்கு ஒரு சிகரெட் பிடிக்கவேண்டும் எனத் தோன்றியது, அங்கு சாம்பல்தட்டு இல்லாததால், குளிர்ந்த பெரியர்நீரை அருந்திச் சமாளித்தாள்.

அவள் நேர்மையாகப் பதிலளித்தாள், "எப்படிப்பட்ட பணியாக இருக்கும்? நான் நேற்று கூறியதுபோல் எனக்கு முன்னனுபவம் கிடையாது, உடல் உழைப்பு சார்ந்த வேலை தவிர்த்து எதையும் நான் இதுவரைக்கும் செய்ததில்லை. அதைத்தாண்டி என்னிடம் போட்டுக்கொள்ளச் சரியான உடையென்று ஒன்றும் கிடையாது. நேற்றுப் போட்டிருந்த துணிகூட இரவல் வாங்கியது."

மியு தனது பாவனைகள் மாறாமல், தலையசைத்தாள். அவள் இதுபோன்ற பதிலைத்தான் எதிர்பார்த்திருப்பாள்.

"எனக்கு நீ எப்படிப்பட்டவள் என நன்றாகவே புரிகிறது," என்றாள் மியு. "மேலும் நான் தர நினைக்கும் வேலை உன்னைப் பெரிதாக வதைக்காது. எனக்கு நீ வேலையைக் கற்றுக்கொள்வாய் என்ற நம்பிக்கையிருக்கிறது. எனக்கு என்ன தெரிந்துகொள்ள வேண்டுமென்றால் உனக்கு என்னுடன் பணிபுரிய விருப்பமிருக்கிறதா இல்லையா என்பது மட்டுமே. அதை அப்படியே அணுகு, ஒரு சிறிய ஆம் அல்லது இல்லை."

சுமிரே வார்த்தைகளைத் தேர்ந்தெடுத்துப் பேசினாள். "மிகவும் சந்தோசமாக உள்ளது, நீங்கள் இதைச் சொல்லிக்கேட்க, ஆனால் இப்போதைக்கு எனக்குப் புதினங்கள் எழுதுவது மட்டுமே மிக முக்கியமான வேலை. அதற்குத்தானே நான் கல்லூரிப்படிப்பை விட்டேன்."

மியு மேசையின் அந்தப்பக்கம் அமர்ந்திருந்த சுமிரேவை நேராகப் பார்த்தாள். அவளின் அமைதியான தோரணையையும், அவள் கன்னங்கள் சூடாவதையும், சுமிரே உணர்ந்தாள்.

"என் மனதிலிருப்பதை நான் வெளிப்படையாகச் சொன்னால், தப்பாக நினைத்துக்கொள்ளமாட்டாயே?" என்றாள் மியு.

"மாட்டேன். கூறுங்கள்."

"இது உன்னைக் காயப்படுத்தக்கூடியது."

அவள் எதையும் தாங்கவல்லவள் என்றுணர்த்துவதைப்போல் சுமிரே தன் உதடுகளைப் பிதுக்கிக்கொண்டு, மியுவை நேருக்குநேராக ஊடுருவினாள்.

"வாழ்க்கையின் இந்தக் காலகட்டத்தில், நீ பெரிதாக ஒன்றும் எழுதிவிடப் போவதில்லை, புதினம் எழுதுவதில் எத்தனை நேரத்தை நீ விரயம் செய்தாலும்." அமைதியாகவும், தீர்க்கமாகவும் கூறினாள் மியு. "உனக்குத் திறமை இருக்கிறது. ஒருநாள் நீ சிறந்த எழுத்தாளராக வருவாய். இது அர்த்தமில்லாத சொற்களில்லை, நான் நிதர்சனமாக நம்பும் உண்மை. உன்னிடம் அந்தத்திறமை இயற்கையாகவே உள்ளது. ஆனால் அந்த நேரம் இது இல்லை. அந்தக்கதவைத் திறக்கும் சக்தி உன்னிடம் இப்போது இல்லை. உனக்கு அப்படித் தோன்றியதில்லையா?"

"நேரமும் அனுபவமும்." என்றாள் சுமிரே, மியுவின் வார்த்தைகளின் சாராம்சம்.

மியு புன்னகைத்தாள். "எதுவாயிருப்பினும், வா, வந்து என்னுடன் வேலை செய். அதுவே உனக்குச் சிறந்தது. சரியானநேரம் வரும்போது, தாமதிக்காதே, அனைத்தையும் உதறித்தள்ளிவிட்டு, உன் மனம் நிறையும்வரைக்கும் எழுது. உனக்கு இன்னும் சற்று நேரம் தேவை, சாமானிய எழுத்தாளனைக் காட்டிலும் சற்றதிகமாக. இருபத்தெட்டு வயதிற்குள் அந்தச் சந்தர்ப்பம் கிடைக்கவில்லை என்றால் என்ன, உன் பெற்றோர் உனக்குப் பணம் கொடுக்கவில்லை என்றால் என்ன, உன்னிடம் ஒருபொட்டுப் பணம் கூட இல்லையென்றால்தான் என்ன? பசிக்கும், பரவாயில்லை, அதுவும் எழுத்தாளர்களுக்கு ஒரு அனுபவமே."

சுமிரே ஏதோ சொல்ல வாய்திறந்தாள், ஆனால் ஒன்றுமே வரவில்லை. அவள் தலையை மட்டும் அசைத்தாள்.

மியு தன் வலதுகையை நீட்டி, "உன் கையைக் காட்டு" என்றாள்.

சுமிரே தன் வலதுகையை நீட்டினாள், மியு அதைப் பற்றிக் கொண்டாள். அவள் உள்ளங்கை இதமாகவும், வழுவழுப்பாகவும் இருந்தது. "இது கவலைப்படும் அளவுக்குப் பெரிய விசயமில்லை. இப்படிச் சோகமாக இருக்காதே. நமக்குள் ஒத்துப்போகும்" என்றாள்.

சுமிரே பயத்தில் எச்சில் விழுங்கினாள், பிறகு தன்னை ஆசுவாசப்படுத்திக்கொண்டாள். மியு அப்படிப் பார்த்தவாறிருக்க, தான் சுருங்கிக்கொண்டே வருவதாக உணர்ந்தாள். கதிரவனின் கரங்களில் தவழும் பனிக்கட்டியைப் போல, அவள் உருகிக் காணாமல் போயிருப்பாள்.

52 | ஹருகி முரகாமி

"அடுத்த வாரத்திலிருந்து என் அலுவலகத்திற்கு வாரம் மூன்று முறை வரவேண்டும். திங்கள், புதன் மற்றும் வெள்ளி. நீ பத்துமணிக்கு வந்து, நான்குக்குப் போகலாம். அவ்வகையில் நீ நெரிசலைத் தவிர்க்கலாம். என்னால் பெரிதாய் உனக்குச் சம்பளம் கொடுக்கமுடியாது, ஆனால் வேலைப்பளு பெரிதாயிருக்காது, எந்தவேலையும் இல்லாதநேரத்தில் நீ படிக்கலாம். ஒரே நிபந்தனை நீ இத்தாலியமொழியை வாரம் இரண்டுமுறை வகுப்பிற்குச் சென்று கற்றுக்கொள்ளவேண்டும். உனக்கு ஏற்கனவே ஸ்பானிஷ் மொழி தெரிவதால், அது ஒன்றும் கடினமாயிருக்காது. மேலும் நேரம் கிட்டும்போது உனது ஆங்கிலத்தையும், கார் ஓட்டும் திறமையையும் மெருகேற்றிக்கொள். இதெல்லாம் செய்யமுடியும் என்று நினைக்கிறாயா?"

"என்னால் முடியும் என்றே நினைக்கிறேன்" என்றாள் சுமிரே. வெளிவந்த குரல் அவளுக்குப் பரிச்சயமில்லாத ஒன்றாயிருந்தது. அவள் என்ன சொன்னாலும், என்ன கட்டளையிட்டாலும், தன்னால் ஆம் என்று மாத்திரமே தலையசைக்க முடியமென்பதை சுமிரே உணர்ந்தாள். மியு இன்னும் அவள் கைகளைப் பற்றிக்கொண்டு, அவளையே பார்த்துக்கொண்டிருந்தாள். சுமிரேவால் மியுவின் கருவிழிகளுக்குள் தனது பிம்பத்தின் பிரதிபலிப்பைக் காணமுடிந்தது. அவளுக்கு அது, தன்னுடைய உயிர் உடலில் இருந்து உறிஞ்சப்பட்டு, ஆடியின் மறுபக்கத்துக்கு அதனுள்ளே செல்வதாக உணர்ந்தாள். சுமிரேவிற்கு அந்தத் தரிசனம் பிடித்திருந்தது, அதேசமயம் பயங்கொள்ளவும் வைத்தது.

மியு வசீகரமாகத் தனது கண்கள் சுருங்கச்சிரித்தாள். "வா, என் வீட்டிற்குப் போகலாம். எனக்கு உன்னிடம் காட்ட ஒருசங்கதி உள்ளது."

4

எனது முதலாமாண்டுக் கோடைவிடுமுறையில் எந்த முன்னேற்பாடுமின்றித் தன்னந்தனியாக ஹோகுறிக்கு பகுதிக்குப் பயணம் சென்றேன். அப்போது என்னைவிட எட்டுவயது முதியபெண் ஒருத்தியைச் சந்தித்தேன். அவளும் தனியாகப் பயணித்துவந்தாள், நாங்களிருவரும் ஒன்றாக இரவைக்கழித்தோம். அது ‘சன்ஷிரோ’ எனும் சொசேக்கியின் புதினத்தினுடைய ஆரம்பம்போல் அப்போது எனக்குத் தோன்றியது.

அந்தப்பெண் டோக்கியோ வங்கியின் அந்நியச்செலாவணி பிரிவில் வேலை செய்துகொண்டிருந்தாள். நேரம்கிடைக்கும் பொழுதெல்லாம், சில புத்தகங்களை எடுத்துக்கொண்டு தனியே கிளம்பிவிடுவாள். “தனியே பயணிப்பது அத்தனை சோர்வைக்கொடுப்பதில்லை,” என விளக்கினாள். அவளிடம் ஒருவிதமான அழகிருந்தது, அதனால் என்போன்ற ஒருவன்மீது - அமைதியான, ஒல்லியான 18 வயது கல்லூரிமாணவனிடம், அவளுக்கு என்ன ஆர்வமிருக்கும் என்று புரிந்துகொள்ள முடியவில்லை. இருந்தாலும் ரயிலில் எனக்கு எதிரிலமர்ந்து கொண்டு, என்னுடன் வேடிக்கை பேசி அவள் மகிழ்ச்சியாக இருந்ததுபோல் தோன்றியது. அவள் சத்தமாக நிறையச்சிரித்தாள். வழக்கத்திற்குமாறாக நானும் அவளிடம் அதிகம் பேசினேன். தற்செயலாகக் கானாசாவாவில் ஒரே நிறுத்தத்தில் நாங்கள் இறங்கினோம்.

“தங்க ஏதேனும் இடம் இருக்கிறதா?” என்று அவள் கேட்டாள்.

“இல்லை” என்றேன். எனது வாழ்நாளில் நான் இதுவரை விடுதி முன்பதிவு செய்ததில்லை.

“என்னிடம் ஒரு விடுதியறை உள்ளது,” என்றாள். “உனக்குப் பிடித்திருந்தால் தங்கிக்கொள்ளலாம். அதைப்பற்றிக் கவலைப்படாதே,” அவள் தொடர்ந்தாள், “ஒருவரிருந்தாலும், இருவரானாலும் ஒரே விலையே.”

54 | ஹருகி முரகாமி

நாங்கள் முதல்முறை புணர்ந்தபொழுது, நான் பயத்தில் இருந்தேன், அதனால் சரியாக நடக்கவில்லை. நான் அவளிடம் மன்னிப்புக் கேட்டேன்.

“இத்தனை கண்ணியமா!” என்றாள். “சின்னச்சின்ன விஷயங்களுக்கு எல்லாம் மன்னிப்புக் கேட்கவேண்டாம்.”

குளித்துமுடித்த பிறகு, ஒரு ட்ரெஸ்ஸிங் கவுனை சுற்றிக்கொண்டு, குளிர்சாதனப்பெட்டியில் இருந்து இரண்டு பீர்களை எடுத்து, ஒன்றை எனக்குத் தந்தாள்.

“நீ நன்றாக வண்டி ஓட்டுவாயா?” என்றாள்.

“இப்பொழுதுதான் உரிமம் வாங்கியுள்ளேன் ஆகவே நான் சிறந்த ஓட்டுநர் என்று சொல்லமாட்டேன். ஏதோ ஓட்டுவேன்.”

அவள் புன்னகைத்தாள். “எனக்கும் அப்படித்தான். நான் நல்ல ஓட்டுநர் என்றே நினைக்கிறேன், ஆனால் நண்பர்கள் ஒத்துக்கொள்வதில்லை. அதனால் நானும் சுமார்தான் என நினைக்கிறேன். உனக்கு அவர்கள் சிறந்த ஓட்டுநர் என்று நினைக்கும் சிலரைத் தெரியுமல்லவா?”

“ஆம், தெரியும் என நினைக்கிறேன்.”

“சிலர் நன்றாக ஓட்டாமலும் இருப்பார்கள்.”

நான் ஆமோதித்தேன். அவள் கொஞ்சம் பீர் அருந்திவிட்டு சிறிது யோசித்தாள்.

“ஓர் எல்லைவரைக்கும் சில சங்கதிகள் பிறவியிலிருந்தே இருக்கும். திறமை என்றும் சொல்லலாம். சிலர் எல்லாவற்றிலும் வேகம் காட்டுவர்; மற்றவர்களுக்கு என்ன செய்தாலும்... சிலர் கவனமாக இருப்பார்கள், சிலர் கிடையாது. சரியா?”

நான் மீண்டும் தலையாட்டினேன்.

“ஓகே, இப்படி நினைத்துப்பார். நீ யாருடனோ காரில் நீண்ட பிரயாணம் போகிறாய். இருவரும் மாறிமாறி ஓட்டப்போகிறீர்கள். எந்தவகை மனிதனுடன் நீ போகவிரும்புவாய்? நன்கு ஓட்டும் திறமையுடையவன், ஆனால் கவனம் செலுத்தமாட்டான், அல்லது நன்கு கவனிப்பவன் ஆனால் சிறந்த ஓட்டுநர் கிடையாது.”

“அநேகமாக, இரண்டாமவன்,” என்றேன்.

"நானும்கூட," அவள் சொன்னாள். "இந்தச்சூழலும் அப்படியே. நல்லது அல்லது கெட்டது, வலியவன் அல்லது வலிமையற்றவன் - இதெல்லாம் தேவையில்லை. எது முக்கியம் என்றால் கவனமாயிருப்பது. அமைதியாக இருப்பது, சுற்றியிருக்கும் விஷயங்களைப் பற்றிய விழிப்போடு இருப்பது."

"விழிப்போடு இருப்பதா?" எனக் கேட்டேன்.

அவள் சிரித்துவிட்டு வேறு எதுவும் பேசவில்லை.

சிறிதுநேரம் கழித்து, நாங்கள் மீண்டும் புணர்ந்தோம், இம்முறை அதுவொரு மென்மையான இன்பகரமான பயணமாக இருந்தது. விழிப்போடு இருப்பது - எனக்கு அது புரிய ஆரம்பித்துவிட்டது என நினைக்கிறேன். முதல்முறையாக, பெண்கள் மோகத்தை எப்படி வெளிப்படுத்துகிறார்கள் என்றும் கண்டேன்.

அடுத்தநாள் காலை நாங்கள் அவரவர் வழியில் பயணமானோம். அவள் தனது பயணத்தையும், நான் எனதையும் தொடர்ந்தோம். கிளம்புவதற்குமுன் இன்னும் இரண்டு மாதங்களில் பணியில் இருக்கும் ஆள் ஒருவரை அவள் திருமணம் செய்துகொள்ளப்போவதாகச் சொன்னாள். "அவன் மிகவும் நல்ல மனிதன்" என்று சந்தோசமாகக்கூறினாள். "ஐந்து வருடங்களாக நாங்கள் உறவிலிருக்கிறோம், இப்போதுதான் கல்யாணமுடிவை எடுத்திருக்கிறோம்" என்றாள். "அப்படியென்றால் இனிமேல் நான் இதுபோன்ற தனிப்பயணங்களை மேற்கொள்ள முடியாது. இதுவே கடைசி" என்றாள்.

நான் இளமையோடு இருந்தேன், இதுபோன்ற சிலிர்க்கவைக்கும் சம்பவங்கள் அடிக்கடி நிகழும் என நினைத்தேன். வாழ்க்கையில் பிறகே அது எத்தனை பெரிய தவறு என்பதை உணர்ந்தேன்.

எப்போதோ இந்நிகழ்வை சுமிரேவிடம் கூறினேன். எதற்குச் சொன்னேன் என ஞாபகமில்லை. காமவுணர்வு குறித்து நாங்கள் பேசிக்கொண்டிருக்கையில் சொல்லியிருக்கலாம்.

"இந்தக்கதையை எதற்காகச் சொன்னாய்?" எனக் கேட்டாள்.

"விழித்திரு என்பற்காக," என்றேன். "எதையும் அனுமானிக்காமல், நடப்பவைகளுக்குச் செவிகொடுத்து, காதுகள், இதயம் மற்றும் மனதைத் திறந்துவைத்துக்கொள்ள வேண்டும்."

“ம்” என்றாள் சுமிரே. என்னுடைய சொற்பமான இந்தத் தொடர்பைப் பற்றி அவள் அசைபோட்டுக் கொண்டிருந்தாள், தனது புதினத்தில் எங்கே இதைச் சேர்க்கலாம் என்பதுபோல்.

“எது எப்படியோ, உனக்கு நிறைய முன்னனுபவம் இருக்கிறது அல்லவா?”

“நிறைய என்று சொல்லமாட்டேன்,” நான் தடுத்தேன். “அவ்வப்போது ஏதேனும் நடக்கும்.”

அவள் தன்னுடைய நகத்தை மெதுவாகக் கடித்துக்கொண்டு, ஏதோ நினைவில் இருந்தாள். “ஆனால் எவ்வாறு விழித்திருக்கமுடியும்? ஏதேனும் முக்கியமான நிகழ்வு வரும்போது, நான் இப்போது விழித்துக்கொண்டு, கவனமாக இருக்கப்போகிறேன் என்று சொல்வாயா, அதெப்படி சடாரென்று சொடுக்குப் போட்டால் விழிப்புணர்வு வந்திடுமா? குறிப்பாகச் சொல்? எடுத்துக்காட்டுகள் கொடு?”

“முதலில் மனதை அமைதியாக வைத்துக்கொள்ளவேண்டும். எண்களை எண்ணுவது ஒருவழி...”

“அதன் பிறகு?”

“கோடைமதியத்தில், குளிர்சாதனப்பெட்டியில் இருக்கும், வெள்ளரிக்காயை நினைத்துக்கொள். ஓர் எடுத்துக்காட்டிற்குச் சொல்கிறேன்.”

“என்ன சொல்கிறாய்,” என்று ஒரு முக்கியமான நிறுத்தற்புள்ளியை வைத்துப் பிறகு தொடர்ந்தாள். “பெண்களோடு உறவுகொள்ளும்போது நீ குளிர்சாதனப்பெட்டியில் இருக்கும், வெள்ளரிக்காயை பற்றி நினைப்பாயா?”

“எப்போதும் இல்லை” என்றேன். “சிலநேரங்களில்.”

சுமிரே ஒருபார்வை பார்த்துவிட்டு, தன் தலையையசைத்து, “ஒருவேளை, நான் நினைத்ததைவிட நீ விசித்திரமானவன் என நினைக்கிறேன்.” என்றாள்.

“எல்லோருமே ஒருவிதத்தில் விசித்திரமானவர்கள்தான்,” என்றேன் நான்.

“உணவகத்தில், மியு எனது கைகளைப்பற்றி, கண்களை உற்று நோக்கியபோது, நான் வெள்ளிரிக்காயை நினைத்துக் கொண்டேன்,”

என்றாள் சுமிரே. "அமைதியாக இருக்கவேண்டும், கவனமாகக் கேட்கவேண்டும், என எனக்குள் சொல்லிக்கொண்டேன்."

"வெள்ளரிக்காயா?"

"நினைவில்லையா நீதானே கோடைவெயிலில் குளிர்சாதனப் பெட்டியில் இருக்கும் வெள்ளரிக்காயை நினைக்கச் சொன்னாய்?"

"ஆம், சொன்னதுபோல் நினைவிருக்கிறது," என்று ஞாபகபடுத்திக் கொண்டு சொன்னேன். "உனக்கு அது உதவியதா?"

"கொஞ்சம்" என்றாள்.

"மிக்க மகிழ்ச்சி," என்றேன்.

சுமிரே உரையாடலை மீண்டும் சரியான பாதைக்குத் திருப்பினாள். "உணவகத்திலிருந்து மியுவின் வீடு நடைதூரமே. பெரிய இடமெல்லாம் இல்லை, ஆனால் மிக அழகானது. ஒளிமிகுந்த தாழ்வாரம், வீட்டில் செடிகள், தோலால் செய்த இத்தாலி நாட்டு சோபா, பாஸ் ஒலிபெருக்கி, சில அச்சுகள், வாகனநிறுத்தத்தில் ஒரு ஜாகுவார். அவள் அங்கு தனியே வசித்துவந்தாள். அவளும், அவள் கணவரும் வசிக்கும் வீடு, சேதகயாவில் எங்கோ இருந்தது. வாரயிறுதிகளில் மட்டும் அவள் அங்கு போவாள். மற்றபடி அவள் அயோமா வீட்டில்தான் பெரும்பாலான சமயத்தைக்கழிக்கிறாள். அவள் எனக்கு என்ன காட்டினாள் என்று நினைக்கிறாய்?"

"மார்க் போலானுக்குப் (Mark Bolan) பிடித்த பாம்புத்தோல் செருப்புகள் ஒரு கண்ணாடிக்குடுவையில்," என்றேன். "அதுவொரு ஈடுஇணையில்லாத சொத்து, ராக் அண்ட் ரோல் வரலாற்றை அதைவிடுத்துக் கூறமுடியாது. ஒரு சின்னப்பகுதிகூடத் தொலையாமல், மார்க் போலானின் கையெழுத்தோடு. ரசிகர்களுக்குப் பைத்தியம் பிடிக்கப்போகிறது."

சுமிரே முறைத்தாள், பிறகு பெருமூச்சுவிட்டாள். "முட்டாள் தனமான ஜோக்குகளால் ஓடும் ஒரு காரைக் கண்டுபிடித்தால், உன்னுடைய வண்டி நீண்டதூரம் போகும்."

"இதை யோசனைகள் வற்றிய ஓர் அறிவாளியிடம் போய்ச்சொல்," என்றேன் பணிவாக.

"உன் கிண்டல்களைக் கொஞ்சம் தள்ளிவை, தீவிரமாக யோசித்துச்சொல். அவள் எனக்கு என்ன காட்டினாள் என்று

58 | ஹருகி முரகாமி

நினைக்கிறாய்? நீ அதை சரியாகச்சொன்னால், நாம் உண்ட உணவின் காசைச் செலுத்துகிறேன்."

எனது தொண்டையைச் செருமிக்கொண்டேன். "நீ போட்டுக்கொண்டிருக்கும் அருமையான உடைகளை உனக்குக் காட்டி, அதை வேலைக்குப் போட்டுக்கொள்ளச் சொன்னாள் என்றேன்."

"நீ வென்றுவிட்டாய்," என்றாள். "அவளுக்கு பணக்காரத்தோழி ஒருத்தி இருக்கிறாள், அவளுக்கும் என் அளவே. வாழ்வு விசித்திரமானது அல்லவா? சில மக்களிடம் அலமாரியில் வைக்கமுடியாதளவுக்கு அத்தனை துணிகள் இருக்கின்றன. பின் என்னைப்போன்ற மக்களும் இருக்கிறார்கள், காலுறைகள் கூடப் பொருந்தாமல். எது எப்படியோ, எனக்கு எந்த ஆட்சேபணையுமில்லை. அவள் தன்னுடைய தோழி வீட்டிற்குப்போய், கைநிறையத் துணிகளுடன் திரும்பிவந்தாள். அவை சற்று பழையபாணியைச் சேர்ந்தவை, கூர்ந்து கவனித்தால் தெரியும், ஆனால் பலர் அதைக் கவனிக்கமாட்டார்கள்."

"எத்தனை கவனமாகப் பார்த்தாலும் எனக்குத் தெரியாது" என்றேன் அவளிடம்.

சுமிரே நிம்மதியாகச் சிரித்தாள். "இந்தத்துணிகள் எனக்கு மிகச்சரியாகப் பொருந்துகின்றன. உடைகள், சட்டைகள், பாவாடைகள் - அனைத்தும். நான் வயிற்றைக் கொஞ்சம் உள்ளிழுத்து ஒரு பெல்ட் போட்டுக்கொண்டால், எந்த வித்தியாசமும் தெரியாது. நல்லவேளையாக எனது காலணியின் அளவு மியுவுடன் ஒத்திருந்தது, அதனால் அவளுக்குத் தேவையில்லாத சிலவற்றைத் தந்தாள். நீண்டஹீல், பொதுவான அளவுள்ள ஹீல், கோடைகாலச் செருப்புகள் என யாவும். எல்லாவற்றிலும் இத்தாலியப்பெயர்கள் இருந்தன. கைப்பைகள் கூட. கொஞ்சம் அலங்காரப்பொருட்களும்."

"ஒரு சாதாரண ஜேன் எய்ர் (Jane Eyre)," என்றேன்.

இவையாவும் சுமிரே எப்படி வாரத்தில் மும்முறை மியுவின் அலுவலகத்தில் வேலைசெய்யத் துவங்கினாள் என்பதை விவரிக்கிறது. கோட் சட்டையும், கீழாடையும், நீண்டஹீலும், சிறிது முகப்பூச்சும் அணிந்துகொண்டு காலை ரயிலில்

கிச்சிஜோஜியில் இருந்து ஹராஜுக்கு வரைக்கும் சென்றாள். என்னால்தான் இதைக் கற்பனைகூடச் செய்யமுடியவில்லை.

அகாசகாவில் இருந்த நிறுவன அலுவலகம் தவிர, மியு ஜிங்குமேயில் தனக்கென ஒரு சிறிய அலுவலகத்தையும் வைத்திருந்தாள். அதில் அவளது மேஜையையும், அவளுடைய உதவியாளரின் (சுமிரேவின்) மேஜையையும், கோப்புகள் வைக்கும் அலமாரி, ஒரு தொலைநகல் கருவி, ஒரு தொலைபேசி மேலும் ஒரு கணிப்பொறி ஆகியவையும் வைத்திருந்தாள். அவ்வளவுதான். அதுவொரு அடுக்குமாடி குடியிருப்பின் ஒற்றை அறை, இதைத்தவிர்த்து ஒரு சிறிய சமையலறையும், கழிப்பறையும் இருந்தன. ஒரு குறுந்தகடு இயக்கி, சிறிய ஒலிபெருக்கிகள் மேலும் ஒருடஜன் பாரம்பரிய சங்கீதக்குறுவட்டுகளும் இருந்தன. அறை இரண்டாம்தளத்தில் இருந்தது, அதன் கிழக்குச்சாளரம் வழியே ஒரு சிறிய பூங்காவைப் பார்க்கமுடியும். கட்டிடத்தின் தரைத்தளத்தில் வடக்குஐரோப்பாவைச் சேர்ந்த மரச்சாமான்கள் விற்பனை செய்யும் நிறுவனம் இருந்தது. நகரின் முக்கிய அமைப்பிலிருந்து, மொத்தக்கட்டிடமும் நன்றாகத் தள்ளி அமைந்திருந்ததால், போக்குவரத்துச்சத்தம் மிகக்குறைவாக இருந்தது.

அலுவலகம் வந்ததும், செடிகளுக்குத் தண்ணீர் ஊற்றிவிட்டு சுமிரே காபி மெஷினை இயக்குவாள். தொலைபேசியில் குறுஞ்செய்திகளையும், கணினியில் மின்னஞ்சல்களையும் பார்ப்பாள். ஏதேனும் செய்தியிருப்பின் அதை அச்செடுத்து மியுவின் மேசையில் வைப்பாள். அவற்றில் முக்கால்வாசி அயல்நாட்டு முகவர்களிடமிருந்து வருபவை; ஆங்கிலத்தில் அல்லது பிரெஞ்சில் இருக்கும். சாதாரண அஞ்சல்களைப் பிரிந்து, நிச்சயம் தேவையற்றவை எனத் தெரிந்தவற்றைக் குப்பையில் போடுவாள். ஒவ்வொரு நாளும் சில அழைப்புகள் வரும், சில அழைப்புகள் வெளிநாடுகளில் இருந்து. அழைத்தவரின் பெயரையும், தொலைபேசி எண்ணையும், செய்தியையும் குறித்துக்கொண்டு, பின் மியுவின் கைப்பேசிக்கு இவற்றை அனுப்புவாள்.

மதியம் ஒன்று அல்லது இரண்டு மணிக்கு மியு அங்கு வருவாள். ஒன்று அல்லது அதற்குமேல் சற்றுநேரம் அங்கேயே தங்கி, சுமிரேவிற்குப் பலவகையான ஆலோசனைகளை வழங்கி, காபி அருந்திவிட்டு, சிலருடன் தொலைபேசியில்

பேசுவாள். தேவையான சில கடிதங்களுக்கு, பதிலை மியு சொல்லச்சொல்ல சுமிரே தட்டச்சு செய்து அதைத் தபாலிலோ அல்லது தொலைநகலிலோ அனுப்புவாள். அவை வழக்கமான சில தொழில்சார்ந்த குறுங்கடிதங்கள். மியுவிற்காகச் சிகை அலங்கார நிபுணர், உணவகங்கள் மற்றும் ஸ்குவாஷ் பயிற்சி போன்றவற்றை சுமிரே முன்பதிவு செய்வாள். வேலையைத் தவிர இருவரும் கொஞ்சநேரம் அரட்டை அடிப்பர், பின் மியு அலுவலகத்திலிருந்து செல்வாள்.

அதனால் அலுவலகத்தில் நீண்ட நேரம் யாரிடமும் பேசாமல் சுமிரே தனித்திருந்தாள். என்றபோதும் எப்போதும் அவள் அங்கு வெறுமையாக, தனிமையாக உணர்ந்ததில்லை. வாரம் இருமுறை இத்தாலியப்பாடங்களை ஞாபகப்படுத்திக்கொள்வாள், ஒழுங்கற்ற வினைச்சொற்களை மனப்பாடம் செய்வாள், பிறகு தனது உச்சரிப்பை ஒலிப்பதிவுப்பெட்டியின் மூலம் சரி பார்த்துக்கொள்வாள். சிலமணிநேர கணினிவகுப்புகளுக்குச் சென்று வந்து, சின்னச்சின்னப் பிரச்சனைகளை அவளே சரிசெய்யுமளவிற்கு வந்துவிட்டாள். ஹார்ட்டிரைவில் இருந்த தகவல்களைக் கற்றுக்கொண்டு, மியுவின் நடப்புத் திட்டங்களுக்குத் தேவையான சங்கதிகளை அவள் தெரிந்துகொண்டாள்.

திருமணவரவேற்பில் அவள் சொன்னதுபோலத்தான் மியுவின் பிரதானத்தொழில் இருந்தது. சிறு ஒயின் உற்பத்தியாளர்களுடன் அவள் ஒப்பந்தம் செய்திருந்தாள், பெரும்பாலும் பிரான்ஸ் நாட்டினர், அவர்களின் ஒயினை டோக்கியோவில் இருந்த உணவகங்களுக்கும் பிரத்தியேகமான கடைகளுக்கும் மொத்தமாக விற்பனை செய்தாள். சில சமயங்களில் அவள் இசைக்கலைஞர்களின் கச்சேரிகளையும் ஜப்பானில் ஏற்பாடு செய்தாள். பெரிய நிறுவனத்தில் தரகர்கள் சிக்கலான தொழிற்கோணங்களைப் பார்த்துக்கொள்ள, மியு முழுத்திட்டமிடலையும், உள்ளூர் விஷயங்களையும் கவனித்தாள். மியுவின் சிறப்பம்சம் யாதெனில், பிரசித்திபெறாத நல்ல இளம் பாடகர்களைக் கண்டுபிடித்து ஜப்பானுக்குக் கொண்டுவருவது.

சுமிரேவிற்கு மியுவின் தனிப்பட்டத் தொழில்களின் மூலம் வரும் இலாபம் பற்றித் தெரிந்துகொள்ளும் வாய்ப்புக்கிட்டவில்லை. அதற்கான பதிவேடுகள் ரகசியக்குறியீடுடன் தனியாக இருந்தன. எது எப்படியாயினும் சுமிரே சந்தோஷத்தில் மிதக்க அவளது

இதயம் படபடப்புடன் இருந்தது. அவளுக்கு மியுவைப் பார்ப்பதும் பேசுவதுமே போதுமானதாக இருந்தது. மியு உட்காரும் மேஜை அதுவேயென அவள் நினைத்தாள். அதுதான் அவளின் பேனா; அவள் காபி அருந்தும் கோப்பை. எத்தனை அற்பமான வேலையாக இருந்தாலும், சுமிரே அதை சிறப்பாகச் செய்தாள்.

சிலசமயங்களில் மியு சுமிரேவையும் இரவுணவிற்கு அழைத்துச் செல்வாள். அவள் வணிகம் ஒயின் சம்பந்தப்பட்டிருந்ததால், சமீபத்திய தகவல்களைத் தெரிந்துக்கொள்ள, பரிச்சயமான உணவகங்களுடன் தான் தொடர்பிலிருப்பது அத்தியாவசியம் என மியு எண்ணினாள். எப்போதும் ஒரு மீனையோ அல்லது சிலசமயம் ஒரு முழுக்கோழியையும்தான் மியு வாங்குவாள், அதில் பாதியைச் சாப்பிடமாட்டாள், இனிப்புகளும் உண்ணமாட்டாள். அவள் ஒரு மது பாட்டிலை வாங்குவதற்குமுன் ஒயின் பட்டியலை மிக நுட்பமாக ஆராய்வாள், ஆனால் ஒருகோப்பைக்கு மேல் குடிக்கமாட்டாள். "எவ்வளவு வேண்டுமானாலும் குடி," என்று சுமிரேவிடம் கூறுவாள், ஆனால் சுமிரேவால் தனியாக அதை முடிக்கவேமுடியாது. அதனால் அவர்கள் எப்போதும் ஒரு விலைமதிப்புள்ள பாட்டிலை வாங்கி அதில் பாதிக்கும் மேல் விட்டுவிடுவர், மியு அதைப் பெரிதாகக் கண்டுக்கொள்ளவில்லை.

"இருவருக்காக ஒரு மொத்தபாட்டிலை வாங்குவது அத்தனை வீண்," என்றாள் சுமிரே ஒருமுறை. "நம்மால் பாதிகூட முடிக்கமுடிவதில்லை."

"கவலைப்படாதே" என்று மியு சிரித்தாள். "நாம் மீதிவைப்பதால், உணவகத்தில் உள்ள பலரால் அது சுவைக்கப்படும் - மது ஊற்றுபவர், பொறுப்பாளர், பணியாளர், தண்ணி ஊற்றுபவர் என அனைவரும். இதன்வழி பலபேர் நல்ல ஒயினின் சுவையை அறிந்துகொள்வார்கள். ஆகவே விலைமதிப்புள்ள ஒயின் ஒருபோதும் வீணாவதில்லை"

மியு 1986 மேடோக்கின் நிறத்தை ஆராய்ந்தாள், பின் ஏதோவொரு அழகான உரைநடையை ரசிப்பதுபோல் அதைக் கவனமாகச் சுவைத்தாள்.

"எல்லாமே ஒரேமாதிரிதான் - அவரவர் அனுபவத்தில் இருந்து கற்றுக்கொள்ளவேண்டும், அவரவர் வழியை

62 | ஹருகி முரகாமி

உருவாக்கிக்கொள்ளவேண்டும். புத்தகத்தின் மூலம் இவற்றைக் கற்றுக்கொள்ளமுடியாது."

மியுவின் குறிப்பறிந்து, சுமிரே அவளது கோப்பையை எடுத்தாள், மிகவும் கவனமாக ஒரு துளியை அருந்தினாள், அதை வாயில் வைத்திருந்து, பிறகு முழுங்கினாள். ஒருநொடிக்கு உணரக்கூடிய சுவை ஒன்று நாவில் தங்கியது, சிலநொடிகள் கழித்து அது எங்கோ மறைந்தது, கோடைஇலையின் மீது, காலைப்பனியைப்போல. அவளின் நாவை அடுத்த வாய் உணவிற்கு அது தயார்செய்தது. ஒவ்வொருமுறை அவள் மியுவுடன் உணவுண்டபோதும், பேசியபோதும், சுமிரே புதிதாக எதையாவது கற்றுக்கொண்டாள். இன்னும் தான் கற்றுக்கொள்ளவேண்டிய விஷயங்களின் அளவைக் கண்டு சுமிரே அதிர்ந்துபோனாள்.

"உங்களுக்குத் தெரியுமா யாரைப்போலவும் இருக்க நான் விரும்பவில்லை," சுமிரே உண்மையை உளறினாள், என்றையும் விட இன்று அதிகமாகக் குடித்த ஒயினின் காரணமாக இருக்கலாம். "ஆனால் சிலசமயம் உங்களைப்போல் இருந்தால் எவ்வளவு நன்றாயிருக்கும் என்று நினைக்கிறேன்"

மியு தன் மூச்சை ஒருமுறை இழுத்துக்கொண்டாள். பிறகு ஒயின் கோப்பையை எடுத்துக் கொஞ்சம் அருந்தினாள். ஒருநொடிக்கு அவள் கண்களை ஒயினின் கருஞ்சிவப்புச்சாயம் மூடியது. அவள் முகம் அவளின் வழக்கமான உணர்ச்சியைக் கைவிட்டிருந்தது.

"உனக்கு இது நிச்சயம் தெரிந்திருக்காது," என்றாள் அவள் அமைதியாக, கோப்பையை மேசை மீது வைத்தபடியே. "இப்போது இங்கிருக்கும் நான் உண்மையான நான் இல்லை. பதினான்கு வருடங்களுக்கு முன்னால் நான் இருந்ததில் இருந்து மாறி, பாதி நானாக ஆகிப்போனேன். நான் முழுமையாக இருந்தபோது உன்னைச் சந்தித்திருக்கலாம் - அது மிகவும் அற்புதமாக இருந்திருக்கும். இப்போது அதைப்பற்றி நினைப்பது அர்த்தமற்ற ஒன்று."

சுமிரே அசந்து பேசமுடியாமல் போய், முக்கியமான கேள்வியைக் கேட்க மறந்தாள் - 14 வருடங்களுக்கு முன்பு மியுவிற்கு என்ன ஆனது? ஏன் அவள் அவளின் பாதியாக மாறினாள்? பாதியாக மாறுவதென்றால் என்ன? இதுபோன்ற கேள்விகள். இறுதியில் வந்த, இந்தப்புதிரான அறிவிப்பு, மியுவை, சுமிரேவிற்கு

ஸ்புட்னிக் இனியாள் | 63

இன்னுமதிகமாகக் கவர்ச்சியாக்கியது. என்னவொரு அற்புதமான பெண், என்று அவள் நினைத்தாள்.

அவர்களின் துண்டுதுண்டான உரையாடல்களில் இருந்து, சுமிரேவால் சேகரிக்கமுடிந்த உண்மைகள் இதுவே. அவள் கணவன் ஒரு ஜப்பானியர், அவளைவிட ஐந்து வயது மூத்தவர், மிகச்சரளமாகக் கொரியமொழி பேசினார், சியோல் பல்கலைக்கழகத்தில் இரண்டுவருடங்கள் பொருளாதாரம் படிக்கப் பரிமாற்ற மாணவனாகச் சென்றதில் கற்றுக்கொண்டது. அவர் நல்ல மனிதர், எந்த செயலையும் சிறப்பாகச்செய்தார், அவரே மியுவின் நிறுவனத்தை நடத்திக்கொண்டிருப்பவர். இது குடும்பத்தொழிலாக இருந்தபோதும், அவரைப் பற்றி ஒருவரும் குறைகூறவில்லை.

மியு சிறுவயதிலிருந்தே பியானோ வாசிப்பதில் மிகத்திறமையாக இருந்தாள். அவளுடைய பதின்பருவத்தில், இளைஞர்களுக்காக நடத்தப்படும் பல போட்டிகளில் பரிசுகள் வாங்கியிருக்கிறாள். அவள் கலைப்பள்ளிக்குச் சென்று, பிரபலமான ஒருவரிடம் பியானோ பயின்றாள், ஆசிரியரின் சிபாரிசில் பிரான்ஸின் இசைக்கல்லூரியில் சேர்ந்தாள். அவளின் தொகுப்பு முக்கியமாக இறுதிக்கால ரொமான்டிக்ஸ், ஸ்சுமான் மற்றும் மெண்டெல்ஸ்சோஹன், பொருளென்க், ராவெல், பார்ட் மற்றும் ப்ரோகோபியேவ். அவளின் வாசிப்பு உணர்வுப்பூர்வமான சுருதியும், தேர்ந்த நுட்பமும் இணைந்தது. அவள் படித்துக்கொண்டிருந்தபோது பல கச்சேரிகள் வாசித்திருக்கிறாள், அனைத்துமே மிக நல்ல வரவேற்பைப் பெற்றன. கச்சேரியில் வாசிக்கும் பியானோ வாசிப்பாளராக அவளுடைய எதிர்காலம் மிகப்பிரகாசமாக இருந்தது. அவள் வெளிநாட்டில் வசித்தபோது, அவள் தந்தை நோய்வாய்ப்பட்டதால், மியு பியானோவை மூடிவிட்டு, ஜப்பானுக்குத் திரும்பினாள். பிறகு எப்பொழுதும் அவள் பியானோவைத் தொடவில்லை.

“உங்களால் பியானோவை இவ்வளவு எளிதில் எப்படி விட்டுவிட முடிந்தது?” சுமிரே தயங்கித்தயங்கிக் கேட்டாள். “அதைப்பேச இஷ்டம் இல்லையெனில் பரவாயில்லை. எப்படிச்சொல்வதென்று தெரியவில்லை நான் இதைச் சற்று விசித்திரமாகப் பார்க்கிறேன். நீங்கள் பியானோ வாசிப்பாளராக வர எத்தனை தியாகம் செய்திருக்கவேண்டும், இல்லையா?”

64 | ஹருகி முரகாமி

"நான் நிறையத் தியாகம் செய்யவில்லை" மியு பொறுமையாகச் சொன்னாள், "அனைத்தையும் தியாகம் செய்தேன். பியானோ எனது ஒவ்வொரு கிராம் சதையையும், ஒவ்வொரு பொட்டு இரத்தத்தையும் கேட்டது, என்னால் மறுக்கமுடியவில்லை. ஒருமுறைகூட."

"உங்களுக்கு அதை விட்டுவிடக் கஷ்டமாக இல்லையா? நீங்கள் கிட்டத்தட்ட சாதித்துவிட்ட நேரத்தில்."

மியு சுமிரேவின் கண்களில் எதையோ தேடினாள். ஓர் ஆழமான, நேர்பார்வை பார்த்தாள். மியுவின் கண்களுக்குள், அமைதியான நதியின், ஆழத்தில் நகரும் நீரோட்டம்போல் வார்த்தைகளற்ற மௌனங்கள் ஒன்றையொன்று முட்டிக் கொண்டன. மெல்ல மெல்ல அந்த மோதல்கள் அடங்கின.

"என்னை மன்னித்துவிடுங்கள்," சுமிரே மன்னிக்க வேண்டினாள். "எனது வேலையில் மட்டும் நான் கவனம் செலுத்துகிறேன்."

"பரவாயில்லை. என்னால் சரியாக விவரிக்க முடியவில்லை, அவ்வளவுதான்."

அவர்கள் அதைப்பற்றி மீண்டும் பேசவில்லை.

மியு தனது ஆபீஸில் புகைப்பிடிக்க அனுமதிக்கவில்லை. தனக்கு முன்னால் புகைத்தவர்களை அவள் அறவே வெறுத்தாள். ஆகையால் அங்கு வேலைசெய்யத் தொடங்கியவுடன் புகைப்பதை நிறுத்திவிடலாம் என சுமிரே முடிவுசெய்தாள். ஒரேநாளில் இரு மால்பரோ பாக்கெட்களை புகைப்பவளாக இருந்ததால், நிறுத்துவது அவளுக்குச் சுலபமாக இல்லை. ஒருமாதத்திற்குப் பிறகு, ஏதோவொரு வால் வெட்டப்பட்ட மிருகம்போல் தன் உணர்ச்சிகளைக் கட்டுப்படுத்தமுடியாமல் தவித்தாள் - அதற்காக முன்பு அது கட்டுப்பாட்டில் இருந்தது என்று அர்த்தமில்லை. மேலும் நீங்கள் யூகித்திருக்கலாம், அவள் நடுநிசியில் அனைத்து நேரங்களிலும் என்னை அழைக்க ஆரம்பித்தாள்.

"என்னால் நினைக்கமுடிந்ததெல்லாம் புகைப்பது பற்றி மட்டுமே. என்னால் தூங்கமுடியவில்லை, அப்படியே தூங்கினாலும், பயங்கரமான கனவுகள் வருகின்றன. மலச்சிக்கலுடன் வாழ்கிறேன். என்னால் படிக்கமுடியவில்லை, ஒருவாக்கியம்கூட எழுத முடிவதில்லை."

ஸ்புட்னிக் இனியாள் | 65

“புகைப்பதை நிறுத்த நினைக்கும் அனைவரும் இதை எதிர்கொள்வார்கள், துவக்கத்தில் அப்படித்தான் இருக்கும்,” என்றேன்.

“அடுத்தவருக்கு உபதேசம் என்பது மிகவும் எளிதானது இல்லையா?” எனப் பொறிந்தாள். “நீ உன் வாழ்க்கையில் ஒருமுறை கூடப் புகைத்ததில்லை.”

“அடுத்தவர்களைப் பற்றி நம் கருத்தைத் தெரிவிக்கவில்லை என்றால், உலகம் பயங்கரமானதாக மாறிவிடும், இல்லையா? நீ அப்படி நினைக்கவில்லை என்றால், ஜோசப் ஸ்டாலின் என்ன செய்தார் என்று பார்.”

மறுமுனையில் சுமிரே நீண்டநேரம் அமைதியாக இருந்தாள். கொடூரமான மௌனம். கிழக்குமுனையின் உயிரற்ற ஆன்மாக்களைப்போல.

“ஹலோ?” என்று கூப்பிட்டேன்.

அவள் இறுதியாகப் பேசினாள். “உண்மை என்னவென்றால், நான் புகைப்பதை நிறுத்தியதால் எழுதமுடியவில்லை என்றில்லை. அதுவும் ஒரு காரணமாக இருக்கலாம், ஆனால் அதுவே காரணம் இல்லை. நான் என்ன சொல்கிறேன் என்றால் புகைபிடிப்பதை நிறுத்தியது ஒரு சாக்கு மட்டுமே. ‘நான் புகைப்பதை நிறுத்திக்கொண்டிருக்கிறேன்; அதனால் எழுதமுடியவில்லை’, என்பது போல்.

“இப்போது புரிகிறது நீ என் எவ்வளவு கோபமாய் இருக்கிறாய் என்று?”

“நான் நினைக்கிறேன்,” என்றாள் அவள், திடீரென்று சாந்தமாய். “என்னால் எழுதமுடியவில்லை என்பது மட்டுமில்லை. என்னை எது வாட்டுகிறது என்றால் எனக்கு எழுத்தின் மேல் நம்பிக்கையில்லாமல் போய்விட்டது. நான் நீண்டநாட்களுக்கு முன் எழுதியவற்றை வாசித்தபோது மிகவும் சலிப்பாக இருந்தது. நான் என்ன நினைத்து எழுதிக்கொண்டிருந்தேன்? ஏதோ அறையின் ஓரத்தில் நாம் தூக்கியெறிந்த நாற்றம்பிடித்த காலுறையைப் பார்ப்பதுபோல் உள்ளது. எனக்கு வெறுப்பாக வருகிறது, நான் கழித்த நேரத்தையும், சக்தியையும் உணர்கையில்.”

"இது நடக்கும்போது யாரையாவது 3 மணிக்கு அழைத்து, அவன் தூக்கத்தைக் கலைத்துவிட வேண்டும்; அதன் வெளிப்பாடாக - அவனுடைய ஆழ்ந்த உறக்கத்தில் இருந்து."

"ஒன்றைச்சொல்," என்றாள் சுமிரே, "உன்னுடைய செயல்கள் குறித்துச் சிந்தித்திருக்கிறாயா, அது சரியில்லை என்பதைப் போல்?"

"நான் குழப்பத்திலேயே பல மணிநேரங்களைக் கழிக்கிறேன்," என்றேன் நான்.

"நிஜமாகவா சொல்கிறாய்?"

"ஆம்."

சுமிரே நகங்களைக் கொண்டு தன் முன்பல்லில் தட்டிக்கொண்டாள், அவள் யோசிக்கையில் செய்யும் பலவற்றில் இதுவுமொன்று. "நான் இதுவரைக்கும் இவ்வாறு குழம்பியதில்லை. எப்போதும் நான் உறுதியாக இருக்கிறேன் என்றில்லை, ஆனால் என்னுடைய திறமைமீது எனக்கு நம்பிக்கை இருந்தது. நான் பதற்றமான ஆள் கிடையாது. குளறுபடி செய்வேன் என்பது தெரியும், நான் சுயநலவாதியும் கூட. ஆனால் எப்போதும் இத்தனைக் குழப்பத்தில் இருந்ததில்லை. நான் வழியில் சிலதவறுகள் செய்திருந்தாலும், பாதை சரி என்று நம்பினேன்."

"நீ அதிர்ஷ்டசாலி" என்றேன் நான். "நெல் விதைத்தவுடன் பெய்யும் நீண்ட மழைபோல்."

"நீ சொல்வது சரியாக இருக்கலாம்."

"ஆனால் இத்தருணத்தில், எதுவும் சரியாக இல்லை."

"சரி. எதுவும் சரியாகயில்லை. சில நேரங்களில் மிகவும் பயமாக இருக்கிறது, ஏதோ இதுவரை நான் செய்த அனைத்தும் தவறு என்பதைப்போல். அத்தனை துல்லியமாகக் கனவுகள் வருகிறது, சட்டென்று தூக்கம் கலைந்து நடுநிசியில் விழித்துக்கொள்கிறேன். கொஞ்சநேரத்திற்கு எது உண்மை எது இல்லை என்று பிரிக்கமுடியவில்லை... அது போன்ற உணர்வு. நான் சொல்வது புரிகிறதா?"

"புரிகிறது என்றே நினைகிறேன்," என்றேன்.

"இப்போதெல்லாம் இந்த எண்ணம் என்னை அதிகமும் அழுத்துகிறது, ஒருவேளை புதினம் எழுதும் என் நாட்கள்

ஸ்புட்னிக் இனியாள் | 67

முடிந்துவிட்டதோ என்பது. உலகம் முழுக்க, முட்டாள் அப்பாவிப்பெண்கள் மொய்த்துக்கொண்டிருக்கிறார்கள், நானும் அதில் ஒருவள்தான்போல, ஒருபோதும் மெய்ப்படாத ஒரு கனவைத் துரத்துகிறேன். நான் பியானோவை மூடிவிட்டு, காலம் கழிவதற்கு முன்னால், மேடையில் இருந்து இறங்கிவிடவேண்டும்."

"பியானோவை மூடப்போகிறாயா?"

"அது உருவகம்."

நான் ரிசீவரை இடதுபக்கத்தில் இருந்து வலதிற்கு மாற்றினேன். "நான் ஒரு விஷயத்தில் ஊர்ஜிதமாக இருக்கிறேன். நீ இல்லாமல் போகலாம், ஆனால் நானிருக்கிறேன். ஒருநாள் நீ அற்புதமான எழுத்தாளர் ஆவாய். நீ எழுதியதை நான் படித்திருக்கிறேன், அதனால் எனக்குத் தெரியும்."

"நிஜமாகவே அப்படி நினைக்கிறாயா?"

"எனது ஆழ்மனதிலிருந்து சொல்கிறேன்," என்றேன். இதுபோன்ற விஷயங்களில் உன்னிடம் பொய் சொல்லமாட்டேன். இதுவரைக்கும் நீ எழுதியவற்றில் சில அற்புத நிகழ்வுகள் உள்ளன. நீ மே மாத கடற்கரையைப் பற்றி எழுதினால், காற்றின் ஒலியை காதுகளில் கேட்கமுடியும், மற்றும் உப்புக்காற்றை வாயில் சுவைக்கமுடியும். சூரியக்கதிரின் மென்மையைக் கரங்களால் அனுபவிக்கமுடியும். நீ ஒரு சின்ன அறையில் புகையிலை புகை நிரம்பியிருப்பதைப் பற்றி எழுதினால், அடித்துச் சொல்லமுடியும் படிப்பவர்கள் சுவாசிக்கத்திணறுவார்கள். அவர்களின் கண்கள் எரியும். இத்தகைய உரைநடையை எழுதுவது பல எழுத்தாளர்களுக்குப் பிடிபடாத ஒன்று. உன் எழுத்தில் இயற்கையாகவே ஒரு ஜீவன், ஒரு ஆன்மா எழுத்துகளினூடே பயணிக்கிறது. இந்தத்தருணத்தில் அவையனைத்தும் கோர்வையாக ஒன்று சேரவில்லை, அதற்காகப் பியானோவை மூடும் நேரம் என்று அர்த்தமில்லை."

சுமிரே ஒரு 10, 15 நொடிகள் அமைதியாக இருந்தாள். "இதை நீ என்னைச் சந்தோசப்படுத்துவதற்கோ, உற்சாகமூட்டுவதற்கோ சொல்லவில்லையே?"

"இல்லை, அப்படியில்லை. மறுக்கமுடியாத, நிதர்சனமான, எளிய உண்மை."

"மோல்டுவு நதி போல்?"

"சரியாகச் சொன்னாய். மோல்டுவு நதி போலத்தான்."

"நன்றி" என்றாள்.

"பரவாயில்லை," என்றேன் நான்.

"சிலசமயங்களில் உன்னைப் போல் இனிமையானவன் யாருமில்லை. கிறிஸ்துமஸ், ஞாயிறு விடுமுறை மற்றும் புதிதாகப் பிறந்த நாய்க்குட்டி என ஒன்றாகத் திரட்டியதுபோல்."

என்னை யாரேனும் புகழ்ந்தால் என்ன செய்வேனோ, அதுபோல் ஏதோ ஒரு அர்த்தமற்ற பதிலைத்தந்தேன்.

"ஆனால் ஒன்று மட்டும் என்னைத் தொந்தரவு செய்கிறது," அவள் தொடர்ந்தாள். "நீ ஒரு நல்லபெண்ணைத் திருமணம் செய்துகொண்டு, என்னை முற்றிலும் மறந்து விடுவாய். அப்போது என்னால் உன்னை நடுநிசியில் அழைக்கமுடியாது. சரியா?"

"உன்னால் பகலில் கூப்பிடமுடியும் இல்லையா."

"பகல்நேரம் சரியில்லை. உனக்கு ஏன் அது விளங்கவில்லை?"

"உனக்கும்தான்," என்று மறுத்தேன். "மனிதர்களில் பலரும் சூரியன் உதயமாகும்போது வேலைசெய்துவிட்டு, இரவுநேரத்தில் விளக்கை அணைத்துவிட்டு தூங்கச் செல்கிறார்கள்." நான் பரங்கிக்காய் தோட்டத்தில் நின்று ஆயர்களின் பாடலை எனக்காகப் பாடிக்கொண்டிருக்கலாம், அவள் எதற்கும் செவிகொடுக்காதவளாய் தொடர்ந்தாள்.

"செய்தித்தாளில் சிலநாட்களுக்கு முன்பு ஒரு கட்டுரையைப் படித்தேன், அது லெஸ்பியன்கள், லெஸ்பியன்களாகவே பிறக்கிறார்கள் என்றது. அவர்களின் காதுகளில் ஒரு சிறிய எலும்பு, மற்ற பெண்களைக்காட்டிலும் மாறுபட்டு இருக்கிறதாம், அதுவே அனைத்து மாறுபாட்டிற்கும் காரணமாம். கடினமான பெயர்கொண்ட ஏதோ ஒரு சின்ன எலும்பு. லெஸ்பியன் என்பது வாழ்நாளில் பெற்றுக்கொள்வதில்லை; அது பிறவியிலிருந்தே வருவது. ஓர் அமெரிக்க மருத்துவர் இதைக் கண்டுபிடித்திருக்கிறார். அவர் எதற்காக ஆராய்ந்தார் என்று தெரியவில்லை, ஆனால் இதைப் படித்ததிலிருந்து, இந்த ஒன்றிற்கும் உதவாத எலும்பைப் பற்றிய சிந்தனையைக் கைவிடமுடியவில்லை. என் சின்ன எலும்பு எவ்வடிவில் இருக்கும் என்று வியந்துகொண்டிருக்கிறேன்."

எனக்கு என்ன சொல்வதென்று தெரியவில்லை. எங்களுக்கிடையில் ஓர் அமைதி, புதிய எண்ணெயை ஒரு பெரிய வாணலியில் ஊற்றியதுபோல்.

"மியுவிடத்தில் நீ கொண்டிருப்பது காமம்தான் என்று உறுதியாகத் தெரியுமா?" என்றேன்.

"நூறுசதவீதம் நிச்சயமாக," என்றாள் சுமிரே. "நான் அவளுடன் இருக்கும்போது என் காதிலுள்ள எலும்பு, ஒலிக்க ஆரம்பிக்கிறது. நுண்ணியக் கடற்கரை காற்றுமணிகள்போல. அவளை அணைத்துக்கொள்ள வேண்டும், அதன்பிறகு மற்றவை தானாக நடக்கும். இது காமம் இல்லை என்றால் என் நரம்புகளில் பாய்வது தக்காளிச்சாறாக இருக்கவேண்டும்."

"ம்." என்றேன். வேறென்ன சொல்லமுடியும்?

"அனைத்தும் இப்போது அர்த்தப்படுகிறது. ஏன் ஆண்களுடன் உடலுறவு கொள்வதில் எனக்கு நாட்டமில்லை, எனக்கு ஏன் எந்த உணர்ச்சியும் இல்லை, நான் ஏன் மற்றவர்களை விட வித்தியாசமாக உணர்கிறேன்."

"நான் என் கருத்தைக் கூறலாமா?" என்றேன்.

"ஓகே."

"எந்தவொரு விளக்கமும் தர்க்கமும் இத்தனை எளிதில் விவரித்துவிடக்கூடியது என்றால் அது நிச்சயம் ஒரு பொறியாகவே இருக்கவேண்டும். நான் எனது அனுபவத்தில் இருந்து பேசுகிறேன். யாரோ ஒருமுறை சொன்னார், ஒரே புத்தகம் ஒரு விஷயத்தை விளக்கிவிடும் எனில், அந்த விஷயத்தை விளக்குவது தேவையற்ற சங்கதி. நான் என்ன சொல்லவருகிறேன் என்றால், எந்த முடிவுக்கும் வராதே."

"நான் இதை நினைவில் வைத்துக்கொள்கிறேன்" என்றாள் சுமிரே. அந்த அழைப்பு அப்படியே திடீரென்று நின்று விட்டது.

அவள் ரிசீவரை வைத்துவிட்டு, தொலைபேசி நிலையத்தில் இருந்து வெளியேறுவதைக் கற்பனை செய்துகொண்டேன். என் கடிகாரம் மணி 3.30 எனக் காட்டியது, நான் ஒரு கோப்பை நீர் அருந்தினேன், கண்களை மூடிக்கொண்டேன். ஆனால் தூக்கம் என்னைத் தவிர்த்தது. திரைச்சீலையை விலக்கினேன், அங்கே ஒரு நிலா வெளிர்ந்த நிறத்தில், அனாதையைப்போல்

70 | ஹருகி முரகாமி

மிதந்து கொண்டிருந்தது. என்னால் தூங்கமுடியாது என்பதை உணர்ந்தேன். ஒரு குவளையில் புதிதாகக் காபி போட்டேன், சாளரத்தினருகே நாற்காலியை இழுத்துப்போட்டு அமர்ந்தேன், சீஸ்துண்டுகளையும், பிஸ்கட்துண்டுகளையும் கொறித்தபடிக்கு. அங்கு அமர்ந்து, படித்துக்கொண்டே, நான் பொழுதுபுலரக் காத்திருந்தேன்.

5

என்னைப்பற்றி சிலவார்த்தைகள் பேசும் நேரம் இது.

நிச்சயமாக இந்தக்கதை சுமிரேவினுடையது, என்னைப் பற்றியதில்லை. ஆனால் எனது கண்களின் வழியே இந்தக்கதை சொல்லப்படுகிறது - சுமிரே யாரென்றும் அவள் என்ன செய்தாளென்றும். ஆகவே கதைசொல்லியைப்பற்றி நான் கொஞ்சம் சொல்லவேண்டும். அதாவது, என்னைப்பற்றி.

என்னைப்பற்றிப் பேசுவதை நான் கடினமாக உணர்கிறேன். நான் யார்? என்ற கேள்வியில் நித்தியத்திற்கும் பயணிக்கிறேன். நிச்சயம், என்னைப் பற்றிய உண்மையான தகவல்கள், என்னைத்தவிர வேறு யாருக்கும் தெரியாது. ஆனாலும் என்னைப்பற்றிப் பேச நினைக்கையில் - மதிப்பீடுகள், வரைமுறைகள், பார்வையாளனாக எனக்கேயுண்டான வரம்புகள் - கதைசொல்லியான என்னை, கதையில் சொல்லப்படும் என்னைப்பற்றிய சில விஷயங்களைத் தேர்வுசெய்யவும், நீக்கவும்வைக்கிறது. என்னைப்பற்றிய ஒரு குறிக்கோள்சார்ந்த பிம்பத்தை உருவாக்கமுடியாமல் நான் தவிக்கிறேன் என்ற எண்ணம் வாட்டுகிறது.

இம்மாதிரி விஷயங்கள் பலரையும் பாதிப்பதில்லை. வாய்ப்பு கிடைக்கும்போது தங்களைப்பற்றிப் பேசுவதில் அவர்கள் மிக வெளிப்படையாக இருக்கிறார்கள். "நான் நேர்மையானவன், மிகவும் அதிகளவில் திறந்த மனது படைத்தவன்," என்கிறார்கள், அல்லது "எனக்குச் சொரணை அதிகம், அதனால் இந்த உலகில் யாருடனும் வாழ்வது மிகக்கடினம்" என்கிறார்கள் அல்லது "நான் பலரின் உண்மையான மனநிலையைப் புரிந்துகொள்ளவல்லவன்." ஆனால் பலமுறை தங்கள் மனம் எளிதில் புண்படும் என்பவர்கள், தேவையேயின்றி மற்றவரைத் துன்புறுத்துவதைக் கண்டிருக்கிறேன். மிகவும் நேர்மையான, திறந்த மனதுடன் வாழ்வதாக நினைக்கும் பலரும், தங்களுக்கே தெரியாமல், தங்களுக்கு வேண்டியதை அடைய இதை ஒரு சிறந்த

சாக்காகக் கருதுகிறார்கள். உடன், மற்றவரின் மனநிலையைப் புரிந்துகொள்ளமுடியும் என நினைப்பவர்கள், வீண் புகழ்ச்சியில் மயங்கி மூழ்கித்திளைக்கிறார்கள். நான் இப்போது கேட்க விரும்புகிறேன்: நமக்கு நம்மைப் பற்றி எவ்வளவு நன்றாகத் தெரியும்?

நான் இதைப்பற்றி யோசிக்க யோசிக்க, என்னைப் பேசும் இந்தத்தலைப்பு இப்போது தேவையா? என எண்ணுகிறேன். நான் என்ன தெரிந்துகொள்ள விரும்புகிறேன் எனில், என்னைத் தாண்டி வெளியே இருக்கும் விஷயங்களின் உண்மைத்தன்மையை. என்னைத் தாண்டியிருக்கும் உலகம் எனக்கு எவ்வளவு முக்கியம், அதை அறிந்துகொள்வதன்மூலம் நான் ஒரு சமநிலையை அடைய முயற்சிக்கிறேன். அதைக்கொண்டே நான் யாரென்பதற்கு நெருக்கமான ஒரு அர்த்தத்தை என்னால் புரிந்துகொள்ளமுடிகிறது.

இதுபோன்ற எண்ணங்களே பதின்பருவத்தில் எனது மனதை நிறைத்தன. ஒரு தேர்ந்த கட்டிடம் கட்டுபவர் கயிற்றையிழுத்து ஒரு செங்கல் மேல் இன்னோரு செங்கலை வைப்பதுபோல், நான் இந்தக்கோணத்தில், இன்னும் சிறப்பாகச் சொல்லவேண்டும் என்றால், எனது வாழ்வியல் தத்துவத்தைக் கட்டினேன். தர்க்கமும், யூகமும் இந்தக்கோணத்தை உருவாக்கப் பெரும்பங்கு வகித்தன, ஆனால் இதில் பெரும்பகுதி என் அனுபவம் சார்ந்தே இருந்தது. அனுபவத்தில் இருந்து சொல்கிறேன், பல வலிமிகுந்த அத்தியாயங்கள் நிறைந்த என் கோணத்தை மற்றவர்க்குச் சொல்லிப் புரியவைப்பது எளிதல்ல.

இதன்விளைவு நான் இளமைப்பருவத்தில் இருந்தபோது எனக்கும், மற்ற மனிதர்களுக்கும் இடையே கண்ணுக்குத் தெரியாத ஓர் அரணை அமைத்துக் கொண்டேன். யாராயிருந்தாலும். நான் ஒரு அளவு வைத்துக்கொண்டு, பழகும் மனிதர்களின் எண்ணவோட்டத்தைக் கவனித்தவாறே இருந்தேன் அவர்கள் எனக்கு நெருக்கமாகிவிடாதபடி. மற்றவர்கள் என்னிடம் கூறுவதை எளிதில் நம்பமறுத்தேன். எனது ஒரே வேட்கை புத்தகமும், இசையும் மட்டுமே. நீங்கள் யூகித்ததுபோல், நானொரு தனிமை வாழ்வைத்தான் வாழ்ந்தேன்.

எனது குடும்பம் சிறப்பானதல்ல. மிகச் சாதாரணமானதுதான், உண்மையைச் சொன்னால் எனக்கு எங்கு ஆரம்பிப்பது என்று தெரியவில்லை. என் தந்தை உள்ளூர் பல்கலைக்கழகத்தில்

ஸ்புட்னிக் இனியாள் | 73

ஒரு அறிவியல்பட்டத்துடன் படிப்பை முடித்து, ஒரு பெரிய உணவுசார்ந்த உற்பத்தி செய்யுமிடத்தில், ஆய்வுப்பணியில் இருந்தார். அவருக்கு கோல்ஃப் விளையாட மிகவும் பிடிக்கும், அனைத்து ஞாயிறுகளும் அவர் கோல்ஃப்கோர்ஸ் போய்விடுவார். என் அம்மாவுக்கு டங்கா கவிதைகள் என்றால் பைத்தியம், நிறைய கவிதையரங்கங்களிற்கு போனார். அவருடைய பெயர் எப்போதெல்லாம் பத்திரிகையில், கவிதைப்பக்கத்தில் வந்ததோ அப்போதெல்லாம் அவர் வானம்பாடிபோல துள்ளித்திரிந்தார். அவருக்கு வீட்டைச் சுத்தம் செய்யப்பிடிக்கும், ஆனால் சமைப்பதை அவர் விரும்பவில்லை. என் அக்கா என்னைவிட ஐந்துவயது மூத்தவள், அவளுக்கு வீட்டைச் சுத்தம் செய்வதும்பிடிக்காது, சமைப்பதும். இதெல்லாம் பிறர் செய்வது, அவளுக்கானதில்லை என முடிவெடுத்திருந்தாள். ஆக சமையற்கட்டுக்குள் நுழையும் வயது வந்ததிலிருந்து என் சாப்பாட்டை நானே சமைத்தேன். சில புத்தகங்களை வாங்கி, அனைத்தையும் சமைக்கக் கற்றுக்கொண்டேன். எனக்குத் தெரிந்தவரை அப்படி வாழ்ந்த ஒரே குழந்தை நான் மட்டும்தான்.

நான் சுகினமியில் பிறந்தேன், எனக்குச் சிறுவயதாக இருக்கும்போதே சிபா மாகாணத்தில் இருக்கும் டீஸிடணுமாவுக்கு இடம்பெயர்ந்தோம், அங்குதான் வளர்ந்தேன். அக்கம்பக்கம் அனைவரும் எங்களைப் போன்ற மத்தியவர்க்கமே. என் அக்கா எப்போதும் வகுப்பில் முதலாவதாக வந்தாள், அவளால் சிறந்து விளங்காமலிருப்பதைச் சிறிதளவும் ஜீரணிக்கமுடியவில்லை, அவளுக்குப் பிடித்தவற்றின் வட்டத்தில் இருந்து கொஞ்சம்கூட வெளிவரவில்லை. எங்கள் நாயை ஒருநாள்கூட அவள் நடைக்குக்கூட்டிச்சென்றது கிடையாது. அவள் டோக்கியோ பல்கலைக்கழகத்தில் சட்டம்படித்துத் தேர்ச்சிபெற்றாள், அடுத்த வருடமே பார்தேர்விலும் வெற்றிபெற்றாள், சாதாரணக் காரியமில்லை. அவள் கணவன் நினைத்ததை அடையக்கூடிய ஒரு மேலாண்மை ஆலோசகர். அவர்கள் யோயோகி பார்க் அருகிலிருக்கும் ஓர் அழகான கட்டிடத்தில் நான்கு அறைகள் கொண்ட வீட்டை வாங்கி வசிக்கிறார்கள். அந்த வீட்டின் உட்புறம் உண்மையில் ஒரு பன்றிக்கூடம்.

நானோ என் அக்காவுக்கு எதிரானவன், அவ்வளவாகப் படிப்பைப் பற்றியோ, மதிப்பெண்கள் பற்றியோ அக்கறையில்லை. என் பெற்றோரை கவலைப்படுத்த வேண்டாம் என்பதற்காகப் பள்ளிக்குச்சென்றேன், தேர்வுபெறத் தேவையான சிறிதளவு

படிப்பையும், வீட்டுப்பாடத்தையும் மட்டும் செய்தேன். மற்ற நேரமெல்லாம் கால்பந்து விளையாடினேன், வீட்டிற்கு வந்து படுத்துக்கொண்டு, புதினங்களாகப் படித்துத்தள்ளினேன். வழக்கமான பள்ளி நேரம் முடிந்தவுடன் செய்யும் எந்தக்கடின உழைப்பையும் செய்யவில்லை. டியூசன் போகவில்லை. அப்படியிருந்தும் எனது மதிப்பெண்கள் மோசமில்லை. இந்தமாதிரி போனால், நான் என்னை நுழைவுத்தேர்வு என்றெல்லாம் வதைத்துக்கொள்ளாமல், ஒரு நல்ல கல்லூரியில் சேரமுடியும் என்று நினைத்தேன். அதுவே நடந்தது.

நான் கல்லூரிக்குப் போகத்தொடங்கி, ஒரு சிறுவீட்டை எடுத்துக்கொண்டு தங்க ஆரம்பித்தேன். சுடணுமாவில் நான் வீட்டில் இருந்தபோதும் பெரிதாக ஒன்றும் என் குடும்பத்துடன் மனம் விட்டுப் பேசியதில்லை. நாங்கள் ஒரு கூரையின் கீழிருந்தோம், ஆனால் என் பெற்றோரும், அக்காவும் அந்நியர்களாகவே இருந்தனர், அவர்களுக்கு வாழ்க்கையில் என்ன தேவைகள் இருந்தது என்று எனக்குத் தெரியாது. அதேபோலத்தான் அவர்களுக்கும், நான் எப்படிப்பட்டவன் என்றோ, என்னவாக விருப்பப்பட்டேன் என்றோ துளிகூடத் தெரியாது. எனக்கு என்ன வேண்டுமென்று எனக்குத் தெரியும் என்றும் அர்த்தமில்லை - எனக்கே அது தெரியாது. நான் புதினங்களை கவனமாற்றத்திற்காகப் படித்தேன், புதினம் எழுதுமளவு எழுத்து நன்றாக வரவில்லை, தொகுப்பாசிரியராக இருப்பதோ, விமர்சகராக மாறுவதோ முடியாதவொன்று, ஏனெனில் என் ரசனை தீவிரமான விருப்பு, வெறுப்புக்கு மத்தியில் இருந்தது. புதினங்களைத் தனிப்பட்ட அனுபவத்திற்காகப் படிக்கவேண்டும் என முடிவுசெய்தேன் - வேலையாகவோ, பாடமாகவோ அது இருக்கக்கூடாது. அதனால்தான் இலக்கியம் படிக்கவில்லை, வரலாறு படித்தேன். எனக்கு வரலாற்றில் பெரிய ஈடுபாடில்லை, ஆனால் படிக்க ஆரம்பித்தபிறகு, ஈர்க்கக்கூடிய படிப்பு என்று உணர்ந்து கொண்டேன். மேல்படிப்பு படித்து வாழ்க்கையை வரலாற்றிற்காகத் தர நான் தயாராயில்லை, எனது ஆலோசகர் அதைப் பரிந்துரைத்தபோதும். நான் படித்து, அதைப் பற்றி யோசிப்பதை சந்தோசமாகச்செய்தேன் ஆனால் கல்வியாளராகும் வகையைச் சார்ந்தவனில்லை. புஷ்கின் சொன்னது போல்,

He had no itch to dig for glories
Deep in the dirt that time has laid.

இதற்கெல்லாம் அர்த்தம் நான் ஒரு சராசரியான கம்பெனியில் வேலைக்குச் சேர்ந்து, குரல்வளையை நெறிக்கும் இந்தப் போட்டியுலகில், முதலாளித்துவப் பிரமிடின் வழுக்கும் சரிவுகளில் கொஞ்சம்கொஞ்சமாக ஏறப்போகிறேன் என்பது கிடையாது.

அதனால் ஒவ்வொன்றாக நீக்கியபிறகு, இறுதியில் நான் ஆசிரியர் ஆனேன். நான் கற்பித்த பள்ளி ரயிலில் சில நிலையங்கள் தள்ளியிருந்தது. ஊரின் கல்வித்துறையில் இருந்த என் மாமா உனக்கு ஆசிரியராக விருப்பமா என்று கேட்டார். நான் ஆசிரியர் ஆவதற்கெனத் தனியாக எதுவும் படிக்கவில்லை, அதனால் உதவி ஆசிரியராகச் சேர்த்து, சிறிதுகால மதிப்பாய்விற்குப் பின் ஒரு முழுமையான ஆசிரியராக மாறினேன். ஆசிரியர் ஆவேன் என்று ஒருபோதும் நான் நினைக்கவில்லை ஆனால் அப்படி ஆன பிறகு இந்த வேலை மேல் எனக்கே தெரியாமல் இவ்வளவு மதிப்பும், மரியாதையும் வைத்திருப்பதை உணர்ந்தேன். இன்னும் சரியாகச் சொல்லவேண்டுமென்றால் என்னை நானே கண்டுகொண்டேன்.

நான் வகுப்பறையில் அமர்ந்து, ஒரு ஆரம்பப்பள்ளிக்குழந்தைக்கு மொழியை, வாழ்வை, உலகம் பற்றிய அடிப்படைத்தகவல்களைச் சொல்லித்தரும்போது, அந்த அடிப்படைத் தகவல்களை எனக்கு நானே - குழந்தைகளின் கண்ணோட்டத்தின் மூலமும், அவர்களின் மனதலைகள் மூலமும் சொல்லித் தருவதாக உணர்கிறேன். சரியாகச்செய்தால் இது ஒரு புத்துணர்வுமிக்க அனுபவம். மகத்தானதும்கூட. நான் பிள்ளைகளிடமும், அவர்களின் தாய்களிடமும், மற்ற ஆசிரியர்களிடமும் நல்ல முறையில் பழகிவருகிறேன்.

இன்னும் ஓர் அடிப்படைக்கேள்வி என்னை இழுத்துக் கொண்டிருக்கிறது: நான் யார்? நான் எதைத்தேடுகிறேன்? நான் எங்கு போய்க்கொண்டிருக்கிறேன்?

நான் இந்தக் கேள்விகளின் விடைகளுக்கு மிக அருகில் வந்தது, சுமிரேவிடம் பேசிக்கொண்டிருக்கும்போது மட்டுமே. என்னைப்பற்றிப் பேசுவதைக்காட்டிலும், அவள் என்ன சொல்கிறாளென்பதை நான் கூர்மையாகக் கவனிப்பேன். அவள் என்னிடம் கேள்விக்கணைகளைத் தொடுப்பாள், ஒருவேளை சரியாக பதில் சொல்லவியலாமல் போனாலோ, அல்லது பதில் அவளுக்குப் பிடிபடவில்லை என்றாலோ, அவள் எனக்கு அதைத் தெரிவிப்பாளென்பதில் உங்களுக்கு ஐயமே வேண்டாம்.

சிலபேர்களைப் போலல்லாது அவள் நிஜமாக, உண்மையாக நான் சொல்வதைக் கேட்கவிரும்பினாள். நான் என்னால் முடிந்தமட்டும் அவளுக்குப் பதில் தர நினைத்தேன், எங்களின் உரையாடல்கள் அவளிடம் என்னைப்பற்றி மனம்திறந்து பேசவைத்தது - என்னிடமும் கூட. நாங்கள் மணிக்கணக்கில் பேசுவோம். பேசி நாங்கள் சோர்வானதே இல்லை, எங்களுக்குள் பேசுவதற்கு விஷயங்கள் இல்லாமல் போனதுமில்லை - புதினங்கள், உலகம், இயற்கை, மொழி. எங்களின் உரையாடல்கள் காதலர்களைவிட அதிகமான வெளிப்பாடும், நெருக்கமும் நிறைந்ததாக இருந்தது.

நாங்கள் காதலர்களாயிருந்தால் எத்தனை நன்றாயிருக்கும் என அதிசயித்தேன். அவளுடைய சருமத்தின் கதகதப்புக்காக ஏங்கினேன். எங்களைத் திருமணமாகி, சேர்ந்துவாழும் தம்பதிகளாகக் கற்பனைசெய்வேன். ஆனால் சுமிரேவிற்கு என்னிடம் எந்தக் காதலுணர்ச்சியும் இல்லை, காமத்தை விட்டுத்தள்ளுங்கள், என்பதை நான் எதிர்கொள்ள வேண்டியிருந்தது. நடுநிசிவரைக்கும் நாங்கள் பேசிமுடித்த சிலசமயங்களில் அவள் எனது வீட்டில் தங்கினாள், ஆனால் அதில் கொஞ்சம்கூட மோகம் இல்லை. பொழுதுபுலர்வதற்கு முன்னால் 2 அல்லது 3 மணியானால் போதும், அவள், கொட்டாவி விடுவாள், கட்டிலில் ஏறுவாள், முகத்தைத் தலையணையில் புதைத்துக் கொண்டு தூங்கிவிடுவாள். நான் ஏதேனும் படுக்கையைத் தரையில் விரித்துப்படுப்பேன், ஆனால் தூங்கமாட்டேன், மனம் முழுக்கக் கற்பனைகளும், குழப்பங்களும், உடன் சுயவெறுப்பும் சூழ்ந்திருக்கும். சிலநேரங்களில் என்னையும் அறியாமல் எனது உடலில் ஏற்படும் உணர்ச்சிகள் என்னைச் சோகத்தில்தள்ளும், விடியும்வரை நான் தூங்காமல் துயரத்தில் இருப்பேன்.

அவளுக்கு என்னிடம் கொஞ்சம்கூட உணர்ச்சியில்லை, ஒன்றுமேயில்லை, ஓர் ஆணாக என்னை அவள் பார்க்கவேயில்லை என்பதை ஏற்றுக்கொள்ள எனக்கு மிகக்கடினமாக இருந்தது. இது சிலநேரங்களில் என் குடலை யாரோ கத்தியால் அறுப்பதுபோல் மிக அதிகமாக என்னைக் காயப்படுத்தியது. இருப்பினும் அவளோடு கழித்தகாலமே அனைத்தைக்காட்டிலும் அதிகம் விலைமதிப்பற்றது. அவள் என் வாழ்க்கையின் உட்பொருளாக இருந்த தனிமையைப் போக்கினாள். என் உலகத்தின் விளிம்பை விரிவுபடுத்தினாள், என்னை ஆழ்ந்து, அமைதியாக

சுவாசிக்கச்செய்தாள். சுமிரேவால் மட்டுமே இதை எனக்குச் செய்யமுடியும்.

இந்தக்காயத்தை ஆற்றிக்கொள்வதற்காக எனக்கும், சுமிரேவிற்கும் இடையில் எந்த காமவுணர்ச்சிக்கும் நான் இடம்தரவில்லை, ஆனால் வேறு பெண்களைப் புணரவாரம்பித்தேன். பெண்களுக்கு மத்தியில் பெரிய வரவேற்பு பெற்றேன் எனச் சொல்லவில்லை; அப்படியேதும் இல்லவேயில்லை. புழக்கத்தில் இருக்கும் ஒருசொல்போல, நான் ஒன்றும் பெரிய கவர்ச்சி நாயகனில்லை, எனக்கென்று எந்தப் பெரிய சிறப்பம்சமுமில்லை. என்னவோ காரணத்தால் சில பெண்களுக்கு என்னைப் பிடித்திருந்தது, மேலும் நான் இதை அறிந்திருந்தேன், ஒருவேளை, சில விஷயங்களை அதன்போக்கில் விட்டால், அவர்களுடன் படுப்பது அரிதல்ல. இந்தச் சிறிய உடலுறவுகள் என்னில் பெரிதாக எந்த ஒரு உணர்வையும் தூண்டவில்லை; அவை, ஆறுதலளிப்பதாக மட்டுமேயிருந்தன.

நான் இவ்வுறவுகளைச் சுமிரேவிடம் மறைக்கவில்லை. அவளுக்கு அனைத்துச் சின்னச்சின்ன விஷயங்களும் தெரியாவிட்டாலும், மேலோட்டமாக யாவும் தெரியும். அவளை அது எந்தவிதத்திலும் பாதித்ததாகத் தெரியவில்லை. என் விவகாரங்களில் ஏதேனும் சிக்கலிருப்பின் அது, நான் உறவு கொள்ளும் பெண்கள் அனைவரும் என்னைவிட வயது மூத்தவர்கள், திருமணமானவர்கள் அல்லது நிச்சயமானவர்கள், இல்லையென்றால் பல வருடங்களாகக் காதலன் இருப்பவர்கள். என் சமீபத்திய தோழியோ எனது மாணவன் ஒருவனின் தாய். நாங்கள் மாதத்தில் இரண்டுமுறை உடலுறவுகொண்டோம்.

"இது உன் சாவிற்குக் காரணமாயிருக்கும்," என்று சுமிரே என்னை ஒரு முறை மிரட்டினாள். ஆனால் அதைப்பற்றி என்னால் எதுவும் செய்யமுடியவில்லை.

ஜூலை மாதத் துவக்கம் ஒரு சனிக்கிழமை எனது வகுப்பின் சுற்றுலாநாளாக இருந்தது. நான் 35 மாணவர்களுடன் ஒகுடம மலையை ஏறினேன். அந்தநாள் மிகவும் மகிழ்ச்சியாகத் துவங்கியது, ஆனால் பல சிக்கல்களோடு இறுதியில் முடிந்தது. நாங்கள் உச்சியை அடைந்தபோதே இரண்டு மாணவர்கள் தங்களின் மதியஉணவு டப்பாவை மறந்துவிட்டதை உணர்ந்தனர். அங்கு கடைகள் எதுவுமில்லை. அதனால் நான் நோரி-மகி

உணவினை, பள்ளி எனக்காகக் கொடுத்ததை, அவர்களுடன் பகிர்ந்துகொண்டேன். அதனால் எனக்குச் சாப்பிட ஒன்றுமில்லை. யாரோ எனக்கு சில சாக்லேட்கள் கொடுத்தனர், முழுநாளும் அதை மட்டுமே சாப்பிட்டிருந்தேன். இதில் ஒருமாணவி வேறு தன்னால் இதற்குமேல் நடக்கமுடியவில்லை என்றாள். அதனால் அவளை உப்புமூட்டை சுமந்துகொண்டு கீழிறங்கினேன். இரண்டு மாணவர்கள் தங்களுக்கு மத்தியில் விளையாட்டாக சண்டை பிடித்துக்கொள்ள, ஒருவன் கீழேவிழுந்து, தலையைப் பாறைமேல் மோதிக்கொண்டான். அவனுக்குச் சிறிது மயக்கமும், மூக்கில் இருந்து இரத்தவடிதலும் இருந்தது. எதுவும் பெரிய பாதிப்பில்லை, இருப்பினும் அவன் சட்டை முழுக்க இரத்தக்கறையிருந்தது, ஏதோ படுகொலையில் சிக்கியவன்போல. நான் சொன்னதுமாதிரி அத்தனை பிரச்சனைகள்.

நான் வீட்டிற்கு வரும்போது பழையதண்டவாளம்போல் சோர்ந்திருந்தேன். குளித்து, குளிர்ந்தநீரையருந்தி, ஏதும் சிந்திக்க மனமின்றி விளக்கையணைத்து விட்டு, படுக்கையில் நிம்மதியாக விழுந்தேன். அப்போது தொலைபேசி அழைத்தது: சுமிரேவின் அழைப்பு. நான் எனதருகே இருந்த கடிகாரத்தைப் பார்த்தேன். ஒரு மணிநேரமே உறங்கியிருந்தேன். நான் ஏதும் முனகவில்லை. குறைசொல்லக்கூட அலுப்பாயிருந்தது. சிலநாட்கள் அப்படித்தான்.

"நாம் நாளை மதியம் சந்திக்கலாமா?" என்றாள் அவள்.

என் பெண்தோழி எனது வீட்டிற்கு மாலை 6 மணிக்கு வருவதாக இருந்தாள். அவள் தன்னுடைய சிவப்பு டொயட்டா சிலிக்காவை தெருமுனையில் நிறுத்துவதாயிருந்தாள்.

"எனக்கு நான்குமணிவரை எந்த முன்னேற்பாடும் இல்லை" என்றேன்.

சுமிரே கையில்லா வெள்ளைச்சட்டையும், அடர்நீலக் குட்டைப் பாவாடையும், ஒரு சின்னக்கண்ணாடியும் அணிந்திருந்தாள். தலையில் சின்ன கிளிப் மட்டும் குத்தியிருந்தாள். மொத்தத்தில் அத்தனை எளியவுடை. அவள் முகத்தில் சாயம் எதுவுமின்றி, தனது இயற்கையான சருமத்தை உலகுக்குக் காட்டிக்கொண்டிருந்தாள். எப்படியோ என்னால் முதலில் அவளை அடையாளம் காணமுடியவில்லை. அவளைக் கடைசியாகப்பார்த்து மூன்று வாரம்தான் இருக்கும், ஆனால் எனது எதிர்நாற்காலியில் அமர்ந்திருந்த பெண் யாரோ

ஸ்புட்னிக் இனியாள் | 79

வேற்றுக்கிரகவாசி போலிருந்தாள், நானறிந்த சுமிரேவிடம் முற்றிலும் வேறுபட்டு. சுலபமாகச்சொன்னால் அவள் மிக அழகாயிருந்தாள். அவளுக்குள் ஏதோ பூத்துக்கொண்டிருந்தது.

நான் சின்னக்கோப்பை பீர் வாங்கினேன், அவள் திராட்சைரசம் வாங்கினாள்.

"உன்னை இப்போதெல்லாம் என்னால் அடையாளம் காணமுடிவதில்லை," என்றேன்.

"இதுவும் ஒரு காலம்," என்றாள் சலிப்போடு, திராட்சைரசத்தை உறிஞ்சியபடி.

"என்ன காலம்?" என நான் கேட்டேன்.

"நேரந்தாழ்ந்து வரும் இளமைப்பருவம் என நினைக்கிறேன். காலை எழுந்து, நான் முகம் பார்க்கும்போதெல்லாம், யாரையோ பார்ப்பதுபோல் உணர்கிறேன். நான் ஜாக்கிரதையாக இல்லையென்றால் எங்கோ தொலைந்துபோய்விடுவேன் என அச்சமாக உள்ளது."

"அப்படியே அதை விட்டுவிடுவது நல்லதல்லவா?" என்றேன்.

"நான் என்னைத் தொலைத்துவிட்டால், எங்கே போவது?"

"சிலநாட்களுக்கு என்றால், என்னிடத்தில் தங்கிக்கொள்ளலாம். உன்னை நான் எப்போதும் சந்தோஷமாக வரவேற்பேன் - உன்னை; உன்னைத் தொலைத்த உன்னை."

சுமிரே சிரித்தாள்.

"சிரிப்பெல்லாம் பிறகு," என்றாள் அவள், "நான் எங்கே தொலைவேன்?"

"எனக்குத் தெரியவில்லை. ஆனால் நல்ல விசயங்களை யோசித்துப்பார் - நீ புகைப்பதை நிறுத்திவிட்டாய், நல்ல சுத்தமான உடைகளை அணிகிறாய் - உன் காலுறைகூடப் பொருந்துகிறது - இப்போது இத்தாலியமொழி வேறு பேசத் தொடங்கிவிட்டாய். ஒயினை எப்படித் தீர்மானிப்பது என்று கற்றிருக்கிறாய், கணிப்பொறி உபயோகிக்கிறாய், இப்போதைக்காவது இரவில் தூங்கி, பகலில் விழிக்கிறாய். எங்கோ ஒரு நல்ல இடத்திற்குத்தான் நகர்கிறாய்."

"ஆனால் என்னால் இன்னும் ஒருவரிகூட எழுதமுடியவில்லை."

"எல்லாவற்றிலும் நிறைகுறைகள் இருக்கும்."

சுமிரே தன் இதழைப் பிதுக்கிக்கொண்டு, "நான் கொள்கைமாறிவிட்டேன் என நினைக்கிறாயா?" எனக் கேட்டாள்.

"கொள்கைமாற்றமா?" ஒருநிமிடம் அவள் என்ன சொல்கிறாளென்பதை என்னால் புரிந்துகொள்ள முடியவில்லை.

"கொள்கைமாற்றம். உன் கொள்கைகளுக்கும், கோட்பாடுகளுக்கும் துரோகம் இழைப்பது."

"அதாவது வேலைபார்ப்பது, நல்ல உடையணிவது மேலும் புதினம் எழுதாமல் இருப்பது?"

"ஆம்"

நான் நிராகரிப்பாகத் தலையசைத்தேன். "நீ எப்போதும் உனக்கு எழுதத்தோன்றியதால் எழுதினாய். இப்போது தோன்றவில்லை என்றால், ஏன் எழுதவேண்டும்? எழுதுவதை நீ நிறுத்தினால் கிராமங்கள் எரிந்து, சாம்பலாகும் என நினைக்கிறாயா? கப்பல் முழுகிவிடுமா? அலைகள் ஓய்ந்துவிடுமா? புரட்சி ஐந்துவருடங்கள் பின்னால் போகுமா? இவை ஒன்றுமே மாறப்போவதில்லை. அதனால் இதை யாரும் கொள்கைமாற்றம் என்று கூறப்போவதில்லை."

"அப்படியென்றால் இதை எப்படி அழைப்பது?"

நான் மீண்டும் நிராகரிப்பாகத் தலையசைத்தேன். "கொள்கைமாற்றம் என்பதே பழையவார்த்தை. யாரும் அதை உபயோகப்படுத்துவது கிடையாது. எங்காவது ஒரு தொன்மையான குடியிருப்பில், மக்கள் இதை இன்னும் உபயோகப்படுத்திக்கொ ண்டிருக்கலாம். எனக்கு விவரங்கள் தெரியவில்லை, ஆனால் உனக்கு இதற்குமேல் எழுதவேண்டாம் என்று தோன்றினால், அது பரவாயில்லை."

"குடியிருப்பு? லெனின் உருவாக்கிய இடத்தைப்போலவா?"

"அது கோல்கஹோஸ். இப்பொழுது அவை எங்கும் இல்லை."

"எனக்கு எழுத்தை விட்டுவிடவேண்டும் என்றில்லை," சுமிரே சொன்னாள். ஒருநொடி யோசித்தாள். "நான் எழுதத்துவங்கும்போதெல்லாம், முடியவில்லை. மேஜையில் உட்காரமுடியவில்லை, வார்த்தைகளே வரமாட்டேன் என்கிறது - ஒரு யோசனை, ஒரு வார்த்தை, ஒரு நிகழ்வு எதுவுமில்லை. சூனியம்.

ஸ்புட்னிக் இனியாள் | 81

கொஞ்சநாள்வரைக்கும் எத்தனைகோடி விஷயங்கள் எனக்குள் இருந்தன, எழுதுவதற்காக. என்னதான் நடக்கிறது எனக்கு?"

"என்னிடம் கேட்கிறாயா?"

சுமிரே ஆமோதித்தாள்.

நான் குளிர்ந்தபீரை சற்றுப் பருகினேன், பிறகு என்னுடைய எண்ணங்களைச் சேகரித்தேன். "நான் என்ன நினைக்கிறேன் என்றால் நீ இப்போதும் ஒரு புதிய புதினத்தின் கட்டமைப்பிற்குள் உன்னை வைத்திருக்கிறாய். உன் கவனம் மொத்தமும் அதில் உள்ளது, நினைப்பதை எல்லாம் எழுதும் அவசியம் ஏதுமில்லையே. நீ பரபரப்பாக வேறு இயங்கிக்கொண்டிருக்கிறாய்."

"நீ அவ்வாறு செய்வாயா? ஒரு புதினத்தின் கட்டமைப்பிற்குள் உன்னைப் பொருத்திக்கொள்வாயா?"

"எனக்குத்தெரிந்து பலர் புதினத்தில்தான் வாழ்கிறார்கள். நான் விதிவிலக்கல்ல. இதை ஒரு வண்டியின் கியர்இயக்கம்போல் நினைத்துக்கொள். இந்த இயக்கமே நமக்கும், உலகத்தின் கடுமையான யதார்த்தத்திற்கும் இடையில் இருக்கிறது. நீ உலகின் அத்தனை பிரச்சனைகளையும் எடுத்துக்கொண்டு, கியரின் இயக்கம் மூலம் அனைத்தும் ஒத்திசைந்து நன்றாகயிருக்கும்படி பார்த்துக்கொள்கிறாய். அப்படித்தான் உனது யாக்கையைப் பாதுகாக்கமுடியும். அர்த்தம் புரிகிறதா?"

சுமிரே தலையசைத்தாள். "நான் இன்னும் சரியாகப் புதினக்கட்டமைப்பிற்குள் பொருந்தவில்லை. அதுதானே சொல்லவருகிறாய்?"

"உனது பெரும்பிரச்சனை என்னவென்றால், நீ எவ்வகைப் புனைவிலிருக்கிறாய் என்பதை இன்னும் கண்டுகொள்ளவில்லை. உனக்குக் கதைக்களம் தெரியாது; இன்னும் பாணி முடிவுசெய்யவில்லை. உனக்கு இப்போதைக்குத் தெரிந்தது பிரதானக்கதாபாத்திரத்தின் பெயர் மட்டுமே. எப்படியிருந்தாலும் இந்தப்புதினம் நீ யாரென்பதை புதுப்பிக்கிறது. அதற்குக் கொஞ்சம்நேரம் கொடு, உன்னைத் தன் சிறகிற்குள் அது எடுத்துக்கொள்ளும், நீ புதுவுலகின் ஒருபகுதியைப் பார்க்கமுடியும். ஆனால் நீ இன்னும் அங்கு வரவில்லை, இதுவே உன்னை நிச்சயமற்றநிலைக்குக் கொண்டுசெல்கிறது."

"அதாவது நான் இயக்கத்தை எடுத்துவிட்டேன், ஆனால் இன்னும் புதிதாக அச்சாணி மாற்றாமலிருக்கிறேன் இதைத்தானே சொல்லுகிறாய்? மேலும் இயந்திரம் இயங்கிக்கொண்டேதான் இருக்கிறது. சரியா?"

"அதை எப்படியும் சொல்லலாம்."

சுமிரே தன் வழக்கமான கடுகடுமுகத்திற்கு மாறினாள், உறிஞ்சு குழலைத் தன் பானத்திலிருந்த பாவப்பட்ட பனிக்கட்டிகள்மேல் தட்டினாள். பிறகு என்னைப் பார்த்தாள்.

"நீ நிச்சயமற்றநிலை என எதைச்சொல்கிறாய் என்று புரிந்து கொண்டேன். நானும் சிலநேரங்களில் அப்படியே நினைக்கிறேன் - தனிமையாக. ஒருவித ஆதரவற்ற நிலை, உனக்குப்பழகிய அனைத்தும் உன்னிடமிருந்து பறிக்கப்படும் சமயத்தில் வரும் உணர்வு. புவியீர்ப்புவிசையே இல்லாததுபோல், என்னவோ என்னை வளிமண்டலத்தில் எங்கு போகிறோம் எனத் தெரியாமல் திரியவிட்டதைப்போல்."

"தொலைந்த சின்ன ஸ்புட்னிக் போல்?"

"அப்படித்தான் நினைக்கிறேன்."

"ஆனால் உனக்கு மியு இருக்கிறாள்" என்றேன்.

"இப்போதைக்கு இருக்கிறாள்."

சிலமணித்துளிகளுக்கு மௌனம் எங்களை ஆட்சிசெய்தது.

"மியுவும் இதுதான் வேண்டும் என்று நினைக்கிறாளா?" எனக் கேட்டேன்.

சுமிரே தலையசைத்தாள். "அப்படித்தான் நினைக்கிறேன். என்னளவில்தான் அவளும் இருப்பதாக"

"உடல்சார்ந்த உணர்வில்?"

"அதைச்சொல்வது கடினம். எனக்கு இன்னும் அது புலப்படவில்லை. அவளின் உணர்வுகள் என்னவென்பது. என்னையே நான் இழந்ததாக உணரச்செய்கிறது உடன் குழப்பவும் செய்கிறது."

"இது ஒரு தொன்மையான ஐயம்" என நான் கூறினேன்.

பதிலளிப்பதற்குப் பதில் சுமிரே முகம்சுளித்தாள்.

"உன்னைப் பொருத்தவரை நீ தொலைந்துபோகத் தயாரல்லவா?"

சுமிரே ஒருமுறை ஆமோதிப்பதைப்போல் தலையசைத்தாள். அவள் இதைவிட நிச்சயமாக இருந்திருக்கமுடியாது. எனது நாற்காலியில் அழுத்தமாக அமர்ந்து கைகளை என் தலைக்குப்பின்னால் கட்டிக்கொண்டேன்.

"இதற்கெல்லாம் பிறகு என்னை வெறுக்கத்துவங்கிவிடாதே" என்றாள். அவளது குரல் பழங்காலத்துக் கொடார்ட்டின் கருப்புவெள்ளை படம்போல் என் சுயநினைவிலிருந்து சற்றுத்தள்ளி இருந்தது.

"இதற்கெல்லாம் பிறகு நான் உன்னை வெறுக்கத் துவங்கமாட்டேன்."

மறுமுறை நான் சுமிரேவை இருவாரங்கள் கழித்து, ஒரு ஞாயிற்றுக்கிழமை, அவளுக்கு வீடு காலிசெய்ய உதவுவதற்காகச் சந்தித்தேன். அவள் திடீரென்று காலிசெய்ய முடிவசெய்திருந்தாள், நான் மட்டுமே அவளுக்கு உதவிக்கு வந்திருந்தேன். புத்தகங்களைத்தவிர அவளிடம் பெரிதாக ஏதுமில்லாததால், நாங்கள் ஆரம்பிக்கும் முன்பே வேலை முடிந்துவிட்டது. ஏழையாக இருப்பதில் இந்த நன்மையாவது இருக்கிறது.

நான் ஒரு நண்பரின் சின்ன டொயோட்டா வண்டியை வாங்கியிருந்தேன், அவளின் சாமான்களை மாற்றுவதற்காக. அவற்றை யோயோகி-உஎஹராவில் உள்ள அவளின் புதுவீட்டிற்கு மாற்றினேன். இந்த வீடு ஒன்றும் புதிதாகவோ, பார்ப்பதற்கு அருமையாகவோ இல்லை, ஆனால் கிச்சிஜோஜியில் அவளின் பழைய மரவீட்டை ஒப்பிட்டால் (என்றோ வரலாற்றுத்தளங்களின் பட்டியலில் அது இடம்பெற்றிருக்கவேண்டும்) இது நிச்சயம் ஒருபடி மேல். மியுவின் ஒரு மனை பரிந்துரைக்கும் நண்பர் இந்த இடத்தைக் கண்டறிந்துள்ளார், வசதியான குடியமைப்புப்பகுதியாக இருப்பினும், வாடகை நியாயமாகவும், சாளரவழிக் காட்சிகள் பிரமாண்டமாகவும் இருந்தது. பழைய இடத்தைவிட இருமடங்கு பெரியது. நிச்சயம் சிறப்பான மாற்றமே. யோயோகி பூங்காவினருகில் இருந்தது, அவளுக்குத்தோன்றினால் ஒருநடைக்குச் செல்லலாம்.

"அடுத்தவாரம்முதல் நான் வாரத்திற்கு 5 நாள் வேலை செய்யப்போகிறேன்," என்றாள். வாரத்தில் மூன்று என்பது

இங்குமில்லாமல் அங்குமில்லாமல் இருக்கிறது, உடன் வேலைக்குத் தினமும் போய்க்கொண்டிருந்தால், பயணம் எளிதாகிவிடும். நான் வாடகை வேறு இப்போது அதிகமாகக் கட்டவேண்டியிருக்கிறது. மியு கூறினாள், நான் முழுநேர ஊழியரானால் நன்றாக இருக்குமென. நான் வீட்டில் உட்கார்ந்தாலும் எழுதப்போகிறேன் என்றெல்லாம் இல்லை."

"நல்ல திட்டமாகவே தோன்றுகிறது," என்றேன்.

"தினமும் வேலைசெய்தால் எனது வாழ்க்கையும் கொஞ்சம் சீர்பெற்றுவிடும், நான் உன்னை அதிகாலை 3.30 மணிக்கு அழைக்கமாட்டேன். அது நல்ல விஷயமில்லையா?"

"அருமையான விஷயமே," என்றேன் "ஆனால் நீ என்னைவிட்டு அவ்வளவு தொலைவில் இருக்கப்போகிறாய் என்பது என்னை வருந்தச்செய்கிறது."

"உண்மையாகவே சொல்கிறாயா?"

"ஆமாம். என் இதயத்தைக் கிழித்துக் காண்பிக்கட்டுமா?"

அவளின் புதுவீட்டில் நான் வெறுந்தரையில் அமர்ந்திருந்தேன், சுவரில்சாய்ந்து. சுமிரேவிடம் சாமான்கள் சொற்பமாயிருந்ததால், புது இடம் வெறிச்சோடி இருந்தது. சாளரங்களில் திரைச்சீலைகள் இல்லை. புத்தக அலமாரியில் வைக்கமுடியாத புத்தகங்கள் தரையில் குவிக்கப்பட்டு, புத்திசாலி அகதிகளின் கும்பல்போல் கிடந்தது. ஒரு முழுநீளக் கண்ணாடி, மியுவின் புதுமனை பரிசு மட்டும் தனித்துத்தெரிந்தது. காக்கைகளின் கரைச்சல் பூங்காவிலிருந்து அந்திமாலைத்தென்றலின் வழியே வந்துகொண்டிருந்தது. சுமிரே என்னருகில் அமர்ந்தாள். "உனக்கு ஒன்று தெரியுமா?" என்றாள்.

"என்ன?"

"நான் ஒன்றுக்கும் உதவாத லெஸ்பியனாக இருப்பின், அப்போதும் என் நண்பனாக இருப்பாயா?"

"நீ ஒன்றுக்கும் உதவாத லெஸ்பியனா இல்லையா என்பதெல்லாம் பொருட்டே கிடையாது. பாபி டாரினின் (Bobby Darin) அனைத்து சிறந்த பாடல்களின் தொகுப்பை, 'மாக் தி நைஃப்' இல்லாமல் கற்பனைசெய்துபார். நீ இல்லாமல் என் வாழ்வு அப்படித்தான் இருக்கும்."

ஸ்புட்னிக் இனியாள் | 85

சுமிரே கண்களைச்சுருக்கி என்னைப் பார்த்தாள். "எனக்கு உனது உருவகம் புரிகிறதா என்று சொல்லத் தெரியவில்லை, ஆனால் நீ தனியாக உணர்வாய் என்றல்லவா கூறுகிறாய்?"

"ஆம் அப்படித்தான் என்று வைத்துக்கொள்," என்றேன் நான்.

*

சுமிரே தனது தலையை என் தோள்மீது சாய்த்துக்கொண்டாள். அவள் முடியை ஓர் ஊக்கு கவ்விக்கொண்டிருந்தது. அவளின் சிறிய, வடிவான காதுகளை என்னால் பார்க்கமுடிந்தது. அத்தனை அழகான காதுகள் இந்தநொடிதான் படைக்கப்பட்டதைப் போலிருந்தன. மென்மையான, எளிதில் காயம்படக்கூடிய காதுகள். அவளின் மூச்சை என்னுடைய ஸ்பரிசத்தில் உணரமுடிந்தது. அவள் பிங்க்நிறத்தில் குட்டைக்கால்சட்டையும், மங்கிய அடர்நீல மேல்சட்டையையும் அணிந்திருந்தாள். அவளுடைய சின்னமுலைகளின் வரைகோடு அந்தச்சட்டை வழியே தெரிந்தது. சிறிதளவு வியர்வை மணம். அவளுடையது என்னோடு மெலிதாகக்கலந்திருந்தது.

அவளைக் கட்டியணைக்கவிழைந்தேன். ஆசை என்னை இழுக்க அப்போதே அவளைத் தரையில் தள்ளவேண்டும் போலிருந்தது. ஆனால் அது தேவையற்ற செயல் என்றறிவேன். சட்டென்று மூச்சுவிடக் கஷ்டமாயிருந்தது, என் கண்கள் சுருங்கின. நேரம்கழியும் வழியை மறந்து, விரயமாகிக்கொண்டிருந்தது. ஆசை என் கால்களுக்கு இடையில் வீங்கியது, பாறையைப்போல் உறுதியாக. நான் குழம்பி, திக்குமுக்காடினேன். என்னை நான் கட்டுப்படுத்த முயற்சித்தேன். நுரையீரல் முழுக்கச் சுத்தமானகாற்றைச் சுவாசித்தேன், கண்களைமூடி, அந்தப் புலப்படாத இருளுக்குள் எண்களை எண்ணினேன். காமம் இன்னும் அதிகமாக மோத, கண்களில் நீர்வழிந்தது.

"எனக்கும் உன்னைப்பிடிக்கும்," என்றாள் சுமிரே. "இந்தப் பெரிய உலகில், அனைவரைக்காட்டிலும்."

"மியுவிற்குப்பிறகு, அப்படித்தானே?" என்றேன்.

"மியுவின் கதை வேறு."

"அதெப்படி?"

"அவளிடம் இருக்கும் உணர்வு வேறு, உன்னிடம் இருப்பது வேறு. என்ன சொல்கிறேன் என்றால்... ம். எப்படிச் சொல்வது?"

“எங்களைப்போன்ற ஒன்றுக்கும் உதவாத வேற்றுப்பாலினச் சேர்க்கையாளர்கள் இதற்குப் பெயர் வைத்திருக்கிறார்கள்,” என்றேன். “இதைக் காமம் என்போம்.”

சுமிரே சிரித்தாள். “நான் நாவலாசிரியை ஆவதைத்தவிர, பெரிதாக எதையும் வேண்டியதில்லை. நான் எப்போதும் இருப்பதை வைத்துக்கொண்டு நிறைவாக இருந்தேன். ஆனால், இப்போது எனக்கு மியு வேண்டும். மிகவும் அதிகமாக. அவளுடன் இருக்கவேண்டும். என்னுடையவளாக ஆக்கிக்கொள்ளவேண்டும். எப்படியாவது. வேறுவழியேயில்லை. ஒருவழிகூட இல்லை. ஏன் இப்படி நடந்தது என்று தெரியாது. அர்த்தம்... புரிகிறதா?”

நான் தலையசைத்தேன்.

எனது குறி இன்னும் திடமாக நின்றிருந்தது, சுமிரே பார்த்துவிடக் கூடாதென நான் வேண்டிக்கொண்டிருந்தேன்.

“க்ரோச்சோ மார்க்ஸின் (*Groucho Marx*) அருமையான வாக்கியம் நினைவிற்கு வருகிறது,” என்றேன். “என்மீது அத்தனை ஆழமான காதலில் இருப்பதால் அவளுக்கு ஏதும் தெரியாது. அதனால்தான் அவள் என்னைக் காதலிக்கிறாள்.”

சுமிரே நகைத்தாள்.

“உனக்கு எல்லாம் நல்லபடியாக நடக்கும் என நம்புகிறேன்,” என்றேன். “ஆனால் முடிந்தவரை விழிப்போடிரு. இன்னும் எளிதில் காயமடையக்கூடிய விதத்தில்தான் நீ இருக்கிறாய். மறந்துவிடாதே.”

ஒருவார்த்தைகூட சொல்லாமல் சுமிரே எனது கைகளைப் பற்றி, மெதுவாக அழுத்தினாள். அவளின் சிறிய, மிருதுவான கரங்கள், அதில் வியர்வையின் பிரகாசம். எனது திடமான ஆண்குறியை அவள் அழுத்துவதாகக் கற்பனை செய்துகொண்டேன். நான் அதை நினைத்துப்பார்க்கக்கூடாதென நினைத்தேன், ஆனால் முடியவில்லை. சுமிரே சொன்னதுபோல், வேறுவழியே இல்லை. அவளின் மேலாடை களையும், உள்ளாடைகளையும் கழற்றுவதாகக் கற்பனை செய்துகொண்டேன். அவளின் உறுதியான, இறுகிய முலைக்காம்புகளை எனது நாவினடியில். அவளின் கால்களை மெதுவாகப்பிரித்து, அவளின் ஈரத்திற்குள், பிறகு மெல்ல அதனுள்ளிருக்கும் ஆழந்த இருளுக்குள் நுழையவிரும்பினேன். அது என்னைக் கவர்ந்து, சுற்றி மூடிக்கொண்டு, பின் தூக்கியெறிந்தது... இந்த மாயை என்னைப் பற்றிக்கொண்டு விடாமல் படுத்தியது.

நான் என்னை மூடி, சில உருவமற்ற மணித்துளிகள் என்னைச் சுத்திகரிக்கக்காத்திருந்தேன். எனது முகம் தரையை நோக்க, வெப்பக்காற்று என்னுடைய தலைமேலும், என்னைத் தாண்டியும் வீச நான் பொறுமையாகக் காத்திருந்தேன்.

"நாம் ஏன் ஒன்றாக இரவுணவு அருந்தக்கூடாது?" என்றாள். ஆனால் இரவல் வாங்கிய வண்டியை ஹினோவிற்கு இரவிற்குள் எடுத்துச்செல்லவேண்டும். அதையெல்லாம்தாண்டி எனது உக்கிரமான தூண்டுதலுடன் நான் தனியே இருக்கவேண்டும். நான் சுமிரேவுடன் இப்போது இருப்பதைவிட இன்னும் அதிக நெருக்கத்திலிருக்க விரும்பவில்லை. இப்படி அவள் என்னருகில் இருந்தால், எத்தனைநேரம் என்னைக் கட்டுப்படுத்த முடியும் என்று தெரியவில்லை. இன்னும் சில எல்லைகளைக் கடந்தால், நான் நிச்சயம் கட்டுப்பாட்டை இழந்துவிடுவேன்.

"சரி, நான் கொஞ்சநாளில் உனக்கு நல்ல இரவுணவு வாங்கித் தருகிறேன். மேசைவிரிப்பு, ஒயின் உட்பட. முடிந்தால் அடுத்தவாரம்," நான் அங்கிருந்து கிளம்பும்நேரம் சுமிரே எனக்கு வாக்களித்தாள். "உன் நேரத்தை எனக்காக அடுத்தவாரம் வைத்துக்கொள்."

"சரி" என்றேன்.

நான் போகும்போது அந்த முழுநீளக்கண்ணாடியில் என்னுடைய முகத்தைப் பார்த்துக்கொண்டேன். அதில் ஒருவிதமான உணர்ச்சியிருந்தது. என்னுடைய முகம்தான், ஆனால் இந்த உணர்ச்சி எங்கிருந்து வந்தது? பின்னோக்கிப்போய், ஆராயத்தோன்றவில்லை.

சுமிரே தனது புதுவசிப்பிடத்தின் வாயில்வரை என்னை வழியனுப்பவந்தாள். என்னிடம் கையசைத்தாள், அது அவள் அரிதாகச்செய்வது.

இறுதியில் வாழ்க்கையின் பல அழகான வாக்குறுதிகள்போல், அந்த உலவிரவு நடக்கவேயில்லை. ஆகஸ்ட்மாதத்துவக்கத்தில் அவளிடமிருந்து ஒரு நீண்ட கடிதம் வந்தது.

6

அந்த உறையின்மேல் வண்ணங்கள் நிறைந்த நீளமான தபால்தலை இருந்தது, அதில் ரோமின் முத்திரை குத்தப்பட்டிருந்தது. இருந்தாலும் எப்போது அது அனுப்பப்பட்டது என்பதை என்னால் கண்டுபிடிக்கமுடியவில்லை.

அந்தக் கடிதம் வந்த நாளன்று, பலநாள் கழித்து நான் ஷிஞ்சுக்கு போயிருந்தேன். கினோகுனியா புத்தகக்கடையில் சில புதுப்புத்தகங்களை எடுத்துக்கொண்டேன். மற்றும் ஒரு லுக் பெஸோன் படத்தைப்பார்த்தேன். அதன்பிறகு நான் ஒரு பீர்கூடத்திற்குச் சென்று நெத்திலிமீன், பீட்சா மற்றும் ஒரு கோப்பை பிளாக்பீர் சுவைத்து மகிழ்ந்தேன். போக்குவரத்துநெரிசல் துவங்க இன்னும் சிறிதுநேரம் இருக்கும்போது, நான் சியோ லைனில் ஏறி குனிடாச்சியில் இருக்கும் எனது வசிப்பிடம்வரும்வரைக்கும், எனது புதிய புத்தகங்களில் ஒன்றைப்படித்தேன். எளிய உணவைத் தயாரித்துவிட்டு, நான் தொலைக்காட்சியில் கால்பந்தாட்டம் பார்க்கத் திட்டமிட்டிருந்தேன். கோடைவிடுமுறையைக் கழிக்கச் சிறந்தவழி அதுவே. கதகதப்பு, தனிமை, சுதந்திரம், யாருடைய தொந்தரவுமின்றி, யாரையும் தொந்தரவுசெய்யாமல்.

நான் வீட்டிற்குத் திரும்பியபோது, தபால்பெட்டியில் ஒரு கடிதமிருந்தது. அதன் உறையில் அனுப்புனர் பெயர் இல்லை, ஆனால் ஒரேபார்வையில், அந்தக் கையெழுத்து சுமிரேவுடையது எனச் சொல்லமுடிந்தது. தொன்மையான எகிப்துச்சித்திரம் போன்ற கையெழுத்து. கச்சிதம், அழுத்தம், உறுதி. எகிப்து பிரமிடுகளினுள்ளே கண்டுபிடிக்கப்பட்ட வண்டுகளை அது நினைவுபடுத்தியது. மெல்ல ஊர்ந்து, வரலாற்றின் இருண்ட பக்கங்களுக்குள் தன்னை அது மறைத்துக்கொள்ளும் என்பதுபோல்.

ரோம்?

பல்பொருள்அங்காடியில் வாங்கிவந்த உணவை குளிர்சாதனப் பெட்டியில் எடுத்து வைத்துவிட்டு, எனக்காக ஓர் உயரமான கண்ணாடிக்கோப்பையில் குளிர்ந்ததேநீரை ஊற்றிக்கொண்டேன். சமையலறையில் இருந்த நாற்காலியில் அமர்ந்து, தபால்உறையைச் சிறியகத்திகொண்டு கிழித்து, அஞ்சலை படித்தேன். ரோமைச்சேர்ந்த எக்ஸ்லைசர் ஹோட்டலின் முத்திரையிட்ட ஐந்துதாள்களில், நெருக்கமான மிகச்சிறிய எழுத்துகளில் நீலநிறமையால் எழுதப்பட்டிருந்தது. இந்தளவு எழுதக் கண்டிப்பாக நிறைய நேரமாகியிருக்கும். கடைசிப்பக்கத்தின் ஒரு மூலையில் ஒரு கறை – காபியாக இருக்கலாம்.

எப்படியிருக்கிறாய்?

என்னால் கற்பனை செய்யமுடிகிறது, உனக்கு ரோமில் இருந்து திடீரென வந்திருக்கும் இந்தக்கடிதம் ஆச்சரியத்தை ஏற்படுத்தியிருக்கும். ஆனால் நீயோ வெகுஎளிதில் உணர்ச்சிவசப்படாதவன், அதனால் உன்னை ஆச்சரியப்படுத்த ரோமைவிட அதிகமாக ஏதாவது வேண்டும். ரோம் ஒரு சுற்றுலாத்தலமே. க்ரீன்லேண்ட், திம்புக்டூ அல்லது மெக்கலன்னின் ஜலசந்தியாகவாவது இருக்கவேண்டுமில்லையா? ஒன்றுசொல்லட்டுமா, எனக்கே நான் ரோமில் இருக்கிறேன் என்பதை நம்பமுடியவில்லை.

எது எப்படியோ, நாம் திட்டமிட்டபடி இரவுணவிற்கு வெளியே போகமுடியாததற்கு மன்னிக்கவும். நான் வீடுமாற்றிய சிலநாட்களிலேயே இந்த ஐரோப்பியப்பயணம் எதிர்பாராமல் வந்துவிட்டது. சிலநாட்களுக்கு ஒரே குழப்பம்தான் – கடவுச்சீட்டு வாங்குவது, பெட்டிகள் வாங்குவது, நான் ஆரம்பித்த சிலவேலைகளை முடிப்பதென்று. எனக்கு ஞாபகமறதி அதிகம் என்பதைப்பற்றி உனக்குச் சொல்லவேண்டியதில்லை, சரியா? ஆனாலும் முடிந்தவரைக்கும் என்னுடைய வாக்குறுதிகளைக் காப்பாற்ற முயல்வேன். ஞாபகத்தில் உள்ளதையாவது. அதனாலேயே நான் உன்னுடன் உலவிரவு செல்லமுடியாமல் போனதற்கு வருந்துகிறேன்.

எனக்கு என் புதுவீடு பிடித்திருந்தது. வீடுமாற்றம் என்பது ஒரு தொல்லை. (முக்கால்வாசி வேலையை நீதான் செய்தாய் என்பதையறிவேன், அதற்காக நான் உன்னிடத்தில்

90 | ஹருகி முரகாமி

கடமைப்பட்டுள்ளேன்; இருப்பினும் வீடுமாற்றம் ஒரு தொல்லையே), ஆனால் மாறியபிறகே அந்தச்சுகத்தை நான் இழந்திருப்பது புரிந்தது. என்னுடைய புதுக்குடியிருப்பில் கிச்சிஜோஜியில் உள்ளதுபோல் சேவல்கள் கூவுவதில்லை அதற்குப்பதில் கிழவியின் புலம்பலைப்போல் காகங்கள் மோசமாகக்கரைகின்றன. வைகறையில் யோயோஜி பூங்காவில் கூட்டமாகக்கூடி உலகமே அழிந்துவிட்டதுபோல் அவை கத்தும். அலாரமே தேவையில்லை. இந்த மோசமான சத்தமே போதும். அதனால் இப்போது நான் சீக்கிரம் தூங்கி - சீக்கிரம் எழுகிறேன், ஒரு விவசாயியைப்போல். ஒருவரைக் காலை 3.30 மணிக்கு எழுப்பினால் எப்படி இருக்கும் என்பதை இப்போது நான் புரிந்துக்கொள்ளத்துவங்கியிருக்கிறேன். அதாவது, துவங்கியிருக்கிறேன், நினைவில்கொள்.

ரோமின் சாலைகளில் உள்ள திறந்தவெளி உணவகத்தில் நான் அமர்ந்து, சாத்தானின் வியர்வைபோல் அடர்த்தியாக இருக்கும் எஸ்பிரெஸ்ஸோவை உறிஞ்சிக்கொண்டிருக்கிறேன், உடன், எனக்குள் நான் நானாயில்லை என்ற விசித்திர எண்ணமும். இதை வார்த்தைகளில் சொல்வது கடினம், ஆனால் நான் ஆழ்ந்து தூங்கிக்கொண்டிருந்தது போலும், அப்போது யாரோ வந்து, என்னைப் பிரித்துபோட்டு, அவசரஅவசரமாக இணைத்ததைப்போல்... இது அத்தகைய உணர்வு. நான் என்ன சொல்கிறேன் என்று புலப்படுகிறதா? என் கண்கள் என்னைப் பழைய நான் என்கிறது, ஆனால் ஏதோவொரு மாற்றம். எனக்கு 'பழைய என்னை' ஞாபகமிருக்கிறது என்றில்லை. விமானத்தில் இருந்து இறங்கியதுமுதல் என்னால் இந்த நிசர்சனமான மறுகட்டமைப்பு மாயையைப் புறந்தள்ளமுடியவில்லை. மாயை? அப்படித்தான் என்று நினைக்கிறேன்.

இங்கே அமர்ந்து என்னை நானே கேட்டுக்கொள்கிறேன், "ஏன் ரோமில், அத்தனை இடங்கள் இருக்கும்போது?" என்னைச்சுற்றியுள்ள அனைத்தும் மெய்மையற்றதாகத் தெரிகிறது. நிச்சயமாக எப்படி நான் இங்கு வந்தேன் எனப் பின்னோக்கி நகர்ந்தால் என்னால் விளக்கமளிக்க முடியும், ஆனால் மனதளவில் ஒத்துக்கொள்ள முடியவில்லை. இங்கு இருக்கும் நானும், நான் நினைத்துக்கொண்டிருக்கும் நானும் ஒத்துப்போகவேயில்லை. இன்னும் சரியாகச் சொன்னால், நான் இங்கிருக்கும் அவசியமேயில்லை,

ஆனால் இங்கிருக்கிறேன். நான் புலப்படாதவிதத்தில் கூறுகிறேன் என்பது எனக்குத்தெரியும், ஆனால் நீ என்னைப் புரிந்துகொள்வாய் அல்லவா?

ஒருவிஷயம் மட்டும் என்னால் உறுதியாகச் சொல்லமுடியும்: என்னுடன் நீ இங்கிருந்தால் நன்றாயிருக்கும். மியு என்னோடு இருந்தாலும்கூட, உன்னைவிட்டு வெகுதொலைவில் இருப்பதால் தனிமையாக உணர்கிறேன். நாம் இன்னும் அதிகத் தொலைவிலிருந்தால் நான் இன்னும் தனிமையாக உணர்ந்திருப்பேன். நீயும் அப்படியே உணர்வாய் என்று நினைக்கிறேன்.

எது எப்படியோ, நானும், மியுவும் ஐரோப்பாவைச் சுற்றிவருகிறோம். அவள் சில வணிகவிஷயங்களைக் கவனிக்கத் தனியாக இரு வாரங்கள் ப்ரான்ஸ் மற்றும் இத்தாலிக்குச் செல்லப்போவதாகத் திட்டமிட்டிருந்தாள், ஆனால் என்னை அவளுடன் உதவியாளராக வரும்படி கேட்டுக்கொண்டாள். அவள் திடீரென ஒருகாலை இதைச்சொல்லி என்னை முழுமையான ஆச்சரியத்தில் தள்ளினாள். அவளுக்கு நானொன்றும் பெரிதாக உபயோகமாக இருப்பதாக எனக்குத் தெரியவில்லை. இருப்பினும் இந்தப் பயணஅனுபவம் எனக்கு நல்லது செய்யும். மியு நான் புகைப்பதை விட்டதற்காக, இந்தப்பயணம் அவள் கொடுக்கும் பரிசு என்கிறாள். நான் அனுபவித்த வலிகள் அனைத்தும் இறுதியில் பயனளித்துள்ளது.

நாங்கள் முதலில் மிலனில் இறங்கி, சுற்றிப்பார்க்கச் சென்றோம், பிறகு ஒரு நீலநிற ஆல்பா ரோமியோவை வாடகைக்கு எடுத்துக்கொண்டு, தெற்கு நோக்கியிருக்கும் ஆடோஸ்ட்ராடாவிற்குக் கிளம்பினோம். டஸ்கோனியில் உள்ள திராட்சை தோட்டங்கள் சிலவற்றைப் போய்ப்பார்த்தோம், பின் வேலையை முடித்து சிலஇரவுகள் வசீகரமான ஒரு குட்டிவிடுதியில் தங்கியிருந்தோம், அதன்பிறகு ரோமிற்கு வந்துசேர்ந்தோம்.

பரிவர்த்தனைகள் அனைத்தும் ஆங்கிலத்திலோ, ப்ரெஞ்சிலோ இருப்பதால் எனக்கு அதிகம் வேலையில்லை, இருந்தாலும், எனது இத்தாலியமொழி அன்றாடவேலைகளில் கைகொடுக்கிறது. ஒருவேளை ஸ்பெயினுக்குச் சென்றிருந்தால்

(துரதிஷ்டவசமாக இந்தப்பயணத்தில் அது நிகழவில்லை) நான் மியுவிற்கு இன்னும் மிக உதவியாக இருந்திருப்பேன்.

நாங்கள் வாடகைக்கு எடுத்த ஆல்பா ரோமியோவில் தானியங்கிவசதி இல்லாததால், என்னால் எந்தப்பயனும் இல்லை. மியுவே மொத்தமாக ஓட்டினாள். அவள் பலமணிநேரங்கள் அலட்டிக்கொள்ளாமல் ஓட்டுகிறாள். டஸ்கேனியோ மலைப்பாதைகளாகவும், வளைவுகள் நிறைந்தும் உள்ளது, அவள் எத்தனை இயல்பாகக் கியரை மாற்றினாள்; அவள் ஓட்டுவதைப் பார்த்தது (கேலிக்குச் சொல்லவில்லை) என்னை மீண்டும் நடுங்கச்செய்தது. ஜப்பானை விட்டுத் தொலைவில், அவளருகில் இருப்பதே எனக்குப் போதுமான மனநிறைவையளிக்கிறது. இப்படியே என்றென்றைக்குமாக இருக்கமுடிந்துவிட்டால்.

அடுத்தமுறை, நாங்கள் இத்தாலியில் சாப்பிட்ட அற்புதமான உணவையும் ஒயினையும் பற்றி எழுதுகிறேன்; இப்போது அதை எழுதப் பலமணிநேரம் எடுக்கும். மிலனில் நாங்கள் ஒவ்வொருகடையாக நடந்து பொருட்கள் வாங்கினோம். உடைகள், காலணிகள், உள்ளாடைகள். சில இரவுஆடைகள் தவிர (எனதை எடுத்துக்கொள்ள மறந்துவிட்டேன்), நான் பெரிதாக எதுவும் வாங்கவில்லை. என்னிடம் நிறையப் பணமில்லை, அங்கு அத்தனை அழகான பொருட்கள் இருந்தன, எனக்கு எங்கு துவங்கவேண்டுமென்றே தெரியவில்லை. இதுபோன்ற சூழ்நிலைகளில்தான், நான் முடிவிற்கு வரமுடியாமல் தவிப்பேன். மியு பொருட்கள் வாங்கும்போது அவளுடன் இருப்பதே போதுமானது. பொருள்வாங்குவதில் அவள் வல்லவள். அருமையானவற்றை மட்டும் பார்த்துப்பார்த்து, தேவையான சிலவற்றை மட்டும் வாங்குவாள். உணவின் ருசியானபகுதி மட்டும் சுவைப்பதுபோல். அறிவும் அழகும். மிக விலையுயர்ந்த பட்டால் செய்த காலணிகளையும், உள்ளாடைகளையும் அவள் வாங்குவதைப் பார்த்தபோது எனக்கு மூச்சுமுட்டியது. என் நெற்றியில் வியர்வை சொட்டியது.

நீ நினைக்கும்போது இது மிகவும் விநோதமாக இருக்கலாம். மொத்தத்தில் நானும் ஒரு பெண். பொருட்கள் வாங்குவதைப்பற்றி எழுதியது போதும்

– அவை அனைத்தையும் பற்றி எழுதினால் இது நீண்டுகொண்டேபோகும்.

விடுதிகளில் நாங்கள் தனித்தனி அறைகளில்தான் தங்கினோம். மியு அதை வலியுறுத்தினாள். ஒருமுறைமட்டும் ஃப்ளோரசாவில் முன்பதிவில் ஏற்பட்ட குழப்பத்தால், நாங்கள் ஒரே அறையில் இருந்தோம். அந்த அறை இரண்டு படுக்கைகளைக்கொண்டது. ஆனால் ஒரே அறையில் அவளுடன் இருக்கமுடிந்ததே என் மனதிற்குக் கிளர்ச்சியூட்டியது. அவள் குளித்துவிட்டு ஒருதுண்டை சுற்றிக்கொண்டு வருவதையும், உடைகளை மாற்றுவதையும் பார்த்தேன். இயல்பாகவே, அவளைப் பார்க்காமல் புத்தகம் படிப்பதுபோல் நான் பாசாங்குசெய்தேன், என்றாலும் அவளைப் பார்த்துக்கொண்டுதான் இருந்தேன். மியு நிஜமாகவே மிகவும் வனப்பாக இருந்தாள். அவள் முழு நிர்வாணமாக இல்லை, சிறிய உள்ளாடை அணிந்திருந்தாள். இருந்தாலும் அவளுடைய மேனி என்னைப் பெருமூச்சுவிடவைக்கப் போதுமானதாக இருந்தது. மிக ஒல்லியான, இறுகிய பிருஷ்டம், முற்றிலும் கவர்ச்சியான பெண். நீ அவளைப் பார்த்திருக்கலாம் என்று விரும்புகிறேன் – இதைச் சொல்வது சற்று வினோதமாக இருந்தாலும்.

நான், அந்த மிக மெலிந்தவுடலால் கட்டியணிக்கப்படுவதாகக் கற்பனை செய்துகொண்டேன். எல்லாவிதமான ஆபாச எண்ணங்களும் நான் அவளுடன் அவ்வறையில் என் படுக்கையில் படுத்திருக்கும்போது வந்தது, இந்த உணர்வுகள் என்னை மெதுவாக வேறொரு இடத்திற்குத் தள்ளுவது போலிருந்தது. நான் சற்றதிகமாக மோகங்கொண்டேன் என நினைக்கிறேன், அன்றிரவே எனக்கு மாதவிடாய் தொடங்கிவிட்டது, வழக்கத்தைவிட மிகச் சீக்கிரமாக. என்னவொரு வலி. ம்ம். உன்னிடம் சொல்வதால் வலி போகப்போவதில்லை என்பதையறிவேன். நான் சொல்வதைத் தொடர்கிறேன் – அனைத்தையும் காகிதத்தில் கொட்டுவதற்காக.

நேற்றிரவு, ரோமில் நாங்கள் ஒரு இசைநிகழ்ச்சியில் கலந்துகொண்டோம். நான் பெரிதாக எதுவும் எதிர்பார்க்கவில்லை. அது இசைக்கச்சேரிகளுக்கான காலம் கிடையாதென்பதால். என்றாலும் ஓர் அசாதாரணமான

நிகழ்ச்சியை ரசித்தோம். மார்தா அர்கேரிச் இசைத்த லிசிட்ஸ்ன் (*Listz*) பியனோ கச்சேரி எண் 1. எனக்கு அது பிடித்தமான பகுதி. அதை நடத்தியவர் கியூசெப்பே சினோபோலி. என்ன அற்புதமான நிகழ்ச்சி அது! இவ்வகை இசையைக் கேட்கும்போது, சலிப்பே ஏற்படாது - விரிவான அனுபவத்தைத் தரக்கூடிய, நான் கேட்டதிலேயே அருமையான சங்கீதம். இப்போது நினைத்தால் என் ரசனைக்கு அது சற்றே மிக அதிகம் பூர்ணமானது. லிசிட்ஸ் எப்போதும் நழுவலாகவும், துள்ளலாகவும் இருக்கவேண்டும் - கிராமியஇசை போல. கடினமான இடங்களை எடுத்துவிட்டு என்னைச் சிலிர்ப்படையச்செய்தால் - அதுவே எனக்குப் பிடிக்கும். எனக்கும், மியுவிற்கும் இந்த விசயத்தில் ஒத்துப்போனது. விவால்டியின் நிகழ்வு வெனிஸில் நடக்கிறது, அங்கே நாங்கள் போவது பற்றிப் பேசிக்கொண்டிருக்கிறோம். நீயும், நானும் இலக்கியம் குறித்துப் பேசுவதுபோல், நானும் மியுவும் இசை குறித்துப் பேசுகிறோம், காலநேரம் தெரியாமல்.

இந்தக்கடிதம் மிக நீளமாகிவிட்டது, இல்லையா? பேனாவை எடுத்து எழுத ஆரம்பித்தால் பாதியில் என்னால் நிறுத்தமுடிவதில்லை. நான் எப்போதும் அப்படித்தான். நன்றாக வளர்க்கப்பட்ட பெண்கள், தங்களுக்குக் கிடைக்கும் வரவேற்பை, துஷ்பிரயோகம் செய்யமாட்டார்கள் என்று சொல்வார்கள், எழுத்து என்று வந்தால் (எழுத்தில் மட்டுமில்லை) என் நடத்தை மிகவும் மோசமாகவுள்ளது. வெள்ளைச்சட்டை போட்ட உணவகப்பணியாளன் என்னை வெறுப்படைந்து பார்த்துக்கொண்டிருக்கிறான். என்னுடைய கையும் களைத்து விட்டது என்று ஒத்துக்கொள்கிறேன். தவிர, காகிதங்கள் வேறு தீர்ந்துவிட்டன.

மியு தனது பழைய நண்பரை சந்திக்க வெளியில் சென்றிருக்கிறாள். நான் எங்கள் விடுதியினருகில் உள்ள தெருக்களில் அலைந்துவிட்டு, இங்கு ஓய்வெடுக்கலாம் என்று வந்தேன் ஆனால் பரபரப்பாக உனக்குக் கடிதம் எழுதிக்கொண்டிருக்கிறேன். எனக்குப் பாலைவனத்தில் இருந்துகொண்டு செய்திகளைக் குப்பியில் அனுப்புவதுபோல் உள்ளது. விசித்திரமான விஷயம் யாதெனில், நான் மியுவுடன் இல்லையென்றால் எங்கும் செல்ல மனம்வரமாட்டேன் என்கிறது. இத்தனைதூரம் ரோம் வந்திருக்கிறேன் (திரும்பி

இங்கு நான் வருவது சந்தேகமே), இருந்தும் இங்கிருந்து எழுந்து சென்று, அந்தத் தொன்மையான இடிபாடுகளையோ - அதை என்னவென்று சொல்வார்கள்? - புகழ்பெற்ற நீரூற்றுகளையோ பார்க்கபோகமுடியவில்லை அல்லது ஒரு கடைவீதிக்குக்கூடச் செல்ல மனமில்லை. இந்தக் காபிக்கடையிலேயே அமர்ந்து, நகரத்தின் நறுமணத்தை நாய்போல் முகர்ந்துகொண்டு, குரல்களையும் சத்தங்களையும் கேட்டுக்கொண்டு, என்னைத் தாண்டிச்செல்லும் முகங்களைப் பார்த்துக்கொண்டிருக்க நினைக்கிறேன்.

திடீரென்று நான் உன்னிடம் இந்தக்கடிதத்தின் துவக்கத்தில் சொன்ன - என்னைக் கட்டமைத்ததுபோன்ற விசித்திர உணர்வு - மறையத் தொடங்கியுள்ளது. இப்போது என்னைப் பெரிதாகப் பாதிக்கவில்லை. உன்னை நடுநிசியில் அழைத்து, பிறகு உன்னிடம் பேசிமுடித்துவிட்டு, தொலைபேசி மையத்தில் இருந்து வெளியேறுவதுபோல். ஒருவேளை நீ அதுபோன்ற ஒரு விளைவை எனக்குள் ஏற்படுத்துகிறாயா? நீ என்ன நினைக்கிறாய்? எது எப்படியோ, என் சந்தோசத்திற்காகவும், சுகத்திற்காகவும் வேண்டிக்கொள். உன் வேண்டுதல்கள் எனக்குத் தேவை.

இப்போதைக்கு விடைபெற்றுக்கொள்கிறேன்.

***பின்குறிப்பு:** நான் ஆகஸ்ட் 15 போல் திரும்பிவிடுவேன். நான் சொன்னதைப்போல், நாம் அதன்பிறகு இரவு உணவருந்த போகலாம் - கோடை முடிவதற்குமுன்.*

ஐந்து நாட்கள் கழித்து இரண்டாம் கடிதம் வந்தது, ஒரு பெயர்தெரியாத சின்ன ஃபிரெஞ்சு கிராமத்திலிருந்து. முதல் கடிதத்தைக் காட்டிலும் சின்னது. மியுவும், சுமிரேவும் தங்களின் வாடகைவண்டியை ரோமில் விட்டு, ரயிலில் வெனிஸ் போயிருக்கிறார்கள். அவர்கள் அங்கு இருநாட்கள் தொடர்ந்து விவால்டி கேட்டுள்ளனர். பல நிகழ்ச்சிகள், விவால்டி பாதிரியாராகப் பணிபுரிந்த தேவாலயம் அவற்றை நடத்தியது. “இன்னும் ஆறுமாதங்கள் விவால்டியை நான் கேட்காமல் போனாலும் பரவாயில்லை” எனச் சுமிரே எழுதியிருந்தாள். வெனிஸ்ஸில் கிடைக்கும் காகிதத்தில் சுற்றிய சுட்டக் கடலுணவு பற்றிய அவளின் விவரிப்பைப் படித்து, வெனிஸுக்குப் போய்ச் சாப்பிட்டு வரவேண்டும் போலிருந்தது.

வெனிஸுக்குப் பிறகு அவர்கள் மிலனுக்குத் திரும்பினார்கள், அங்கிருந்து பாரிஸுக்குப் பறந்தார்கள். அங்கே அவர்கள் ஓர் இடைவெளி எடுத்துக்கொண்டார்கள், மேலதிகமாகப் பொருட்களைக் கொள்வனவு செய்தார்கள், பிறகு பர்கண்டிக்குப்போகும் ரயிலில் தொற்றிக்கொண்டார்கள். மியுவிற்கு நெருக்கமான நண்பர்களில் ஒருவருக்குச் சொந்தமாகப் பெரியவீடு இருந்தது, உண்மையைச் சொன்னால் அது மாளிகை, அங்குதான் அவர்கள் தங்கினார்கள். இத்தாலியைப்போலவே, எண்ணற்ற சிறிய திராட்சைத் தோட்டங்களுக்குச் சென்றுவந்தாள் மியு, தொழில்நிமித்தமாக. ஓய்வாயிருந்த பிற்பகல்பொழுதுகளில் சுற்றுலா-கூடைகளில் மதியவுணவை எடுத்துக்கொண்டு அவர்கள் அருகாமைக்காடுகளுக்குள் சென்றுவந்தார்கள். உள்ளதைச் சொன்னால், உணவுக்குச்சுவைகூட்ட இரண்டுபோத்தல்களும் கூட எடுத்துக்கொண்டு. "இங்கு கிடைக்கக்கூடிய மதுரசம் நிஜமாகவே வேறொரு உலகத்தைச்சேர்ந்ததாக இருக்கிறது," சுமிரே எழுதினாள்.

எப்படியோ, ஜப்பானிற்கு ஆகஸ்ட் 15 திரும்பும் எங்களது பழைய திட்டம் மாறப்போகிறது என நினைக்கிறேன். எங்கள் வேலை பிரான்ஸில் முடிந்தபிறகு சிறிய விடுமுறையை நாங்கள் கிரேக்கத்தீவில் கழிக்கலாம் என நினைக்கிறோம். நாங்கள் இங்கு சந்தித்த ஆங்கிலேயர் ஒருவர் - மிக நல்லவர் - தீவில் ஒருவீடு வைத்திருக்கிறார், அவர் எங்களை எத்தனை நாட்கள் வேண்டுமானாலும் தங்கிக்கொள்ளுங்கள் என்றழைக்கிறார். நல்ல செய்தி! மியுவிற்கும் இந்தத்திட்டம் பிடித்திருக்கிறது. எங்களுக்குப் பணியிலிருந்து சிறிது ஓய்வு தேவை, கொஞ்சநேரம் ஓய்வெடுக்க. நாங்கள் இருவரும் ஏதெனின் சுத்தமான வெள்ளை கடற்மணலில், எங்கள் அழகான இரண்டுஜோடி மார்புகள் சூரியனைப்பார்த்தபடி, பைன்வாசனையுடன் கூடிய ஒயின் குடித்துக்கொண்டு, நகரும் மேகங்களைப் பார்த்துக்கொண்டு... அற்புதமாக இல்லை?

அற்புதமாக இருக்கிறது என்று நினைத்தேன்.

அன்று மதியம் நீச்சல்குளம் சென்று, சிறிதுநேரம் மிதந்து கொண்டிருந்தேன், குளிரூட்டப்பட்ட ஒரு காபிக்கடையில் வீடுதிரும்பும் வழியில் நிறுத்தி, ஒருமணிநேரம் புத்தகம் படித்தேன். நான் வீடுதிரும்பியதும், ஒரு பழைய 'டென் இயர்ஸ் அப்டேர்' பதிவின் இரண்டு பக்கத்தையும், மூன்று சட்டைகளை இஸ்திரி செய்தவாறே கேட்டேன். பிறகு, நான் சலுகையில் வாங்கிய

மலிந்த ஒயினை, பெரியீர் சேர்த்துக்குடித்தேன், காணொளியில் பதிவிட்டு வைத்திருந்த கால்பந்துவிளையாட்டைப் பார்த்தேன். ஒவ்வொருமுறை ஆட்டத்தில் பாஸைப் பார்த்தபோதும், நானாயிருந்தால் இப்படி விளையாடியிருக்கமாட்டேன் என்று நினைத்தவாறே தலையசைத்து, பெருமூச்சுவிட்டேன். நமக்குத் தெரியாதவர்கள் செய்யும் தவறுகளை ஆராய்வது எத்தனை சுலபம் – எத்தனை நன்றாகவுள்ளது.

கால்பந்தாட்டம் முடிந்ததும், நான் நாற்காலியில் மூழ்கி, அந்தரத்தைப் பார்த்துக்கொண்டிருந்தேன், உடன் சுமிரே பிரான்ஸ் கிராமத்தில் இருப்பதாகக் கற்பனைசெய்தேன். அவள் இப்பொழுது கிரேக்கத்தீவு போயிருப்பாள். கடலில் படுத்துக்கொண்டு, வானில் மிதக்கும் மேகத்தை அவள் பார்வையிடுவாள். எது எப்படியோ அவள் என்னிடமிருந்து வெகுதொலைவில் இருந்தாள். ரோம், கிரேக்கம், திம்புக்டு, அருண்டா – எதுவும் விசயமில்லை. அவள் என்னிடம் இருந்து மிகமிகத் தொலைவில் இருந்தாள். இதுவே எங்களின் எதிர்காலமும். சுமிரே என்னைவிட்டுத் தள்ளிப்போவது எனக்கு வருத்தமளித்தது. ஓர் அர்த்தமற்ற பூச்சி, பலத்த காற்றுவீசும் நாளில், எந்த ஒரு திட்டமோ நம்பிக்கையோ இன்றி உயரமான கற்சுவரைப் பற்றிக்கொண்டிருப்பதுபோல் நானுணர்ந்தேன். சுமிரே என்னை நினைத்துக்கொண்டிருப்பதாகச் சொன்னாள். ஆனால் அவளருகில் மியு இருந்தாள். எனக்கென்று யாருமில்லை. இருந்ததெல்லாம் நான் மட்டும்தான். எப்போதும் அதுவே.

சுமிரே ஆகஸ்ட் 15 வரவில்லை. அவளது தொலைபேசியில் நான் பயணம் சென்றுள்ளேன் என்கிற பதிவு மட்டுமிருந்தது. புதுவீட்டிற்குப் போனபிறகு அவள் வாங்கிய முதல்பொருள் இந்தத் தொலைபேசி, பதில்சொல்லும் இயந்திரத்துடன், அதனால் அவள் மழைநாட்களில், கையில் குடையோடு, தொலைபேசிமையம்வரைக்கும் போகவேண்டாம். நல்ல விஷயம். நான் எந்தச் செய்தியையும் விடவில்லை.

நான் மறுபடியும் 18ம் தேதி அவளை அழைத்தேன், அதே பதிவுதான். ஒரு உயிரற்ற சத்தத்திற்குப் பிறகு எனது பெயரையும், ஒரு சிறுதகவலையும் விட்டேன், அவள் வந்ததும் அழைக்கச்சொல்லி. பெரும்பாலும் சுமிரேவிற்கும், மியுவிற்கும் கிரேக்கத்தீவு பிடித்துப்போய், வர மனமில்லாமல் இருப்பார்கள்.

இந்த இரண்டு அழைப்புகளுக்கும் இருந்த இடைவேளையில் நான் ஒருமுறை பள்ளியில், கால்பந்து சொல்லிக்கொடுத்தேன், ஒருமுறை என் காதலியுடன் உடலுறவு கொண்டேன். அவள் நன்றாகக் கருத்திருந்தாள், அப்போதுதான் அவள் கணவனுடனும், இரண்டு குழந்தைகளுடனும் சென்றிருந்த பாலி விடுமுறை முடிந்து திரும்பியிருந்தாள். அவளைப் பற்றிக்கொண்டபோது சுமிரேவை கிரேக்கத்தீவில் நினைத்தேன். அவளுக்குள் நுழையும்போதும், சுமிரேவின் உடலையே நினைக்க முடிந்தது.

ஒருவேளை சுமிரேவை அறியாதிருந்தால், எளிதாக இந்தப்பெண்ணிடம் காதலில் விழுந்திருப்பேன், ஏழுவருடங்கள் என்னைவிடப் பெரியவள் (அவளின் மகன் என் மாணவன்). மிக அழகானவள், சுறுசுறுப்பான, நல்ல பெண். அவள் சற்றதிகமாக முகச்சாயம் பூசிக்கொண்டாள், ஆனால் மிகவும் அழகாக உடையணிவாள். தான் சற்றுக் குண்டாக இருக்கிறேனோ என்று அவள் வருத்தப்பட்டாள், ஆனால் வருந்த எந்தத்தேவையுமில்லை. அவளின் வனப்பைக் குறைசொல்ல எதுவும் இல்லை. அவளுக்கு என் ஆசைகள் அனைத்தும் தெரியும், எது எனக்குப் பிடிக்கும், பிடிக்காதென்று. அவள் என்னை முதல்வகுப்பில் பயணிப்பவன்போல் உணரச்செய்தாள்.

"நான் என் கணவருடன் உடலுறவுகொண்டு ஒருவருடம் கடந்து விட்டது," என்றாள் என் மார்பில் படுத்துக்கொண்டு. "எனக்கு நீ மட்டுமே."

என்னால் அவளைக் காதலிக்க முடியவில்லை. ஏதோவொரு காரணத்தால் எனக்கும், சுமிரேவிற்குமிருந்த இயற்கையான பரஸ்பரம், அவளிடம் இல்லை. ஒரு மெலிதான, ஒளித்திரை எங்கள் மத்தியில் இருந்தது. பார்க்கமுடிந்ததோ இல்லையோ, ஒரு தடைவேலி நிச்சயம் இருந்தது. அர்த்தமற்ற அமைதி எங்களிருவருக்கும் இடையில் - முக்கியமாக நாங்கள் விடைபெற்றுக்கொண்ட பொழுதுகளில். எனக்கும் சுமிரேவிற்கும் இடையில் அதுபோல் நடந்ததே இல்லை. இந்தப்பெண்ணோடு இருக்கும்போதெல்லாம் ஒருவிஷயம் நிரூபணம் ஆனது: எனக்கு எப்போதையும்விட அதிகமாகச் சுமிரே தேவைப்பட்டாள்.

அவள் போனபிறகு நான் தனியே ஒரு நடைக்குப் போனேன், கொஞ்சநேரம் குறிக்கோளின்றிச் சுற்றித்திரிந்தேன், பிறகு ஒரு மதுக்கூடம்போய், கனடியன் கிளப் அருந்தினேன். எப்போதும்போல் இதுபோன்ற நேரங்களில் என்னைக்

ஸ்புட்னிக் இனியாள் | ௯௯

கேவலமானவனாக உணர்ந்தேன். நான் விரைவாகக் குடித்து முடித்துவிட்டு, இன்னொரு கோப்பை கேட்டேன், கண்களை மூடி, சுமிரேவை நினைத்தேன். சட்டையின்றி, கிரேக்கத்தீவின், வெள்ளைக்கடற்கரை மணலில் சூரியக்குளியல் குளித்துக்கொண்டிருந்த சுமிரே. என் அடுத்த மேஜையில் நான்கு கல்லூரி செல்லும் மாணவ, மாணவியர் பீர் குடித்துக்கொண்டு, சிரித்துக்கொண்டு, சந்தோசமாக இருந்தார்கள். ஹுயய் லெவிஸ் மற்றும் நியூஸின் பழைய பாடல் ஒன்று ஒலிபெருக்கி வழியே வந்துகொண்டிருந்தது. பிஸ்ஸா தீயில் வாட்டப்படும் வாசனையை நுகர முடிந்தது.

என்னைவிட்டு என் இளமை எப்போது கழிந்தது என சட்டென்று ஒரு எண்ணம் எனக்குள் வந்தது. முடித்துவிட்டது இல்லையா? நேற்றுதான் நான் பாலகனாக இருந்தேன். ஹுவே லெவிஸும் (*Huey Lewis*), நியூஸும் (*the News*) அப்போது சில அருமையான வரவேற்பு கிட்டிய பாடல்களைக் கொடுத்திருந்தனர். அது நடந்து பல வருடங்கள் கடந்திருக்காது. நான் இப்போது, இங்கு, ஒரு மூடுண்ட வாழ்க்கையை, ஏதோ ஓட்டிக்கொண்டிருக்கிறேன். எங்கேயும் போகவில்லை எனத்தெரிந்தும், அதேசூழலில் சுற்றிக்கொண்டிருக்கிறேன். நான் வேறென்ன செய்வது. இதைச்செய்தே ஆகவேண்டும் இல்லையென்றால் செத்துவிடுவேன்.

அன்று இரவு 2 மணிக்குக் கிரேக்கத்தில் இருந்து ஓர் அழைப்பு வந்தது.

சுமிரேவிடம் இருந்தில்லை, மியுவிடமிருந்து.

7

நான் முதலில் கேட்டது ஓர் ஆணின் ஆழமான குரல், தீவிர ஆங்கில உச்சரிப்புடன், என் பெயரைச்சொல்லி பிறகு "நான் சரியான ஆளைத்தான் அழைத்திருக்கிறேன், இல்லையா?" நான் நன்கு தூங்கிக்கொண்டிருந்தேன். என் மனம் காலியாயிருந்தது, அடர்மழையில் நெல்வயல் போல், எனக்கு என்ன நடக்கிறது என்று புலப்படவில்லை. படுக்கை இன்னும் மதியப்புணர்தலின் ஞாபகத்தைத் தேக்கியிருந்தது, நிஜமோ அதற்கு நேர்மாறாக, பொருந்தாத பட்டன் போட்ட ஒரு சட்டைபோன்றது. அந்த ஆள் என் பெயரை மீண்டும் கூப்பிட்டான். "நான் சரியான ஆளை அழைத்திருக்கிறேனா, இல்லையா?" "ஆம்" என்றேன். என் பெயர் போல் ஒலிக்கவில்லை என்றாலும் அது எனதே. ஒருசில மணித்துளிகள் இரையும் சத்தம், ஏதோ இரண்டு காற்றுப்பொதிகள் மோதிக்கொண்டதுபோல். சுமிரே கிரேக்கத்தில் இருந்து என்னை அழைத்ததாக, கற்பனைசெய்துகொண்டேன். தொலைபேசி ரீசிவரை சற்றுத் தள்ளிவைத்து அவள் குரலுக்குக் காத்திருந்தேன். ஆனால் நான் கேட்ட குரல் சுமிரேவுடையது இல்லை மியுவினது.

"நீ என்னைப்பற்றிச் சுமிரே சொல்லிக்கேட்டிருப்பாய் என்று நம்புகிறேன்?"

"ஆம்" என்றேன் நான்.

தொலைபேசியில் அவள் குரல் ஏதோவொரு தொலைதூர கனிமப்பொருளால் குலைந்திருந்தது, ஆனாலும் அதிலிருந்த பதைபதைப்பை என்னால் கண்டறியமுடிந்தது.

தொலைபேசியில் இருந்து உலர்பனிபோல் திடமானதொரு கனத்தமௌனம் என் அறையுள் பாய்ந்தது, தூக்கத்தைக்கலைத்து என்னை விழிக்கச்செய்தது. நான் நிமிர்ந்து உட்கார்ந்து, ரிசீவரை அழுத்தமாகப் பற்றிக்கொண்டேன்.

"நான் விரைவாகப்பேசவேண்டும்," மூச்சிரைக்கச்சொன்னாள் மியு. நான் கிரேக்கத்தீவிலிருந்து அழைக்கிறேன், டோக்கியோவிற்குத்

தொடர்புகிடைப்பது நடக்காதவொன்று - அப்படிக்கிடைத்தாலும் துண்டிக்கப்பட்டுவிடும். பலமுறை முயற்சித்தே இந்தத்தொடர்பு கிடைத்தது. நீ ஏதும் நினைத்துக்கொள்ளமாட்டாய் என்றால், நலவிசாரிப்புகளைப் புறந்தள்ளிவிட்டு விஷயத்திற்கு வருகிறேன்?"

"நான் ஒன்றும் நினைக்கமாட்டேன்," என்றேன் நான்.

"இங்கே வரமுடியுமா?"

"இங்கே என்றால் கிரேக்கத்திற்கா?"

"ஆம். எவ்வளவு சீக்கிரம் முடியுமோ அவ்வளவு."

என் வாயில்வந்த முதல் எண்ணத்தைக் கூறினேன். "சுமிரேவிற்கு ஏதேனும் ஆகிவிட்டதா?"

மியு மூச்சை இழுத்துக்கொண்டு ஒருநொடி மௌனமானாள். "இன்னும் எனக்குத் தெரியவில்லை. ஆனால் நீ இங்கு வரவேண்டும் என அவள் நினைப்பாள் என்று நினைக்கிறேன். இல்லை நிச்சயமாகத் தெரியும்."

"அவள் நினைப்பாள் என்று நினைக்கிறீர்களா?"

"தொலைபேசியில் புரியவைக்கமுடியாது. இது எப்பொழுது துண்டிக்கப்படும் என்றும் சொல்லமுடியாது, அதைத்தாண்டி இதுவொரு சிக்கலான விஷயம், முகத்தின் முன்னால் பேசுவதே சிறந்தது. நான் உனது பயணக்கட்டணத்தைத் தந்துவிடுகிறேன். நீ இங்கே வா. ஒரு டிக்கெட் வாங்கு. முதல்வகுப்போ? எது உனக்குப்பிடித்திருக்கிறதோ, அது."

என் புதுவகுப்புகள் பள்ளியில் துவங்க இன்னும் பத்துநாட்களே இருந்தன. அதற்குமுன் திரும்பவேண்டும், நான் நினைத்தால் கிரேக்கம் போய்வருவது சாத்தியமற்ற செயல் அல்ல. விடுப்பின்போதும் எவரோ ஒருவருக்குப் பதில், இரண்டுமுறை நான் வேலைபார்க்கச் சென்றேன், அதனால் எனது வகுப்புகளை எடுக்க வேறொருவர் முன்வருவது முடியும் காரியமே.

"நிச்சயமாக வரமுடியும்," என்றேன். "வரமுடியும். ஆனால் எங்கு வருவது?"

அவள் ஒருதீவின் பெயரைச் சொன்னாள். நானதை என் படுக்கையினருகில் இருந்த ஒருபுத்தகத்தின் உள்ளுறைக்குள் எழுதிக்கொண்டேன். அது எங்கோ கேள்விப்பட்ட ஓர் ஊர் போலிருந்தது.

“ஏதென்ஸில் இருந்து ரஹோடேஸ்சுக்கு ஒரு படகை எடுத்துக்கொள். ஒருநாளைக்கு இரண்டு படகுகளே, ஒன்று காலையில் மற்றொன்று மாலையில். துறைமுகத்தில் படகு வரும்நேரம்போதெல்லாம் நான் வந்துவிடுகிறேன். நீ வருவாய் அல்லவா?”

“நான் எப்படியாவது வந்துவிடுவேன். அது என்னவென்றால் –” நான் ஏதோ சொல்லத்தொடங்க இணைப்பு துண்டிக்கப்பட்டது. திடீரென்று, பலவந்தமாக, யாரோ ஒரு கோடரியைக்கொண்டு வெட்டியதுபோல். மறுபடியும் இரையும் சத்தம். மறுபடி இணைப்பு வரும் என்று அங்கேயே அமர்ந்து, தொலைபேசியை என் காதுகளில் அழுத்திக்கொண்டுக் காத்திருந்தேன், நான் கேட்டதெல்லாம் வெறும் சப்தம் மட்டுமே. தொலைபேசியை வைத்துவிட்டு, கட்டிலில் இருந்து எழுந்தேன். சமயலறைக்குப்போய் ஒருகோப்பை நிறைய, குளிர்ந்த, பார்லித்தேநீரைக் குடித்தேன், பின் குளிர்சாதனப்பெட்டிமேல் சாய்ந்து என் எண்ணங்களைக் குவிக்க முயற்சிசெய்தேன்.

நான் அத்தனைதூரம் நிஜமாகவே ஒரு விமானம்பிடித்துக் கிரேக்கம் போகப்போகிறேனா?

ஆம் என்பதே பதில். வேறுவழியில்லை.

எனது புத்தகஅலமாரியில் இருந்து ஒரு பெரிய உலக அட்லஸை எடுத்து மியு கூறிய தீவைத் தேட முயற்சிசெய்தேன். ரஹோட்ஸ் அருகில் என்றிருந்தாள். ஆனால் அதை, ஏதேன்ஸைச் சூழ்ந்திருந்த எண்ணற்ற தீவுகளுக்கு இடையில், தேடுவது சுலபமாயில்லை. இறுதியில் அதைக் கண்டுபிடித்தேன், சிறிய எழுத்துக்களால் அச்சடிக்கப்பட்டிருந்த, நான் தேடுமிடத்தின் பெயரை. துருக்கிய எல்லை அருகிலமைந்த ஒரு சிறுதீவு. மிகச்சிறியதாக இருந்ததால் அதன் வடிவத்தை விவரிக்கமுடியவில்லை.

அலமாரியில் இருந்து எனது கடவுச்சீட்டை எடுத்து, செல்லுபடியாகுமா என்று சரிபார்த்துக்கொண்டேன். பின் வீட்டில் இருந்த எல்லாப்பணத்தையும் எடுத்து கைப்பையில் வைத்துக்கொண்டேன். மிகப்பெரிய தொகையில்லை, ஆனால் வங்கியிலிருந்து காலை பணம் எடுத்துக்கொள்ளலாம். சேமிப்புக்கணக்கில் கொஞ்சம் பணமிருந்தது, எனது கோடைகால ஊக்கதொகையை நான் தொடவேயில்லை. அதுவும் என் கிரெடிட்கார்டும் எளிதாகக் கிரேக்கம்

ஸ்புட்னிக் இனியாள் | 103

போய்வரப் போதுமானதாயிருக்கும். கொஞ்சம் துணிகளை சிறிய வினைல் பையில் போட்டுக்கொண்டேன் பிறகு ஒப்பனைசாமான்களையும். உடன் மீண்டும் படிப்பதற்காக வைத்திருந்த ஜோசப் காண்ட்ராட்டின் இரு புத்தகங்கள். நீச்சலுடையை எடுத்துவைக்கவேண்டுமா என யோசித்து, எடுத்துக்கொண்டேன். நான் அங்குசெல்வேன், என்ன பிரச்சனையோ அதைச் சமாளிப்பேன், எல்லோரும் ஆரோக்கியமாகவும், சந்தோஷமாகவும் இருப்பார்கள், சூரியன் அமைதியாக வானத்தில் மிதந்துகொண்டிருப்பான், நான் வீட்டிற்குத் திரும்புவதற்குமுன் ஓரிரு முறை சந்தோஷமாக நீண்டநேரம் நிம்மதியாக நீந்துவேன் - அதுவே சம்மந்தப்பட்ட அனைவருக்கும் உகந்தவொன்று.

அனைத்தையும் ஏற்பாடு செய்தபிறகு நான் விளக்கணைத்து, தலையணையில் தலைவைத்து, தூங்க முயற்சிசெய்தேன். 3 மணியே ஆகியிருந்தது, பொழுது விடிவதற்குள் கொஞ்சம் நித்திரைகொள்ளலாம். ஆனால் தூக்கம் வரவில்லை. அந்தக்கடுமையான இரைச்சல் சத்தத்தின் நினைவு என் ரத்தத்தில் மறுபடியும் கலந்தது.

என் ஆழ்மனதிற்குள் யாரோவொருவன் என் பெயரைக் கத்துவது கேட்டது. நான் மறுபடியும் விளக்கைப்போட்டு, மெத்தையைவிட்டு எழுந்துகொண்டு, சமையலறைக்குச்சென்று கொஞ்சம் குளிர்ந்ததேநீரை அருந்தினேன். மியுவுடன் நடந்த உரையாடலை மறுபடியும் கவனமாக யோசித்துப்பார்த்தேன், ஒவ்வொரு சொல்லாக. அவளின் வார்த்தைகள் அர்த்தமற்று, புலப்படாமல், பல தெளிவற்ற தகவல்கள் நிறைந்ததாக இருந்தன. அவள் இரண்டு விஷயங்களை எனக்குச் சொன்னாள். ஒரு சிறுகுறிப்பேட்டில் அந்த இரண்டையும் எழுதினேன்.

1. சுமிரேவிற்கு ஏதோ ஆகியிருக்கிறது. ஆனால் அது என்னவென்று மியுவிற்குத் தெரியவில்லை.

2. நான் அங்கு விரைவில் வரவேண்டும். சுமிரேவும் அவ்வாறே நினைப்பதாக மியு நினைக்கிறாள்.

நான் குறிப்பேட்டை நோக்கினேன். பின் இரண்டு இடங்களில் கோடிட்டேன்.

1. சுமிரேவிற்கு ஏதோ ஆகியிருக்கிறது. ஆனால் அது என்னவென்று மியுவிற்குத் தெரியவில்லை.

2. நான் அங்கு விரைவில் வந்தடைய வேண்டும். சுமிரேவும் அதுவே நினைக்கிறாள் என்று மியு நினைக்கிறாள்.

சுமிரேவிற்கு அந்தச்சிறிய கிரேக்கத்தீவில் என்னவாகியிருக்கும் என்பதை என்னால் கற்பனைசெய்யமுடியவில்லை. ஏதோ தீங்கு நடந்திருக்கிறது என்பது மட்டும் சந்தேகமின்றிப்புரிந்தது. கேள்வி என்னவென்றால், எந்தளவுத் தீங்கு? பொழுதுவிடியும்வரை என்னால் செய்யமுடிந்தது ஏதுமில்லை. நாற்காலியில் அமர்ந்து, கால்களை மேசைமேல் வைத்துக்கொண்டு, ஒரு புத்தகம் படித்தேன், முதல்வெளிச்சத்திற்குக் காத்திருப்பவனாக. அதற்குப் பலயுகங்கள் ஆகும்போல் தோன்றியது.

முதல்வெளிச்சத்தில், நான் சுஆ வழியாக ஷின்ஜுகு செல்லும், துரிதரயிலில் ஏறி, விமானநிலையம் வந்தேன். ஒன்பது மணியளவில் விமானநிலையத்தைப் பலமுறை சுற்றிவந்து, நரிதாவிலிருந்து, ஏதென்ஸ்சுக்கு நேரடி விமானம் கிடையாது என்பதை நான் அறிந்தேன். பல்வேறு முயற்சிகளுக்குப் பிறகு ஒரு முதல்வகுப்புச்சீட்டை ஆம்ஸ்டர்டம்வரை செல்லும் கேஎல்எம் விமானத்தில் எடுத்தேன். அங்கிருந்து ஏதென்ஸ் செல்லும் விமானத்திற்கு மாறமுடியும். ஏதென்ஸில் இருந்து ரஹோட்ஸ் செல்ல ஒலிம்பிக் உள்ளூர் விமானத்தை எடுக்கவேண்டும். கேஎல்எம் அலுவலர்கள் அனைத்து ஏற்பாட்டையும் செய்தனர். ஏதும் பிரச்சனை இல்லாதமட்டும் இன்றே நான் இரண்டு தொடர்பு விமானங்களையும் பிடிக்கமுடியும். அங்கு சென்றடைய அதுவே விரைவான வழி. திரும்பிவருவதற்கு, தேதி குறிப்பிடாத ஒரு பயணச்சீட்டையும் எடுத்துக்கொண்டேன், அடுத்த மூன்றுமாதங்களில் எப்போது வேண்டுமானாலும் திரும்பிவரலாம். நான் கிரெடிட்கார்டுமூலம் பணம் செலுத்தினேன். உள்ளே எடுத்துச்செல்ல ஏதேனும் பைகள் இருக்கிறதா என்றார்கள்? நான் இல்லை என்றேன்.

விமானத்திற்கு நேரமிருந்ததால் நான் விமானநிலைய உணவகத்தில் சிற்றுண்டி உண்டேன். ஏடிஎம்-இல் கொஞ்சம் பணம் எடுத்தேன், ஒருடாலர் மதிப்புள்ள பயணிகள் காசோலையையும் வாங்கினேன். ஒரு புத்தகக்கடையில் கிரேக்கநாட்டிற்கான கையேடை வாங்கிக்கொண்டேன். அந்தச் சிறுபுத்தகத்தில் மியு சொன்ன

தீவின் பெயரில்லை, ஆனால் நான் அந்நாட்டைப்பற்றித் தெரிந்துகொள்ளவேண்டியிருந்தது - அதன் பணம், வெட்பநிலை, அடிப்படைகள். பண்டையகிரேக்கத்தின் வரலாறும், அவர்களின் சங்ககாலநாடகங்களும் தவிர எனக்கு அந்த இடத்தைப்பற்றி ஒன்றும்தெரியாது. ஜுபிடரின் நிலவியலும், ஃபெர்ராரியின் குளிரூட்டும்அமைப்பும் தெரிந்தஅளவே, இதுவும் தெரியும். என் வாழ்நாளில் ஒருமுறைகூடக் கிரேக்கநாட்டிற்குச் செல்வேன் என்று நான் நினைத்ததில்லை. இன்று அதிகாலை இரண்டு மணிவரைக்கும்.

மதியத்திற்கு முன்னால் என்னுடன் வேலைசெய்யும் ஆசிரியர் ஒருவரை தொலைபேசியில் அழைத்தேன். எனது உறவினர் ஒருவருக்கு உடம்பு சரியில்லை என அவளிடம் சொன்னேன், அதனால் நான் டோக்கியோவில் ஒருவாரம் இருக்கமாட்டேன், பள்ளியில் கொஞ்சம் என் வேலையையும் பார்த்துக்கொள்ளமுடியுமா, நான் திரும்பும்வரை. நிச்சயமாக, என்றாள் அவள். நாங்கள் ஒருவருக்கொருவர் இதுமாதிரி பலமுறை உதவி புரிந்திருக்கிறோம், இது பெரிய விசயமில்லை. “நீ எங்கே போகிறாய்?” என்றாள். “ஷிகோகு” என்றேன், கிரேக்கநாட்டிற்குப் போகிறேன் என்று சொல்லமுடியவில்லை.

“ஐயோ! பள்ளிதுவக்கத்திற்குள் வருவதற்கு முயற்சிசெய். வரும்போது எனக்கு ஏதாவது வாங்கிவா, சரியா?” என்றாள்.

“நிச்சயமாக,” என்றேன். வாங்குவதைப்பற்றி பிறகு பார்த்துக் கொள்ளலாம்.

நான் முதல்வகுப்பு காத்திருப்புஅறைக்குச் சென்று, அங்கிருந்த சோபாவில் சாய்ந்து கொஞ்சம் தூங்கினேன், நிம்மதியற்ற உறக்கம். உலகம் தன்னுடைய அனைத்து மெய்மைத் தன்மையையும் இழந்துவிட்டது. நிறங்கள் இயற்கைக்கு மாறானது, விவரங்கள் தெளிவற்றது. பின்னணிச்சூழலோ காகிதக்கூழ், அலுமினியத்தகடுகளால் ஆனதொரு நட்சத்திரம். அவையனைத்தையும் பிணைத்திருக்கும் பசையையும் ஆணிகளின் முகப்பையும் உங்களால் பார்க்கமுடியும். விமானநிலைய அறிவிப்புகள் என் நினைவுக்குள் வந்து, வந்து சென்றன. “ஏர் பிரான்ஸ் 275 விமானத்தில் பாரிஸ் செல்லும் பயணிகள் அனைவரும்.” இந்த அறிவுக்குப்புலப்படாத கனவுகளுக்கிடையே - அல்லது ஒருவித விழித்திருப்புக்கு

இடையே - நான் சுமிரேவைப்பற்றி நினைத்தேன். ஏதோ பழைய ஆவணப்படம்போல், நாங்கள் ஒன்றாயிருந்த நேரங்களும், தருணங்களும் கண்முன்னால் தோன்றின. இந்த விமானநிலையத்தில் பயணிகள் அங்குமிங்கும் அலைந்துகொண்டிருக்கும் ஆரவாரத்திற்கு இடையே, நான் சுமிரேவுடன் பகிர்ந்துகொண்ட உலகம் குழம்பி, நாதியற்று, புலப்படாத ஒன்றாயிருந்தது. எவருக்கும் அர்த்தமுள்ள ஒன்றும் தெரியாது, அதனைச் சரிசெய்யும் சக்தியும் கிடையாது. நான் சார்ந்திருக்க, ஒன்றுமே இங்கு உறுதியாகயில்லை. நாங்களும் கிட்டத்தட்ட எல்லையற்ற ஒரு சூனியமே, தன்னுணர்வு இல்லாத ஒருநிலையிலிருந்து தன்னுணர்வு இல்லாத இன்னொருநிலைக்குத் தள்ளப்படும் பரிதாபத்திற்குரிய சிற்றுயிரிகள்.

நான் கொடுமையாக வியர்த்துப்போய் எழுந்தேன், சட்டை நெஞ்சோடு ஒட்டிக்கொண்டு, உடம்பு தெம்பில்லாமல், கால்கள் மரத்துப்போயிருந்தன. நான் மேகங்கள்சூழ்ந்த ஒரு வானத்தை விழுங்கிவிட்டதைப்போல் உணர்ந்தேன். நான் வெளிறிப்போயிருந்தேன் என்று நினைக்கிறேன். அங்கிருந்த ஒரு பணிப்பெண், என்னைக்கண்டு கவலையுற்று, நான் நன்றாயிருக்கிறேனா என்று கேட்டாள். “நலம்தான், வெப்பம் தாங்கவில்லை என நினைக்கிறேன்,” என்றேன். “ஏதேனும் குளிர்ச்சியாகப்பருகவேண்டுமா? என்றாள். ஒருநொடி யோசித்து, பீர் கேட்டேன். ஒரு குளிர்ந்த முகம்துடைக்கும் துணி, ஒரு ஹெய்னிகேன், மற்றும் வறுத்த வேர்க்கடலைப் பொட்டலத்தை அவள் கொண்டுவந்தாள். என் முகத்தைத் துடைத்துக்கொண்டு, பாதிபீர் குடித்தபிறகு, நன்றாகவுணர்ந்தேன். கொஞ்சம் தூங்கவும் முடிந்தது.

நரித-வில் இருந்து விமானம் சரியானநேரத்திற்குக் கிளம்பியது, போலார் வழியே ஆம்ஸ்டர்டமுக்கு. நான் இன்னும் கொஞ்சம் தூங்கவேண்டும் என்று நினைத்தேன், அதனால் சிறிது விஸ்கி குடித்தேன், விழித்தபிறகு கொஞ்சம் இரவுணவு சாப்பிட்டேன். பசியில்லாமல் காலைச்சிற்றுண்டியை தவிர்த்தேன். நான் மனதை எந்த எண்ணமுமின்றி வைத்திருக்க நினைத்தேன், அதனால் தூங்கிவிழித்தபின் கான்ராட்டைப் படிக்க முயற்சிசெய்தேன்.

ஆம்ஸ்டர்டமில் விமானங்கள் மாறி, ஏதென்ஸ் வந்தேன், உள்ளூர் நிலையம் சென்று, சிலநொடிகளில் செல்லவிருந்த 727 ரஹோட்ஸ் விமானத்தில் ஏறினேன். விமானம் மொத்தமும்

துள்ளித்திரிந்த இளம்வயதினர் நாம் கற்பனைசெய்யக்கூடிய அனைத்துநாடுகளிலிருந்தும் வந்திருந்தனர். அவர்கள் அனைவரும் மாநிறமாக, டிஷர்ட் அல்லது சிறுடாப், சின்ன ஜீன்கள் அணிந்து இருந்தனர். பெரும்பாலான இளைஞர்கள் தாடி வைத்திருந்தனர், (அல்லது சவரம்செய்ய மறந்திருந்தனர்) தங்களின் பரட்டைமுடியை இழுத்துக்கட்டி சிண்டுபோட்டிருந்தனர். பெய்ஜ் வண்ணக்காற்சட்டையும், வெள்ளை குட்டைக்கை காலர்வைத்த டிஷர்ட்டும் போட்டுக்கொண்டு நான் அந்த இடத்துக்கே சம்பந்தமில்லாமல் இருந்தேன். ஒரு கூலிங்க்ளாஸை கொண்டுவரக்கூட நான் மறந்துவிட்டேன். யாரால் என்னைக் குற்றம்சொல்ல முடியும். சிலமணிநேரத்திற்கு முன்பே குனிட்ச்சியில் இருந்த என் வீட்டில், குப்பையை என்னசெய்வது என்று நான் யோசித்துக்கொண்டிருந்தேன்.

ரஹோட்ஸ் விமானநிலையத்தின் அறிவிப்புமேசையில் படகு எங்கு கிடைக்கும் எனக் கேட்டறிந்தேன். பக்கத்திலிருந்த துறைமுகத்தில்தான். விரைந்துசென்றால், மாலைப்படகை பிடித்துவிடலாம். “சிலநேரங்கள் டிக்கெட் விற்றுப்போயிருக்குமா?” நான் கேட்டேன், தெரிந்துகொள்ளலாம் என. நீளமான மூக்குடன், யூகிக்கமுடியாத வயதிலிருந்த தகவல்தரும் அம்மணி, என்னை முறைத்து, கையசைத்து “ஒருவருக்கு எப்போதும் இடம் அமைத்துக் கொடுக்கமுடியும் அவர்களால்,” என்றாள் “அது ஒன்றும் லிப்ட் இல்லையே.”

நான் வாடகைக்கார் பிடித்து, துறைமுகம் கிளம்பினேன். “விரைந்து செல்ல வேண்டும்,” ஓட்டுனரிடம் சொன்னேன், ஆனால் அவனோ அதன் அர்த்தத்தைப் புரிந்துகொண்டதாகத் தெரியவில்லை. வண்டியில் குளிர்ச்சாதனமுமில்லை, திறந்தஜன்னல் வழியே, வெப்பமான, மாசுநிறைந்த காற்று வீசியது. பயணம் முழுவதும், ஓட்டுநர் அவனுடைய கரடுமுரடான, பிழையான ஆங்கிலத்தில் யூரோவைப் பற்றி ஒரு சோகமான வசையைப் பொழிந்துகொண்டேவந்தான். கவனித்துக்கொண்டிப்பதைப்போல் நானும் சத்தமெழுப்பிக்கொண்டே வந்தேன், ஆனால் நான் கவனிக்கவில்லை. வெளியே விரிந்த பிரகாசமான ரஹோட்ஸ் காட்சிகளைப் பார்த்துக்கொண்டே வந்தேன். வானம் மேகமூட்டமின்றிக் காணப்பட்டது, மழை வருவதற்கான சிறிய அறிகுறிகூட இல்லை. கதிரவனோ வீடுகளின் கற்சுவர்களைத் தீய்த்துக்கொண்டிருந்தான். சாலையினருகில் இருந்த முதிய

அடர்மரங்களின் மீது தூசு படிந்திருந்தது, அம்மரங்களின் நிழலில் அமர்ந்தோ அல்லது திறந்தகூடாரங்களில் அமர்ந்தோ, மக்கள், மௌனமாக உலகைப் பார்த்துக்கொண்டிருந்தார்கள். சரியான இடத்தில்தான் இருக்கிறேனா என்கிற சந்தேகம் எனக்கு வந்தது. ஆனால் மிகையாக அலங்காரம் செய்யப்பட்ட - விமான நிலையத்திலிருந்து நகரம்வரை செல்லும் சாலையெங்கும் சிகரெட்கள் மற்றும் உஸோ விளம்பரங்களால் நிறைந்திருந்த - சாலைக்குறியீடுகள், நிச்சயம் கிரேக்கநாட்டில்தான் இருக்கிறேன் என்பதை எனக்கு உணர்த்தியது.

மாலைப்படகு துறைமுகத்தில்தான் இருந்தது, நான் கற்பனைசெய்ததைவிடப் பெரியது. கப்பலின் பின்விளிம்பில் கார்களைக் கொண்டுசெல்வதற்குத் தேவையான இடம் இருந்தது, அதில் ஏற்கனவே இரண்டு மத்தியஅளவு லாரிகள் முழுக்க உணவும், இதர சாமான்களும், ஒரு பழைய பியூஜியோட் செடான் காரும் ஏற்றப்பட்டு, துறைமுகத்தில் இருந்து நகரக்காத்திருந்தது. நான் பயணச்சீட்டு வாங்கி, ஏறி, உட்கார்ந்த மறுநிமிடம் கயிறுகள் இழுக்கப்பட்டு, என்ஜின் கனைக்க, கப்பல் புறப்பட்டது. நான் பெருமூச்சுவிட்டு, வானத்தைப் பார்த்தேன். இப்பொழுது என்னால் செய்யமுடிந்ததெல்லாம், அந்தக்கப்பல் நான் போகுமிடத்திற்குச் செல்லும்வரை பொறுமையாகக் காத்திருப்பதுமட்டுமே.

நான் என்னுடைய வியர்த்து, அழுக்காகிக்போன கோட்டைக் கழற்றி, மடித்து எனது பைக்குள் திணித்தேன். அப்போது மாலை 5 மணி, ஆனால் சூரியனோ இன்னும் வானத்தின் நடுவிலிருந்தது, சூரியஒளி கண்கூசச்செய்தது. படகில் கட்டப்பட்டிருந்த பந்தல்மீது அடித்துக்கொண்டிருந்த காற்று என்மேல் வீச, மெல்ல நான் நிதானமடைந்தேன். நரித விமானநிலையக் காத்திருப்பறையில் என்னைச்சூழ்ந்த இருள்மிகுந்த எண்ணங்கள் இப்போது மறைந்திருந்தது. அதன் கசப்புத்தன்மை மட்டும் இன்னும் தேங்கியிருந்தது.

சில சுற்றுலாப்பயணிகளே, கப்பலில் இருந்தார்கள், அதனால் நான் செல்வது புகழ்பெற்ற சுற்றுலாத்தலம் இல்லை என யூகித்தேன். அங்கிருந்த பலரும் உள்ளூர்காரார்கள், முக்கியமாக வயதானவர்கள். ரஹோட்ஸ்சில் தங்களின் வேலைகளை முடித்துவிட்டு வீடு திரும்பிக்கொண்டிருந்தனர். அவர்கள் வாங்கியிருந்த பொருட்கள் யாவும் அவர்களின் காலடிகளில், ஒரு பாந்தமான மிருகம்போல் மிகுந்தகவனத்துடன் வைக்கப்பட்டிருந்தன. வயதானவர்களின்

முகங்களில் சுருக்கங்களும் ஒருவித உணர்ச்சியின்மையும் இருந்தது, ஏதோ சூர்யவெப்பமும், வாழ்நாள் முழுதுமான கடினவுழைப்பும் அவர்களின் பாவனைகளைத் திருடிக்கொண்டதுபோல.

சில இளம்சிப்பாய்களும் இருந்தனர். பின் இரண்டு நாடோடிப்பயணிகள், பெரிய பைகளுடன், மேடையில் அமர்ந்திருந்தனர். குச்சிக்கால்களுடன், கடுமையான முகத்துடனும்.

அங்கு ஒரு பதின்வயது கிரேக்கப்பெண்ணும் இருந்தாள், நீண்டபாவாடை போட்டுக்கொண்டு. மிக அழகாக, ஆழமான, கருங்கண்களோடு இருந்தாள். அவள் தன் தோழியுடன் பேசிக்கொண்டிருக்க அவளது நீண்டகூந்தல் காற்றில் அசைந்துகொண்டிருந்தது. அவளது உதடுகள் புன்னகை பூத்துக்கொண்டிருந்தன, ஏதோவொரு அற்புதம் நடக்கப் போவதைப்போல். அவளின் தங்கக்காதணிகள், சூரியஒளியில் மின்னின. இளம் சிப்பாய்களோ, கம்பிகளில் சாய்ந்து, புகைத்துக் கொண்டு, வசீகரமாக நடந்துகொண்டு, அப்பெண்ணின் திசையில் அவ்வப்போது பார்த்துக்கொண்டிருந்தனர்.

நான் கடல்உணவகத்தில் வாங்கிய எலுமிச்சைசோடாவைக் குடித்தவாறே, அடர்நீலக்கடலையும், அங்கு மிதந்த குட்டித்தீவையும் பார்த்துக்கொண்டிருந்தேன். அவற்றில் பலவும் உண்மையில் தீவுகள் கிடையாது, கடற்குன்றுகள், ஆள்நடமாட்டமில்லாத இடங்கள். வெண்ணிறக் கடல்பறவைகள் பாறைகளின்மீது ஓய்வெடுத்தபடி, மீன்களைத் தேடி கடலை சல்லடையிட்டுக்கொண்டிருந்தன. எங்கள் படகுகளைக் கண்டுகொள்ளவில்லை. குன்றுகளினடியில் அலைகள் உடைந்து, தகதகக்கும் வெண்ணிற எல்லையை உருவாக்கிக்கொண்டிருந்தது. எப்போதாவது, மக்கள் வாழும் தீவையும் கண்டேன். கரடுமுரடான மரங்கள் அங்கே இருந்தன, வீடுகளோ வெள்ளை சுண்ணாம்பு பூசப்பட்டுச் சரிவுகளுக்குப் பொட்டிட்டன. ஒளிமிகுந்தநிறங்களால் வர்ணம் பூசப்பட்ட படகுகள் கடற்கூம்புகளில் மிதந்தவாறிருந்தன, அவற்றின் நீண்ட பாய்மரங்கள் அவை அலைகளில் மிதக்க வளைந்துகொடுத்தன.

அருகிலிருந்த ஒரு முதியவர் எனக்கு ஒரு சிகரெட்டைக் கொடுத்தார். நன்றிசொல்லி நான் சிரித்தேன், கையசைத்துப் புகைக்கமாட்டேன் என்றேன். அதனால் அதற்குப்பதில் புதினா சுவைகொண்ட மெல்லற்பசையை நீட்டினார். நன்றியுடன் அதை வாங்கிக்கொண்டு, கடலைப் பார்த்தவாறே அதை மெல்லத்தொடங்கினேன்.

கப்பல் தீவை வந்தடைந்தபோது இரவு ஏழுமணியைக் கடந்திருந்தது. கதிரவனின் வெப்பம் இறங்கியிருந்ததாலும் வானம் இன்னும் அதே பிரகாசத்துடன் இருந்தது, கோடை வெயிலின் வெளிச்சம் வானத்தை இன்னும் மிளிரூட்டியது. ஏதோவொரு பெரிய பெயர்ப்பலகைபோல், தீவின் பெயர் பிரமாண்ட எழுத்துக்களால் துறைமுகக்கட்டிடத்தின் வெள்ளைச்சுவரில் எழுதியிருந்தது. கப்பல் நிறுத்தத்தில் நிற்க, பயணிகள் ஒவ்வொருவராக, தங்கள் பைகளுடன் பலகையில் நடந்து கீழிறங்கினர். ஒரு திறந்தவெளி கஃபே துறைமுகத்தைப் பார்த்து அமைக்கப்பட்டிருந்தது, வரவேற்கவந்த மக்கள் தாங்கள் யாரை அழைக்கவந்தோமோ அவர்கள் கண்ணில்படும்வரை அந்த காபிக்கடையில் காத்திருந்தனர்.

நான் இறங்கியதும் மியுவைத் தேடினேன். அவள்போல் தோற்றமளிக்கக்கூடிய யாரும் அங்கில்லை. பல விடுதி உரிமையாளர்கள் வந்து, நான் இரவைக் கழிக்க இடம்தேடுகிறேனா எனக் கேட்டார்கள். நான் இல்லையென்றேன், ஒவ்வொருமுறையும் என் தலையசைத்து. அப்படியிருந்தும் செல்வதற்குமுன் அவரவர் அட்டையைக் கொடுத்துவிட்டுப்போனார்கள்.

என்னுடன் கப்பலில் இருந்து இறங்கியவர்கள் அங்கங்கே சிதறிக் கிடந்தனர். சாமான் வாங்கவந்தவர்கள் வீடுநோக்கி நடந்தனர். பயணிகள் விடுதிகளுக்கும், சத்திரங்களுக்கும் சென்றுவிட்டனர். திரும்பிவரும் தோழர்களைக் காணவந்த அனைவரும் வருவார்கள், சந்திப்பார்கள், கட்டியணைத்துக்கொள்வார்கள் அல்லது கைகுலுக்குவார்கள் பிறகு அவர்களை அழைத்துக்கொண்டு சென்றுவிடுவார்கள். அந்த இரண்டுலாரியும், பியூஜீயோட் காரும் கப்பலில் இருந்து இறக்கப்பட்டு, உறுமியபடி எங்கோ தொலைதூரம் சென்றுவிட்டன. அங்கு ஆர்வமிகுதியால் கூடியிருந்த நாய்களும், பூனைகளும்கூடச் சென்று நேரமாகிவிட்டது. அங்கு நின்றிருந்த வெந்ததோல்கொண்ட முதியவர்கள் சாவகாசமாக இருந்தனர், மேலும் கையில் ஒரு பையோடு நானும் அங்கிருந்தேன், இடத்துக்குச் சற்றும் பொருந்தாமல்.

நான் காபிக்கடையில் இருக்கையில் அமர்ந்து, குளிர்ந்த தேநீர் கேட்டேன், இப்போது என்னசெய்வதென்று யோசித்துக் கொண்டே. நான் செய்வதற்குப் பெரிதாக ஒன்றுமில்லை. இரவு நெருங்கிக்கொண்டிருந்தது, எனக்கு இந்தத் தீவைப்பற்றியோ,

ஸ்புட்னிக் இனியாள் | 111

அதன் நிலவமைப்பைப்பற்றியோ எதுவும் தெரியாது. ஒருவேளைக் கொஞ்சநேரம் போயும் யாரும் வரவில்லையெனில், எங்காவது ஒரு அறையெடுத்துத் தங்கி, நாளை காலை மறுபடியும் துறைமுகத்திற்கு வந்து, மியுவைச் சந்திக்கலாம். சுமிரேவைப் பொறுத்தவரைக்கும் மியு முறையாகத் திட்டம்வகுத்து அனைத்தையும் செய்யும் பெண், அதனால் அவள் வராமல்போய்விடுவாள் என்று எனக்குத் தோன்றவில்லை. அவள் துறைமுகம் வராததற்கு நிச்சயம் ஒரு காரணம் இருக்கும். ஒருவேளை நான் இவ்வளவு சீக்கிரம் இங்கு வந்தடைவேன் என்று அவள் நினைத்திருக்கமாட்டாள்.

நான் கடும்பசியில் இருந்தேன். உணவுவேட்கையின் அதீதவுணர்வு, நீங்கள் என்னைப்பார்த்தாலே புரிந்துகொள்ளுமளவு. புத்துணர்வுமிகுந்த கடல்காற்று எனது உடலுக்கு, காலையிலிருந்து சத்தான உணவு எதையும் அதற்குக் கொடுக்கவில்லை என்பதை உணர்த்தியிருக்கவேண்டும். மியுவைச் சந்திக்காது போய்விடும் எண்ணத்தால், இன்னும் கொஞ்சநேரம் காபிக்கடையிலேயே உட்காரலாம் என்று முடிவுசெய்தேன். அவ்வப்போது உள்ளூர்காரர்கள் என்மீது குறுகுறுப்பார்வையை வீசிவிட்டுப்போனார்கள்.

காபிக்கடையின் அருகிலிருந்த பெட்டிக்கடையில் தீவின் வரலாறையும், நிலவியலையும் பற்றிக்கூறிய சிறிய ஆங்கிலத் தகவல்ஏட்டை வாங்கினேன். நானதைப் புரட்டிக்கொண்டே சுவையற்ற அந்தக் குளிர்ந்ததேநீரைப் பருகினேன். தீவின் மக்கள்தொகை 3000ல் இருந்து 6000 வரை இருந்தது, பருவநிலையைப் பொறுத்து. மக்கள்தொகை கோடைச்சுற்றுலா வரும் மக்களால் அதிகமாகவும், குளிர்காலங்களில் வேலை தேடிப்போகும் மக்களால் குறைவாகவும் இருந்தது. தீவில் சொல்லும்படி ஒரு தொழிலும் இல்லை, விவசாயம்கூடக் குறைவே - வெறும் ஆலிவ்களும், சில பழவகைகளும். மீனவர்களும், கடற்பாசி சேகரிப்பவர்களும் இருந்தனர். அதனால்தான் இருபதாம் நூற்றாண்டின் துவக்கத்தில் இருந்து, பல தீவுவாசிகள் அமெரிக்கா சென்றுவிட்டார்கள். பலர் புளோரிடா மாகாணம் சென்றுவிட்டனர், தங்களின் மீன்பிடிக்கும், கடற்பாசி திரட்டும் திறமையை உபயோகப்படுத்த. புளோரிடா மாகாணத்தின் ஒரு நகரமும் இந்தத்தீவின் பெயரிலேயே இருக்கிறது.

மலைஉச்சியில் ராணுவரேடார் அமைக்கப்பட்டிருந்தது. மக்களுக்கான துறைமுகத்தினருகில் சிறிய இரண்டாவது

112 | ஹருகி முரகாமி

துறைமுகமும் இருந்தது, ராணுவ ரோந்துக்கப்பல்கள் அங்கு வந்துசென்றன. துருக்கி எல்லையினருகே இருந்ததால், அத்துமீறி உள்நுழையும் ஆட்களையும், பொருட்களையும் கட்டுக்குள்வைக்கச் சிப்பாய்களும் நகரத்தில் இருந்தனர். துருக்கியுடன் பிரச்சனையிருக்கும் நேரங்களில் எல்லாம் - சின்னச்சின்னத் தகராறுகள் நடந்த வண்ணமிருக்கும் - துறைமுகத்தில் போக்குவரத்தும் அதிகமாகிவிடும்.

இரண்டாயிரம்வருடங்களுக்கு முன், கிரேக்கநாகரிகம் உச்சத்தில் இருந்தபோது, இந்தத்தீவு ஆசியாவுக்குப்போகும் பிரதானவழியில் இருந்தது, ஆகவே வர்த்தகமையமாகச் செழித்திருந்தது. அப்பொழுது மலைச்சரிவுகள் மரங்களால் சூழப்பட்டிருந்தன, படகுசெய்யும்தொழிலுக்கு நன்கு உபயோகப்பட்டன. கிரேக்க நாகரிகம் வீழ்ந்தபோது, அனைத்து மரங்களும் வெட்டப்பட்டன (பச்சைப்பசேல் தன்மையை அது முற்றிலும் இழந்தது), தீவும் மிகவிரைவில் பொருளாதர சரிவைச் சந்தித்தது. இறுதியாகத் துருக்கியர்கள் வந்தனர். அவர்கள் ஆட்சி கொடூரமாக இருந்தது, அந்தத் தகவல்ஏட்டைப் பொறுத்தவரைக்கும். ஏதேனும் சரியாக இல்லை என்றால் மரம்வெட்டுவது போல் மனிதர்களின் காதையும், மூக்கையும் நறுக்கினார்கள். 19ம் நூற்றாண்டின் இறுதியில், பல கொடூரமான யுத்தங்களுக்குப் பிறகு, துருக்கியிடம் இருந்து இந்தத்தீவு சுதந்திரம் பெற்றது, துறைமுகத்தில் நீல-வெள்ளை கிரேக்கக்கொடி படபடத்தது. பிறகு ஹிட்லர் வந்தார். ஜெர்மானியர்கள் ஒரு ரேடாரையும், வானிலைமையத்தையும் மலையின் உச்சியில் அமைத்தனர், அருகிலிருந்த கடலைக் கண்காணிக்க, மலைகளிலிருந்தே சிறப்பாகப் பார்வையிடமுடிந்ததால். மால்டாவைச் சேர்ந்த ஆங்கியேலர்களின் ஒரு குண்டுவைக்கும் படை, மையத்தில் குண்டுவைத்தது. ஜெர்மனியர்களைக் காட்டிலும் கிரேக்கர்களே அதிகம் உயிரிழந்தனர், இன்னும் சில முதியவர்கள் இந்தச்சம்பவத்தால் மனதில் வெறுப்பை வைத்துள்ளனர்.

பெரும்பாலான கிரேக்கத்தீவுகளைப்போல் இங்கும் சிறிதே சமவெளி இருந்தது, சரிவுகளே அதிகம், முரட்டுத்தனமான மலைத்தொடர்கள், ஒரு கரையில் ஒரு நகரமே, துறைமுகத்தின் தெற்குநோக்கி. நகரத்திலிருந்து தொலைதூரத்தில் ஓர் அழகான, அமைதியான கடற்கரை, ஆனால் அங்கு செல்ல சரிவான மலைகளை ஏறவேண்டும். எளிதாகப்போகக்கூடிய

இடங்களில் நல்ல கரைகள் இல்லை, அதனாலேயே அங்குவந்த சுற்றுலாப்பயணிகளின் எண்ணிக்கை பெரிதாயில்லாமல் இருக்கலாம். மலைகளின்மேல் சில கிரேக்கப் பாரம்பரிய மடாலயங்கள் இருந்தன, ஆனால் துறவிகள் கடுமையான கண்காணிப்போடு வாழ்ந்தனர். சாதாரணமாக அங்கே சுற்றுலாப்பயணிகளை அனுமதிப்பது கிடையாது. நான் ஏட்டில் படித்ததிலிருந்து புரிந்தது என்னவென்றால் இதுவும் அனைத்து கிரேக்கத்தீவுகளைப் போன்றே இருந்தது. ஏதோ ஒரு காரணத்தால், ஆங்கிலேயர்கள் இந்தத்தீவின்மீது நாட்டங்ண்டு (ஆங்கிலேயர்கள் கொஞ்சம் பித்துப்பிடித்தவர்கள்), இந்த இடத்தின்மீது இருந்த வேட்கையால், பல கோடை குடில்களைத் துறைமுகத்தின் ஏற்றத்தில் கட்டினர். 1960களில் பல ஆங்கில எழுத்தாளர்கள் அங்கு வாழ்ந்தனர். நீலக்கடலையும், வெள்ளை மேகத்தையும் பார்த்துக்கொண்டே புதினங்கள் எழுதினார்கள். அவர்களின் பல எழுத்துகள் பிரசித்திபெறவே, ஆங்கில இலக்கியவாதிகளுக்கு மத்தியில் இந்த இடம் ஒரு பெருமதிப்பைப் பெற்றது. தீவின் கலாசாரத்தில், இந்தச்சிறப்பம்சத்தைப் பொறுத்தவரை, உள்ளூர் மக்கள் இதைக்கொஞ்சமும் பெரிதாகக் கருதவில்லை.

இதையெல்லாம் நான், என்னுடைய மனதைப் பசியிலிருந்து திசைதிருப்ப வாசித்தேன். ஏட்டை மூடிவிட்டு என்னைச்சுற்றி ஒருமுறை கவனித்தேன். காபிக்கடையில் இருந்த முதியவர்கள் கடலையே பார்த்திருந்தார்கள், ஏதோ ஒரு பார்வைப்போட்டியில் பங்கேற்றிருப்பதைப்போல். ஏற்கனவே இரவு எட்டுமணியாகியிருந்தது. எனக்கோ பசி உடல்வலியாக மாறிக்கொண்டிருந்தது. மாமிசத்தைப் பொரிக்கும் வாசனையும், மீனைத் தீயில் வாட்டும் மணமும் காற்றில் தவழ்ந்துவர என் குடலை யாரோவொரு கொடுமைக்காரன் பிடித்து இழுப்பதுபோல் உணர்தேன். போதும் இந்த வேதனை என எழுந்தேன். நான் பையை எடுத்துக்கொண்டு, ஒரு உணவகத்தைக் கண்கள் தேடிய நிமிடம், ஒரு பெண் அமைதியாக என் கண்முன் தோன்றினாள்.

சூரியன் இறுதியாகக் கடலுக்குள் மூழ்கிக்கொண்டிருக்க, இந்தப்பெண்ணின் மீது பிரகாசித்தது, முட்டிநீளமுள்ள அவளின் வெள்ளைப்பாவாடை காற்றில் தவழ்ந்தது, கற்படிக்கட்டுகள் அவள் ஏறிவரும்போது. அவள் சின்ன டென்னிஸ் ஷூ போட்டிருந்தாள், கால்கள் சிறுமியின் கால்கள் போலிருந்தன. இளம் பச்சைநிறச்சட்டை அணிந்திருந்தாள், ஒரு குறுகலான தொப்பி,

114 | ஹருகி முரகாமி

உடன் ஒரு சின்னத்துணிப்பையை தோள்களில் சுமந்திருந்தாள். அவள் நடந்தவிதம் மிகவும் இயல்பாகவும், சாதாரணமாகவும் இருந்தது, அவள் அப்படியே அந்தக்காட்சியோடு கலந்துபோனாள், முதல் பார்வையில் உள்ளூர்க்காரிபோல் தோன்றினாள். என்னை நோக்கி அவள் வந்துகொண்டிருந்தாள், அருகில் வரவர அவளது ஆசியநாட்டு அம்சங்கள் புலப்பட்டன. தன்னிச்சையாக நான் ஒருமுறை அமர்ந்து, எழுந்தேன். அவள் தன் கண்ணாடிகளை அவிழ்த்துவிட்டு என் பெயரைக் கூப்பிட்டாள்.

"மன்னிக்கவும், நான் தாமதமாக வந்துவிட்டேன்," என்றாள். "காவல்நிலையம் போகவேண்டியிருந்தது, காகிதவேலைகளில் பலமணிநேரம் ஆகிவிட்டது. நீ இங்கு இன்றே வருவாய் என்று கனவிலும் நினைக்கவில்லை. நாளைக்கு மதியம்தான் எதிர்பார்த்தேன்."

"நான் அனைத்து தொடர்புகளையும் சரியாகப்பிடிக்க முயற்சிசெய்தேன்," என்றேன். "காவல்நிலையம்?"

மியு என் கண்களைப்பார்த்து ஒரு பாதிச்சிரிப்பு சிரித்தாள். "உனக்குப் பரவாயில்லை என்றால், எங்காவதுபோய் சாப்பிட்டுக் கொண்டே பேசுவோமா? நான் காலையுணவு மட்டுமே உண்டேன். உனக்கு எப்படி? பசிக்கிறதா?"

"கடுமையாக" என்றேன் நான்.

துறைமுகத்தினருகில் பக்கவாட்டுத்தெரு ஒன்றிலிருந்த உணவகத்திற்கு அவள் என்னைக் கூட்டிச்சென்றாள். வாயிலுக்கருகில் கரித்தீ மூட்டி, எல்லாவகைக் கடல்உணவுகளும் வாட்டப்பட்டுக்கொண்டிருந்தன. உனக்கு மீன்பிடிக்குமா என்று மியு கேட்டாள், பிடிக்கும் என்றேன். அவள் பணியாளரிடம், தனக்குத்தெரிந்த உடைந்த கிரேக்கத்தில் பேசி உணவுகளைக் கேட்டாள். அவன் முதலில் வெள்ளை ஒயின், ரொட்டித்துண்டு மற்றும் ஆலிவ் எடுத்துவந்தான். எந்த ஆரவாரமும் இல்லாமல், ஒயினை ஊற்றி குடிக்க ஆரம்பித்தோம். நான் சொரசொரப்பான ரொட்டித்துண்டையும், சில ஆலிவ்பழங்களையும் உண்டேன், என் பசியைக் கட்டுப்படுத்திக்கொள்ள.

மியு மிகவும் அழகாயிருந்தாள். இந்த விசயத்தைப் பொறுத்தவரையில் எனது முதல் அபிப்பிராயமே தெளிவாகவும், எளிதாகவும் இருந்தது. இல்லை, அப்படித்தெளிவாக,

ஸ்புட்னிக் இனியாள் | 115

எளிதாயிருந்தது என்று சொல்லிவிடமுடியாது. ஒருவேளை என் அபிப்ராயம் மிகத்தவறானதாகவும் இருக்கலாம். ஏதோ ஒரு காரணத்தால் யாரோஒருவனின் மாற்றமுடியாத கனவுலகில் நான் விழுங்கப்பட்டுவிட்டேன். இப்போது நினைத்துப்பார்க்கையில், அந்தச்சாத்தியத்தையும் முழுமையாக நிராகரித்துவிடமுடியாது. என்னால் உறுதியாகச் சொல்லமுடிந்தது யாதெனில் அவளை அந்தநொடியில் ஒரு வசீகரமான பெண்ணாகவே பார்த்தேன்.

அவள் ஒல்லியானவிரல்களில் பல மோதிரங்களை அணிந்திருந்தாள். அதில் ஒன்று எளிய தங்கத் திருமணமோதிரம். அவளைப்பற்றிய முதல் எண்ணத்தை நான் அவசரமாகச் சீர்படுத்துகையில், கனிவான கண்களைக்கொண்டு அவள் என்னைப் பார்த்திருந்தாள், அவ்வப்போது சிறிது ஒயினைச் சுவைத்தபடி.

"உன்னை எங்கோ பார்த்திருக்கிறேன் எனத்தோன்றுகிறது," என்றாள். "உன்னைப் பற்றியே எப்போதும் கேட்டுக் கொண்டிருப்பதால் இருக்கலாம்."

"சுமிரே உங்களைப்பற்றி என்னிடம் நிறையச்சொல்லியிருக்கிறாள்" என்றேன்.

மியு சிரித்தாள். அவள் சிரித்தபோது, கண்களின் ஓரத்தில் அழகான ஒரு கோடு படர்ந்தது. "என்றால் நாம் அறிமுகங்களைத் தவிர்த்துவிடலாம்."

நான் தலையசைத்தேன்.

மியுவைப்பற்றி எனக்குப் பிடித்திருந்த விஷயம் தன்னுடைய வயதை மறைக்க அவள் பாடுபடவில்லை என்பதே. சுமிரேவைப் பொறுத்தவரைக்கும் அவள் 38 அல்லது 39ல் இருக்கவேண்டும். அவள் அந்த வயதிற்கேற்ப தோற்றமளித்தாள். அவளது ஒல்லியான, திடமான உடல்வாகிற்குக் கொஞ்சம் ஒப்பனை செய்துகொண்டால் எளிதாக 20களில் இருப்பாள். ஆனால் அவள் அதற்கு மெனக்கெடவில்லை. மியு, தனது வயதை இயல்பாக ஏற்று, அதை ஒத்துக்கொண்டு, அதனுடன் மகிழ்ச்சியாக வாழ்ந்தாள்.

மியு ஓர் ஆலிவை வாயில்போட்டுக்கொண்டு, அதன் விதையை விரல்களால் எடுத்து, ஒரு கவிஞன் நிறுத்தற்குறியீடுகளைச் சரியாக அமைப்பதுபோல், நளினமாக அதைச் சாம்பல் கொட்டவைத்திருந்த தட்டில் போட்டாள்.

"மன்னிக்கவும் நான் நடுயிரவில் உன்னை அழைத்துவிட்டேன்," என்றாள். "நான் இன்னும் விவரமாக விசயங்களை அப்போது சொல்லியிருக்கலாம், ஆனால் நான் மிகுந்த வருத்தத்தில் இருந்தேன், எங்கே ஆரம்பிப்பது என்றே தெரியவில்லை. இன்னும் நான் முழுமையாக நிதானமாக இல்லை, ஆனால் முதலில் இருந்த குழப்பநிலை கொஞ்சம் சரியாகிவிட்டது."

"அப்படி என்னதான் நடந்தது?" என்று வினவினேன் நான்.

மியு தனது கைகளை மேசைமீது வைத்து ஒன்றுசேர்த்தாள், பின் பிரித்தாள், மீண்டும் ஒன்றுசேர்த்தாள். "சுமிரே மறைந்துவிட்டாள்."

"மறைந்துவிட்டாளா?"

"புகையைப்போல்" என்றாள் மியு. பின் ஒயினைக் கொஞ்சம் பருகினாள்.

அவள் தொடர்ந்தாள், "அது ஒரு நீண்டகதை, அதனால் துவக்கத்திலிருந்து ஆரம்பிக்கிறேன், அப்போதுதான் சரியானவரிசையில் சொல்லமுடியும். அப்படியில்லை என்றால் சிலநுணுக்கங்கள் தொலைந்துவிடும். கதையைப் பொறுத்தவரை அதுவே நுட்பமானது. ஆனால் நாம் முதலில் சாப்பிடுவோம். இப்போது ஒவ்வொருநொடியும் முக்கியம் என்றில்லை, மேலும் பசியோடு இருந்தால் யோசிப்பது கடினம். இந்த இடம் வேறு பேச ஏதுவாக இல்லாமல் சப்தமாயிருக்கிறது."

உணவகம் கிரேக்கர்களின் சைகைகளாலும், உரத்த பேச்சுக்குரல்களாலும் நிரம்பியிருந்தது. நாங்களும் கத்தவேண்டாம் என்பதற்காக மியுவும், நானும் மேசையின்மேல்சாய்ந்து, தலைகளை அருகருகே வைத்துப் பேசினோம். இப்போது பணியாளன் ஒருதட்டு நிறையக் காய்களைக்குவித்து, அதனுடன் சுட்ட பெரிய வெள்ளைமீனையும் எடுத்துவந்தான். மியு தனது மீன்துண்டில் கொஞ்சம் உப்புத்தூவி, எலுமிச்சைச்சாறு பிழிந்து, ஆலிவெண்ணெய்யை அதில் ஊற்றினாள். நானும் அதையே செய்தேன். நாங்கள் சாப்பிடுவதில் சிறிதுநேரம் கவனம் செலுத்தினோம். அவள் சொன்னதுபோல், முக்கியமான விசயங்களை முதலில் செய்வோம். பசியைத் தணிப்பது முதல்வேலையாக இருந்தது.

நான் எத்தனைநாட்கள் இங்கு தங்க முடியும்? என்று அவள் கேட்டாள். "என் புதுவருடம் ஒருவாரத்தில் தொடங்கப்போகிறது,"

ஸ்புட்னிக் இனியாள் | 117

என்றேன், “நான் அதற்குள் திருப்பிப்போகவேண்டும். இல்லையென்றால் கொஞ்சம் பிரச்சனை இருக்கும்.” மியு தலையை ஆட்டினாள். அவள் வாயைக்குவித்துவைத்து ஏதோ யோசித்துக்கொண்டிருந்தாள். கணிக்கக்கூடியவிதமாக ஏதும் சொல்லவில்லை, “கவலைப்படாதே, அதற்குள் நீ திரும்பச்சென்றுவிடலாம்” அல்லது “அதற்குள் பிரச்சனைகள் சரியாகிவிடுமா என்று தெரியவில்லையே” இப்படி. அவள் ஏதோ முடிவுக்குவந்து அதை என்னிடம் சொல்லாமலேயே அமைதியாக உணவைச் சாப்பிடத்தொடங்கினாள்.

உணவுண்டு முடிந்ததும், நாங்கள் காபி குடித்துக் கொண்டிருக்கும்போது, அவள் பயணக்கட்டணம் பற்றிச் சங்கடப்பட்டுக்கொண்டே கேட்டாள். “நீ பணத்தை டாலரில் பயணிகள் காசோலையாக வாங்கிக்கொள்வாயா? அல்லது டோக்கியோ சென்றபிறகு யென்னில் உன் வங்கிக்கணக்குக்கு அனுப்பவா?” என்றாள். “எதை நீ விரும்புவாய்?” “எனக்கு இப்போது பணம் தட்டுப்பாடில்லை,” என்றேன். “என்னால் சமாளிக்கமுடியும்.” ஆனால் மியு கட்டாயப்படுத்தினாள். “நான்தானே உன்னை இங்கு வரச்சொன்னேன்,” என்றாள்.

நான் தலையசைத்தேன். “நாகரீகம் கருதி இதை நான் புறக்கணிக்கவில்லை. எப்படியும் கொஞ்சநாளில் நானே இங்கு வந்திருப்பேன். அதைத்தான் சொல்ல முயற்சிக்கிறேன்.”

மியு யோசித்துவிட்டுக்கூறினாள், “நீ வந்ததற்கு நன்றி. எத்தனை நன்றிகள் சொன்னாலும் போதாது.”

உணவகத்தைவிட்டு நாங்கள் வெளியேவந்தபோது வானம் பிரமாண்டமான நிறங்கள் தெளித்ததைப்போல் காட்சியளித்தது. எப்படிப்பட்ட காற்று என்றால், அதைச்சுவாசித்தால், உங்கள் நுரையீரல் கூட அதே நீலத்தில் சாயம் பூசப்படும். சின்ன நட்சத்திரங்கள் மின்னத்தொடங்கின. நீண்ட கோடைநாள் முடிவுக்கு வருவதற்குக் காத்திருக்கமுடியாமல் உள்ளூர்மக்கள் இரவுணவை முடித்துக்கொண்டு துறைமுகத்தில் ஒருநடைக்கு வந்தனர். மியுவும், நானும் நகரைக்கடந்து நடந்தோம். தெருவின் வலப்புறம் கடைகள் வரிசையாக இருந்தன, சில தங்குமிடங்கள், உணவகங்களில் சாலையில் மேசைகள் போடப்பட்டு இருந்தன.

சிறிய மரஅடைப்புகள் கொண்ட ஜன்னல்களில் மிதமான மஞ்சளொளி மின்னியது, உடன் கிரேக்கஇசை ஒலிப்பெருக்கி

மூலம் காற்றில் கரைந்தது. இடதுபக்கத்தில் கடலின் விரிந்தடர்ந்த அலைகள் கடற்பாலத்தின்மேல் பொறுமையாக அடித்துக் கொண்டிருந்தன.

"சிறிதுதொலைவில் சாலை மேல்நோக்கி ஏறும்" என்றாள். "நாம் செங்குத்தான படிகளை அல்லது மென்மையான சரிவுகளைத் தேர்ந்தெடுக்கலாம். படிகள் விரைவாகக் கொண்டுசென்றுவிடும், உனக்கேதும் ஆட்சேபணை உள்ளதா?"

"இல்லை," என்றேன்.

மலையின் சரிவிற்கு ஏற்றாற்போல் அமைந்த செங்குத்தான கற்படிகட்டுகள். அவை நீளமாகவும், சாய்வாகவும் இருந்தன, ஆனால் மியுவின் பயிற்சிபெற்ற பாதங்கள் சோர்வதற்கான எந்த அறிகுறியும் காட்டவில்லை, ஒருதுளிகூட அவள் நடையின் வேகம் குறையவில்லை. அவள் பாவாடையின் ஓரங்கள் எனது கண்முன்னே மிக நேர்த்தியாகத் ததும்ப, வெயில்பட்டு கருத்த அவளின் கெண்டைக்கால்கள் வளர்பிறையில் மின்னின. நானோ தலைசுற்றிப்போய், சில இடங்களில் நின்று மூச்செடுத்துக்கொண்டேன். மேலே ஏற ஏற துறைமுக விளக்குகள் மங்கி, தொலைதூரத்தில் தெரிந்தன.

என்னருகே இருந்த மக்கள் செய்து கொண்டிருந்த அத்தனையும், அந்தக் குறிப்பிடமுடியாத விளக்குஒளியின் வரிசையால் உறிஞ்சிக்கொள்ளப்பட்டது. அதுவொரு ஈர்ப்பான காட்சி அப்படியே அதைக் கத்தரிக்கோலால் கத்தரித்து என் மனத்திரையில் மாட்டிக்கொள்ள விரும்பினேன்.

மியுவும், சுமிரேவும் தங்கியிருந்த இடம் ஒரு சின்னக்குடில். அதன் தாழ்வாரம் கடலைப்பார்த்திருந்தது. வெண்நிறச்சுவர்கள், சிகப்புஓடுகள்போட்ட கூரை, அடர் பச்சையில் கதவு. அடர்வான காகிதப்பூக்கள் சிவப்புநிறத்தில் வீட்டைச் சுற்றி இருந்த கற்சுவர்மேல் படர்ந்திருந்தன. தாழ்நீக்கப்பட்டிருந்த கதவைத்திறந்து அவள் என்னை வரவேற்றாள்.

குடில் குளுமையாயிருந்தது. அங்கு ஒரு வரவேற்பறை, சிறிய சாப்பாட்டு அறை, கூடவே சமையலறையும். சுவரோ வெள்ளை அடிக்கப்பட்டிருந்தது, அங்கங்கே சில கருத்தியல்பண்புகொண்ட ஓவியங்கள். வரவேற்பறையில் ஒரு சோபா, புத்தகஅலமாரி, ஒரு குட்டி ஒலிப்பெருக்கி. இரண்டு ஓய்வறைகள், ஒரு சின்ன ஆனால் சுத்தமான ஓடுகளுடன் கூடிய குளியலறை.

மரச்சாமான்கள் பெரிதாக ஈர்க்கவில்லை, ஆனால் வசதியாகவும், உபயோகிக்கமுடிந்ததாகவும் இருந்தது. மியு தொப்பியைக்கழற்றி, பையைச் சமையலறைமேடைமேல் வைத்தாள். “ஏதேனும் பருகுவாயா? என்றாள். “அல்லது, முதலில் குளித்து விடுகிறாயா?”

“நான் குளிக்கவிரும்புகிறேன்” என்றேன்.

எனது தலையை அலசி, பிறகு சவரம் செய்துகொண்டேன். என் தலைமயிரை காயவைத்தேன், ஒரு புதுச்சட்டைக்கு மாறினேன், அரைக்கால் சட்டை ஒன்றைப் போட்டுக்கொண்டேன். பழையநிலைக்குப் பாதி திரும்பியதுபோல் உணர்தேன். குளியலறை கண்ணாடிக்குக் கீழிருந்த இடத்தில் இரண்டு பல்துலக்கிகள் இருந்தன, ஒன்று நீலம், மற்றொன்று சிவப்பு. நான் இதில் எது சுமிரேவுடையது என யோசித்தேன். மறுபடியும் வரவேற்பறைக்குச் சென்றேன், மியு சாய்வுநாற்காலியிலமர்ந்து, கையில் பிராந்திக்கோப்பையுடன் இருந்தாள். அவள் என்னையும் மதுவருந்த அழைத்தாள், ஆனால் எனக்கு ஒரு குளிர்பீர் தேவைப்பட்டது. நான் குளிர்சாதனப்பெட்டியில் இருந்து ஒரு ஆம்ஸ்டெல்பீர் எடுத்து கழுத்துநீண்ட கோப்பையில் அதை ஊற்றினேன். தனது நாற்காலியில் சாய்ந்துகொண்டு மியு நீண்டநேரம் அமைதியாக இருந்தாள். எப்படிச்சொல்வது என்று யோசித்து வார்த்தைகளை அவள் தேர்வு செய்துகொண்டிருப்பதாகத் தெரியவில்லை, ஞாபகங்களில் மூழ்கியிருந்தாள்; ஆரம்பமோ, முடிவோ இல்லாத ஞாபகங்கள்.

“எத்தனைநாட்களாக இங்கே இருக்கிறீர்கள்?” என நான் துவங்கினேன்.

“இன்று எட்டாவதுநாள்,” மியு கொஞ்சம் யோசித்துச்சொன்னாள்.

“சுமிரே இங்கிருந்தே மறைந்துபோனாளா?”

“ஆம். நான் சொன்னதுபோல், புகைபோல்.”

“இது எப்போது நடந்தது?”

“நான்குநாட்களுக்கு முன்பு ஓரிரவு,” அவள் சுற்றுற்றும் ஏதோ தடயத்தைத் தேடுவதுபோல் பார்த்துக்கொண்டே சொன்னாள். “எனக்கு எங்கு துவங்குவது என்று தெரியவில்லை.”

“சுமிரே தன்னுடைய கடிதங்களில் பாரிஸில் இருந்து மிலன் போனதை பற்றிச் சொன்னாள்,” என்றேன் நான். “பின் அங்கிருந்து

பர்கண்டிக்கு ரயில் எடுத்தது. உங்கள் நண்பரின் பெரிய எஸ்டேட் வீட்டில் தங்கியது, பர்கண்டி கிராமத்தில்."

"அப்படியென்றால், அங்கிருந்தே கதையைத் துவங்குகிறேன்," என்றாள் மியு.

8

"எனக்கு அந்தக்கிராமங்களின் ஒயின் உற்பத்தியாளர்களை வருடக்கணக்காகத் தெரியும், அவர்களின் ஒயின்கள் பற்றி என் சொந்தவீட்டின் வரைப்படம்போல் தெரியும், எவ்வித ஒயினை எந்தச்சரிவில் இருந்த எந்நிலம் உற்பத்திசெய்யும், அவ்வருடத்தின் வெப்பநிலை சுவையை எப்படி பாதிக்கும், உற்பத்தியாளர்கள் யார் கடினமாக உழைக்கிறார்கள், எவரின் பிள்ளைகள் தந்தைக்குச் சிறப்பாக உதவுகிறார்கள், எந்த உற்பத்தியாளர் எவ்வளவு கடன் வாங்கியிருக்கிறார், யார் புதிதாகச் சிட்ரோயன் கார் வாங்கியிருக்கிறார்கள், இதுபோன்ற விஷயங்கள். ஒயின் என்பது பரம்பரியமிகுந்த வளர்ப்பு போல - யார் எந்தப் பரம்பரையைச் சேர்ந்தவர் என்றும் தெரியவேண்டும், சமீபத்தியத்தகவல் என்னவென்றும். எது நன்றாகச்சுவைக்கிறது, எது சரியில்லை என்பதால் மட்டுமே வர்த்தகத்தை முடிவுசெய்யமுடியாது."

மியு மூச்சுவிடுவதற்காகக் கொஞ்சம் நிறுத்தினாள். அவளால் தொடர்வதா வேண்டாமா என்று முடிவெடுக்க முடியவில்லை. அவள் தொடர்ந்தாள்.

"நான் ஐரோப்பாவின் சிலஇடங்களில் வாங்குவேன், ஆனால் பர்கண்டியில் இருந்த அந்தக்கிராமமே எனக்கு முக்கியமாக விற்பவர்கள். எனவேதான் நான் வருடத்தில் ஒருமுறையாவது அங்கு நேரத்தைச் செலவழித்தேன், பழைய நட்பை புதுப்பிக்க, புதுச்செய்திகளை சேகரிக்க. நான் எப்போதும் தனியாகவே பயணித்தேன், இம்முறை இத்தாலியும் போனதால் சுமிரேவை என்னுடன் கூட்டிக்கொண்டுபோக முடிவெடுத்தேன். இம்மாதிரி பயணங்களில் உன்னுடன் இன்னொருவர் இருப்பது வசதியானது, அதுமட்டுமல்லாது நான் சுமிரேவை இத்தாலியமொழியைக் கற்றுக்கொள்ளச் சொல்லியிருந்தேன். ஆனால் இறுதியில் நான் தனியாகவே போகலாம் என்று முடிவெடுத்து, ஏதேனும் சாக்குச்சொல்லி பிரான்ஸ் கிளம்புவதற்கு முன்னால் அவளை வீட்டுக்கு அனுப்பிவிடலாம் என்று எண்ணினேன். நான்

122 | ஹருகி முரகாமி

சிறுவயதில் இருந்து தனித்தே பயணித்திருக்கிறேன், எத்தனை நெருக்கமாயிருந்தாலும் ஒவ்வொருநாளும் ஒருவருடன் சேர்ந்திருப்பது என்பது எனக்கு முடியாத ஒன்று.

"சுமிரே மிகத்திறமையானவளாக இருந்தாள், சின்னச்சின்ன விஷயங்களில் நன்கு கவனம்செலுத்தினாள். பயணச்சீட்டுகள் வாங்குவது, தங்குமிடத்தை முன்பதிவுசெய்வது, பேரம்பேசுவது, செலவுப்பட்டியல் வைப்பது, நல்ல உள்ளூர் உணவகத்தைத் தேடுவது. இதுபோன்ற செயல்களில். அவளுடைய இத்தாலியன் மொழியும் செம்மையாகியிருந்தது, அவளது ஆர்வ குணம் என்னைக்கவர்ந்தது, நான் தனியே இருந்திருந்தால் செய்திருக்கமுடியாத பல புதிய அனுபவங்கள் கிடைத்தன. ஒருவருடன் இருப்பது இத்தனை சுலபமா என்று நானே ஆச்சரியப்பட்டுப்போனேன். நான் அப்படி நினைக்கக் காரணம், ஏதோவொரு சிறப்பம்சம் எங்களை ஒன்றிணைத்தது."

"எனக்கு நினைவிருக்கிறது, நாங்கள் முதல்முறை சந்தித்தபோது, ஸ்புட்னிக் பற்றிப்பேசினோம். பீட்னிக் எழுத்தாளர்களைப் பற்றிப் பேசிக்கொண்டிருந்தாள், நான் தெரியாமல் ஸ்புட்னிக் என்று சொல்லிவிட்டேன். நாங்கள் சிரித்தோம், அது எங்களின் இடைவெளியைக் குறைத்தது. 'ஸ்புட்னிக்' என்றால் ருஷ்ய மொழியில் என்ன தெரியுமா? 'பயணத்துணை'. நான் சிலநாட்களுக்கு முன்பே அதை அகராதியில் தேடிப்பார்த்தேன். என்ன விசித்திரமான தற்செயல் நிகழ்வு. ஆச்சரியமாக இருக்கிறது, ருஷ்யர்கள் அவர்களின் கோளுக்கு இப்படி ஒரு புதிரான பெயரைத் தந்திருக்கிறார்கள். உலகத்தைச் சுற்றிக்கொண்டிருக்கும் ஒரு பாவப்பட்ட சின்ன உலோகக்குவியல்.

மியு ஒருநிமிட மௌனதிற்குப்பின் மீண்டும் தொடர்ந்தாள்.

*

"எது எப்படியோ நான் சுமிரேவை என்னுடன் பர்கண்டிக்குக் கூட்டிக்கொண்டு போனேன். பழையநண்பர்களைப் பார்த்து, நான் வணிகத்தைக் கவனிக்கையில், சுமிரே, கொஞ்சம்கூடப் பிரெஞ்சுமொழி தெரியாதவள், ஒரு காரை இரவல் வாங்கிக்கொண்டு, சுற்றித்திரிந்தாள். நகரில் ஒரு பணக்கார ஸ்பானிஷ் மூதாட்டியை இவள் சந்திக்க நேர்ந்தது, அவர்களுக்குள் ஸ்பானிஷில் பேசி, நண்பர்கள் ஆகிவிட்டனர். அம்மூதாட்டியே சுமிரேவை, அவர்களின் விடுதியில் தங்கியிருந்த ஓர் ஆங்கிலேயரை

ஸ்புட்னிக் இனியாள் | 123

சந்திக்கச்செய்தாள். அவருக்கு வயது ஐம்பதுக்கு மேலிருக்கும், எழுத்தாளர், மிகப்பண்பானவர், அழகானவரும் கூட. நிச்சயம் அவர் ஒரு தன்பால்புணர்ச்சியாளர் என நினைக்கிறேன். அவருக்கு ஒரு செயலாளர் இருந்தார், அவரே இவரின் காதலன் எனத்தோன்றுகிறது.

"அவர்கள் எங்களை இரவு உணவிற்கு அழைத்தனர். மிக நல்லவர்கள், நாங்கள் பேசிக்கொண்டிருந்தபோது எங்களுக்குப் பல பரஸ்பரசிநேகிதர்கள் இருப்பது தெரியவந்தது, ஏதோ என்னைப்போன்றவரையே நான் பார்ப்பதாகவுணர்ந்தேன்."

அந்த ஆங்கிலேயரே அவர்களுக்குக் கிரேக்கத்தில் ஒருகுடில் இருப்பதாகவும், நாங்களதை உபயோகித்தால் சந்தோஷமாயிருக்கும் என்றும் கூறினார். அவர் எப்போதும் அந்தக்குடிலை கோடையில் ஒருமாதம் தங்க உபயோகிப்பார் எனவும், இந்தக்கோடையில் வேலையிருப்பதால் போகமுடியாது என்றும் சொன்னார். வீடுகள் ஆக்கிரமிக்கப்பட்டுள்ளவரையே நல்லதென்றும், இல்லை என்றால் பராமரிப்பவர்கள் சோம்பேறிகளாகிவிடுவார்கள் என்றும் அவர் கூறினார். அதனால் எங்களுக்கு ஆட்சேபணை இல்லையென்றால் அங்கு தங்கச்சொன்னார். இந்தக்குடிலே அது."

மியு சுற்றுமுற்றும் பார்த்தாள்.

"கல்லூரியில் படித்தபோது ஒருமுறை கிரேக்கநாட்டிற்கு வந்திருக்கிறேன். அது சுழல்காற்றுபோன்ற சுற்றுலா. ஒரு துறைமுகத்தில் இருந்து மற்றொன்றிற்குத் தாவினோம், ஆனால் இந்நாட்டின் மீது நான் காதல்கொண்டேன். ஆகவே இது என்னைக் கவர்ந்திழுக்கும் ஒரு முன்மொழிதலாக இருந்தது. சுமிரேவும் சந்தோஷப்பட்டாள். நான் வாடகைதருவதாகச் சொன்னேன் ஆனால் அந்த ஆங்கிலேயர் மறுத்துவிட்டார், தான் வாடகைக்குவிடுவதில்லை என்று கூறி. சில வாக்குவாதங்களுக்குப் பிறகு, ஒருபெட்டி ஒயினை லண்டனில் இருக்கும் அவர் வீட்டிற்கு மரியாதைநிமித்தம் நான் அனுப்பிவைப்பேன் என்றபிறகே இருவரும் ஒத்துக்கொண்டோம்."

"தீவு வாழ்க்கை கனவு போலிருந்தது. முதன்முறையாக எத்தனை நாட்கள் நான் விடுமுறை எடுப்பேன் என்று எனக்கே தெரியவில்லை, அட்டவணை ஏதுமின்றி, எதுபற்றிய கவலையுமின்றி. தொலைத்தொடர்பு சற்றுக்கடினமே - உனக்குத்தெரியும் இங்கு தொலைபேசி இணைப்புகள் எவ்வளவு

கேவலமென்று - தொலைநகலும் இணையதளமும் கிடையாது. எனது அசல் திட்டத்தைத் தாண்டி தாமதமாக நான் டோக்கியோ செல்வது சிலருக்குப் பிரச்சினை, ஆனால் இங்குவந்ததும், இது எதுவுமே பெரிதாகப்படவில்லை.

“சுமிரேவும் நானும் அதிகாலை எழுந்து, எங்களின் பைகளில் துண்டு, தண்ணீர், சன்ஸ்கிரின் ஆகியவற்றை எடுத்துக்கொண்டு, மலைக்கு அந்தப்பக்கத்தில் இருந்த கடற்கரைக்கு நடப்போம். அதன் கரை ஆளைக் கொன்றுவிடும் அழகோடிருந்தது. அதன் மணலோ தூய வெள்ளைநிறம், நிறைய அலைகளும் கிடையாது. அது சற்றுத்தொலைவில் இருந்ததால், மிகச்சிலரே அங்கு செல்வார்கள், அதுவும் காலைவேளையில். ஆணோ, பெண்ணோ நிர்வாணமாகத்தான் நீந்துவார்கள். நாங்களும் அதையே செய்தோம். காலையில் அந்தச்சுத்தமான நீலக்கடலில், பிறந்தமேனியாக நீந்துவது ஒரு சுகவுஉணர்வு. ஏதோ வேறொரு உலகத்திற்குப்போனது போல நீ உணர்வாய்.”

“நீந்திக்களைத்தபிறகு, கடற்கரையில் படுத்து, சூரியக்குளியல் எடுப்போம். முதலில் ஒருவர்முன்ஒருவர் நிர்வாணமாயிருக்க சற்றுச் சங்கடமாயிருந்தது. பின் பழகிக்கொண்டோம், அதுவொன்றும் பெரிய விசயமில்லை. அந்த இடத்தின் புத்துணர்வு வேலைசெய்ததென்றே நினைக்கிறேன். ஒருவர் முதுகில் இன்னொருவர் சன்ஸ்கிரீனைத் தடவுவோம், அலைவோம், படிப்போம், பேசிக்கொண்டிருப்போம். உண்மையில் விடுதலையாக இருப்பதாயுணர்ந்தேன்.”

“நாங்கள் மலைமீதேறி வீட்டிற்கு வருவோம், குளிப்போம், சாதாரண உணவை உட்கொள்வோம், பின் படியிறங்கி நகருக்குச்செல்வோம். துறைமுகக் காபிக்கடையில் தேநீர் அருந்தி, ஆங்கிலச்செய்தித்தாள்களை வாசிப்போம், கடையில் ஏதாவது சாப்பாடு வாங்கிக்கொள்வோம், வீட்டிற்குத்திரும்புவோம், பின் அவரவருக்குப் பிடித்ததுபோல் சாயங்காலம்வரைக்கும் நேரத்தை செலவுசெய்வோம் - தாழ்வாரத்தில் அமர்ந்து படிப்போம், இசை கேட்போம். சுமிரே சிலநாட்கள் அவள் அறையில் எழுதிக்கொண்டிருப்பாள். எனக்கு அவள் மடிக்கணினியை திறந்து, விசைப்பலகையில் தட்டும் சத்தம் கேட்கும். நாங்கள் மாலை துறைமுகத்திற்குப்போய், படகு வருவதைப்பார்ப்போம். குளிர்பானம் அருந்திக்கொண்டே மக்கள் கப்பலில் இருந்து இறங்குவதைப் பார்ப்போம்.”

"அங்கு நாங்கள் உலகின் விளிம்பில் அமர்ந்திருந்தோம், யாரும் எங்களைக் காணமுடியவில்லை. அப்படித்தான் தோன்றியது - நானும், சுமிரேவும் மட்டுமே அங்கிருப்பதுபோல். வேறெவரைப்பற்றியும் யோசிக்க அவசியமில்லை. எனக்கு அங்கிருந்து நகரவேண்டாம், வேறெங்கும் போகவேண்டாம் எனத் தோன்றியது. இப்படியே எப்போதும் இருக்கவேண்டும் எனவும். அது சாத்தியமற்ற ஒன்று என்று எனக்குத் தெரியும் - எங்களுடைய இந்தவாழ்வு ஒரு குறுகியகால மாயையே, ஒருநாள் நிதர்சனம் எங்கிருந்து வந்தோமோ அந்த உலகிற்குள் எங்களை மீண்டும் இழுக்கும். ஆனால் அதுவரை நான் ஒவ்வொருபொழுதையும் சந்தோசமாக வாழவிரும்பினேன், எதைப்பற்றியும் கவலைப்படாமல். நான்குநாட்கள் வரைக்கும் எங்களுடைய வாழ்வை இந்த இடத்தில் நேசித்திருந்தோம்."

நான்காம் நாள் காலை, எப்போதும்போல் அவர்கள் கடற்கரைக்குச் சென்றார்கள், நிர்வாணக்குளியல் போட்டிருக்கிறார்கள், வீட்டிற்குவந்து, பிறகு மறுபடியும் துறைமுகத்திற்குச் சென்றிருக்கிறார்கள். காபிக்கடையில் இருந்த பணியாளன் அவர்களை நினைவில் வைத்திருந்தான் - எப்போதும் மியு தரும் அன்பளிப்புப் பணம் அதற்கு உதவியது - அவர்களை அன்பாக வரவேற்றிருக்கிறான். அவர்கள் எத்தனை அழகாயிருக்கிறார்கள் என்றும் பணிவாகக் கூறியுள்ளான். சுமிரே கடைக்குப்போய் ஒரு ஆங்கில செய்தித்தாளை வாங்கிவந்திருக்கிறாள், ஏதென்ஸில் அச்சடித்தது. அதுமட்டுமே வெளியுலகிற்கும் அவர்களுக்கும் இருந்த ஒரே தொடர்பு. செய்திகள்படிப்பது சுமிரேவின் வேலை. அவள் பரிமாற்றவிகிதத்தைப் பார்த்திருக்கிறாள், பின் ஏதேனும் முக்கியமானசெய்தி இருந்தாலோ, அவளுக்கு சுவாரசியமாகத் தோன்றினாலோ அந்தக்கட்டுரையைச் சத்தமாக மொழிபெயர்ப்பு செய்து படித்திருக்கிறாள்.

அன்று சுமிரே சத்தம்போட்டு படித்த செய்தி ஒரு 70வயது மூதாட்டியை அவளது பூனைகளே தின்றதைப்பற்றியது. ஏதென்ஸின் ஏதோவொரு சிறிய புறநகர்ப்பகுதியில் நிகழ்ந்துள்ளது. மரணித்த அந்த மூதாட்டி தன் கணவனை - ஒரு வியாபாரியை, பதினோருவருடங்களுக்கு முன்னால் இழந்திருக்கிறாள், அன்றிலிருந்து இரண்டுஅறைகொண்ட தன் வீட்டில் பல பூனைநண்பர்களோடு அமைதியாக வாழ்ந்திருக்கிறாள். ஒருநாள்

அந்தப்பெண் சோபாவிலிருந்து விழுந்து மாரடைப்பால் காலமானார். அவள் மாரடைப்பிற்கும், மரணத்திற்கும் இடையே எத்தனைநேரம் கழிந்தது எனத்தெரியவில்லை. எது எப்படியோ அந்த மூதாட்டியின் உயிர் அனைத்துநிலைகளும் கடந்து தன் பழைய தோழியாகிய - தான் 70 ஆண்டு வசித்த உடலிடமிருந்து விடைபெற்றிருக்கிறது.

அவளுக்கு உறவினர்களோ, நண்பர்களோ இல்லாததால், அவளுடைய உடலை ஒருவாரம் கடந்தே கண்டுபிடித்திருக்கிறார்கள். கதவுகள் மூடி, சாளரங்களும் பூட்டப்பட்டிருந்ததால், பூனைகளால் அவளின் இறப்பிற்குப்பிறகு எங்கும் போக முடியவில்லை. வீட்டில் எந்த உணவுமில்லை. குளிர்சாதனப் பெட்டியில் இருந்திருக்கலாம், ஆனால் பூனைக்குக் குளிர்சாதனப் பெட்டியைத் திறக்கும் திறன் கிடையாது. பசியில், தன் உரிமையாளரின் உடலை ருசிபார்த்துள்ளன.

அவ்வப்போது காபியை கோப்பையிலிருந்து அருந்திக்கொண்டே, சுமிரே இந்தச் செய்தியை பலநிலைகளில் மொழிபெயர்த்துள்ளாள். சில தேனீக்கள் பழைய வாடிக்கையாளர் யாரோ சிந்திய ஜாமை நக்கிக்கொண்டிருந்தன. மியு தன் கண்ணாடிவழி கடலைப்பார்த்தாள், சுமிரே சொல்வதை கவனமாகக் கேட்டபடி.

“பிறகு என்ன நடந்தது,” என்றாள் மியு.

“அவ்வளவுதான்,” சுமிரே செய்தித்தாளை மூடி, மேசையில் வைத்துக்கொண்டே பதிலளித்தாள். “அவ்வளவுதான் இந்தச் செய்தித்தாள் சொல்கிறது.”

“பூனைகளுக்கு என்னவாயிற்று?”

“எனக்குத் தெரியவில்லை...” என்றாள் சுமிரே, தன் உதட்டை பிதுக்கிக்கொண்டு, சிலநிமிடம் சிந்தித்துவிட்டு. “இந்தச் செய்தித்தாள்கள் அனைத்தும் இப்படிதான். நமக்குவேண்டிய செய்தியைக் கூறுவதே கிடையாது” என்றாள்.

தேனீக்கள் ஏதோ உணர்ந்ததுபோல் சற்றுநேரம் காற்றில் மேலே பறந்துவிட்டு, சுற்றி, மறுபடியும் மேசைமேல் வந்தமர்ந்தன. பிறகு ஜாமை நக்குவதைத் தொடர்ந்தன.

“பூனைகளின் நிலை என்ன என்பது பற்றியே அனைவரும் ஆச்சரியப்படுவர்,” தனது பெரிய மேல்சட்டையின் விளிம்பை இழுத்து, சுருக்கங்களைச் சரிசெய்துகொண்டே,

சுமிரே சொன்னாள். அவள் மேல்சட்டையும், குட்டைக் கால்சட்டையையும் அணிந்திருந்தாள் - மியுவிற்குத் தெரிந்தவரைக்கும் - உள்ளாடைகள் எதுவும் போடவில்லை. "பூனைகள் மனிதரத்தத்திற்குப் பழகி, மனிதவுண்ணியாக மாறலாம், அதனால் அவற்றை அழித்திருப்பார்கள். அல்லது காவலர்கள் "நீங்கள் நிறைய சித்திரவதை அனுபவித்துவிட்டீர்கள்' என்று சொல்லி அவற்றை வெளியே விட்டிருக்கலாம்."

"நீ மேயராகவோ, காவல்துறைத்தலைவராகவோ இருந்திருந்தால் என்ன செய்திருப்பாய்?"

சுமிரே சிறிது யோசித்துவிட்டு. "அவற்றைக் காப்பகத்தில் சேர்த்து, சரி செய்யலாம்? சைவ உணவுண்ணியாக மாற்றலாம்."

"சிறந்த திட்டம்." என்று மியு சிரித்தாள், தனது கண்ணாடியை கழற்றிவிட்டு, சுமிரேவை பார்த்து. "இந்தக்கதை நான் கத்தோலிக்க மேல்நிலைப்பள்ளியில் சேர்ந்தபோது பேசிய முதல் சொற்பொழிவு போலுள்ளது. நான் எப்போதாவது உன்னிடம் சொன்னேனா, மிகக்கடுமையான ஒரு கத்தோலிக்கப்பள்ளியில் ஆறு வருடம் படித்தேன் என்பதை? நான் சாதாரணத் தொடக்கப்பள்ளியில்தான் படித்தேன், மேல்நிலைக்கு அந்தப்பள்ளிக்குச் சென்றேன். உள்ளே நுழைந்து சம்பிரதாயங்கள் முடிந்தவுடன் ஒரு வயதான கன்னியாஸ்திரி புதுப்பிள்ளைகளான எங்களை ஓர் அவைக்குக் கூட்டிச்சென்று கத்தோலிக்க விதிகளைச் சொல்லித்தந்தார். அவர் ஒரு பிரான்ஸ் நாட்டு கன்னியாஸ்திரி, ஆனால் அவரின் ஜப்பானியமொழியோ மிகச்சரளமாக இருந்தது. அவர் பலதும் சொன்னார், ஆனால் எனக்கு நினைவிருப்பது பூனைகள் மற்றும் ஆளில்லா ஒரு தீவைப்பற்றிய கதை மட்டுமே."

"மிகவும் சுவாரசியமாக இருக்கிறது," என்றாள் சுமிரே.

"உன் கப்பல் உடைந்து, நீ ஒருதீவில் தனியே மாட்டிக்கொள்கிறாய். நீயும் ஒரு பூனையும் மட்டுமே உயிர்க்காப்புப்படகில் தப்பித்தது. நீங்கள் கொஞ்சம் சுற்றி, இறுதியாக ஒருதீவிற்கு வருகிறீர்கள், ஒரு பாறைத்தீவு, சாப்பிட எதுவுமின்றி. தண்ணீர்கூட இல்லை. உயிர்ப்படகில் பத்துநாட்களுக்குப் போதிய பிஸ்கட்டும், தண்ணியும் ஒரே ஒருவருக்கு வேண்டியளவு மட்டுமிருக்கிறது. இப்படித்தான் அந்தக்கதை போனது."

"அந்தக் கன்னியாஸ்திரி அவை முழுக்கப் பார்வையிட்டாள், பின் கணீரென்ற தொனியில், 'கண்களை மூடி, இந்நிகழ்வை

கற்பனைசெய்யுங்கள். நீங்கள் ஒரு தீவில் ஒரு பூனையோடு மாட்டிக்கொள்கிறீர்கள். தனிமையான கடல், சுற்றி எதுவுமே இல்லை. உங்களைப் பத்துநாளில் யாராவது காப்பாற்றுவார்கள் என்பதும் நிச்சயமற்ற ஒன்று. உணவும், நீரும் தீர்ந்தால் நிச்சயம் நீங்கள் செத்துவிடுவீர்கள். இப்போது என்ன செய்வீர்கள்? பூனையும் உங்களைப்போல் தவிப்பதால் உங்களுணவைப் பிரித்துத்தருவீர்களா?' கன்னியாஸ்திரி கொஞ்சம் அமைதிகாத்து எங்கள் முகங்களைப் பார்வையிட்டார், 'இல்லை. அது பெரிய தவறு' என்று தொடர்ந்தாள். 'நீங்கள் இதைப் புரிந்துகொள்ளவேண்டும், பூனையுடன் உங்களுணவைப் பகிர்ந்வது தவறு. ஏனென்றால் கடவுளால் தேர்ந்தெடுக்கப்பட்டவர் நீங்கள், ஆனால் பூனை அப்படியில்லை. அதனால் நீங்களே அனைத்து உணவையும் உண்ணவேண்டும்.' கன்னியாஸ்திரியின் முகம் கடுமையாக இருந்தது."

"முதலில் நான் ஏதோ இதை கேலிக்குச்சொல்கிறார் என நினைத்து, அமைதி காத்திருந்தேன். ஆனால் அப்படியில்லை. அவர் தனது உரையாடலை மனித கண்ணியத்தின் மீதும் மனிதமதிப்பின் பக்கமும் திருப்பிவிட்டார், அவையனைத்தையும் நான் கேட்கவில்லை. அதாவது, புதிதாகப் பள்ளியில் சேர்ந்த குழந்தைகளிடம் இதைச்சொல்வதன் அர்த்தமென்ன? என்னால் புரிந்து கொள்ளமுடியவில்லை - இன்று வரை."

சுமிரே அதைப்பற்றி யோசித்துவிட்டு. "இறுதியில் பூனையைச் சாப்பிடுவது சரி என்று சொல்லவருகிறார்களா?" என்றாள்.

"தெரியவில்லை. அதுவரை அவர்கள் செல்லவில்லை."

"நீங்கள் கத்தோலிக்கா?"

மியு இல்லை என்றாள். "அந்தப்பள்ளி என் வீட்டிற்கருகில் இருந்தது, அதனால் சென்றேன். அவர்களின் சீருடை எனக்குப் பிடித்திருந்தது. அங்கு நான் ஒருத்தி மட்டுமே ஜப்பானைச் சேராதவள்."

"உங்களுக்கு ஏதேனும் கெட்ட அனுபவம் ஏற்பட்டதா?"

"நான் கொரியாவைச் சேர்ந்தவள் என்பதாலா?"

"ஆம்"

மியு மீண்டும் இல்லையெனத் தலையசைத்தாள். "அந்தப்பள்ளி தாராளவாத கொள்கையையே சொல்லிக்கொடுத்தது.

விதிகள் மிகக்கடுமையாக இருந்தன. கன்னியாஸ்திரிகள் சிலர் விசித்திரமாக நடந்துகொண்டனர், ஆனால் சூழ்நிலை பொதுவில் முற்போக்கானதாகவே இருந்தது, இல்லை நான் எந்தவிதமான பாரபட்சங்களையும் அனுபவிக்கவில்லை. நல்ல நண்பர்கள் கிடைத்தனர், நான் பள்ளியில் சந்தோஷமாகவே இருந்தேன். சில கெட்ட அனுபவங்கள் உண்டு, அவையும் நான் பள்ளியைவிட்டு நிஜவுலகிற்குப் போனபிறகே. எதுவும் வழக்கமற்றது கிடையாது, அனைவருக்கும் நடப்பதே."

"கொரியர்கள் பூனைகளை உண்பார்கள் எனக் கேள்விப்பட்டேன். உண்மையா?"

"நானும் கேள்விப்பட்டிருக்கிறேன். ஆனால் எனக்குத்தெரிந்த யாரும் உண்பதில்லை."

அது நாளின் மிக உஷ்ணமானநேரமாக இருந்தது, நகரின் மையம் இளவேனில் காலத்தில் ஆட்களின்றிக் காட்சியளித்தது. ஊரிலிருந்த அனைவரும் தங்களின் குளிர்ந்தவீட்டிற்குள் கதவை மூடிக்கொண்டு, மதியத்தூக்கத்தில் இருப்பார்கள். ஆர்வமிகுதியான வெளிநாட்டவர் மட்டுமே அந்நேரத்தில் வெளியே வந்தார்கள்.

ஒரு தலைவனின் சிலை அந்த மையச்சதுக்கத்தில் இருந்தது. அவன் கிரேக்கத்தில் இருந்து போராளிகளைத் திரட்டி, தீவை ஆண்டுகொண்டிருந்த துருக்கியர்களை எதிர்த்துப் போராடியிருக்கிறான், ஆனால் கைதுசெய்யப்பட்டு, கழுவிலேற்றிச் சாகடிக்கப்பட்டான். துருக்கியர்கள் கூரியமுனையுள்ள கம்பை அந்தச்சதுக்கத்தில் அமைத்து, அதன்முனையில் பரிதாபகரமான அந்த வீரனை, நிர்வாணமாக இறக்கினர். மிக மெதுவாக, அந்தக்கூர்முனை அவனது ஆசனவாயின்வழி சென்று வாய்வரை வந்தடைந்தது, அவர் இறப்பதற்குப் பலமணிநேரங்கள் ஆயிற்று. அவரது சிலை அந்நிகழ்வு நடந்ததாகக் கூறப்படும் இடத்தில் எழுப்பப்பட்டிருந்தது. வீரனின் சிலை அமைக்கப்பட்டபோது, அந்த வெண்கலச்சிலை பார்க்க நன்றாயிருந்திருக்கும். ஆனால் இடைப்பட்ட ஆண்டுகளில், கடல்காற்று, தூசி, கடல்பறவைகளின் எச்சம் இவற்றால் சிலையின் அம்சங்களைப் பார்ப்பதே அரிதாகிவிட்டது. தீவுமக்கள் அதிகமாகப் பாழடைந்தசிலையின் மேல் தங்களின் பார்வையைச் செலுத்தவில்லை. சிலையும் இவ்வுலகத்தை வெறுத்துத் தனது முதுகை உலகிற்குக் காட்டி நிற்பதைப்போல் இருந்தது.

“பூனைகளைப்பற்றிப் பேசும்போது” சுமிரே திடீரென்று சொன்னாள், “எனக்கு ஒரு விசித்திரமான ஞாபகம் உண்டு. நான் இரண்டாம்வகுப்புப் படித்துக் கொண்டிருந்தபோது, எங்களிடம் ஓர் அழகிய ஆமையோட்டுப்பூனை இருந்தது. ஒருநாள் நான் தாழ்வாரத்தில் அமர்ந்து புத்தகம் படித்துக்கொண்டிருந்தபோது, சட்டென்று அது பித்துப்பிடித்ததுபோல் எங்களின் தோட்டத்தில் இருந்த பைன் மரத்தைச் சுற்றி ஓட ஆரம்பித்தது. பூனைகள் அதைச்செய்யும். அங்கு ஒன்றும் இல்லை, ஆனால் அவை எதிர்பாராதவகையில் சத்தம்போட்டு, தங்களின் முதுகை வளைத்து, ரோமங்கள் குத்தி நிற்க, வாலை நிமிர்த்திக்கொண்டு, பாய்வதற்குத் தயாராகும்.”

“அந்தப்பூனை மீது அத்தனை கவனத்துடன் இருந்ததில், நான் அது என்னையே பார்ப்பதைக்கூட கவனிக்கவில்லை. அது ஒரு விசித்திரக்காட்சியாக இருந்தது, எனது புத்தகத்தைக் கீழே வைத்துவிட்டு, பூனையைப் பார்த்தவாறிருந்தேன். அது தன்னுடைய தனித்தவுலகின் விளையாட்டில் சற்றும் சோர்வானதாகத் தெரியவேயில்லை. உண்மை என்னவென்றால் நேரம் போகப்போக இன்னும் ஆக்ரோசமானது. ஏதோ அதனை ஆட்கொண்டதுபோல்.”

சுமிரே தண்ணீர் குடித்துவிட்டு, தனது காதைச் சொறிந்தாள்.

“அதைப் பார்க்கப்பார்க்க, எனக்குப் பயம் தொற்றிக்கொண்டது. அந்தப்பூனை நான் பார்க்காத ஏதோவொன்றைப் பார்த்தது, என்னவோ, ஆனால் பூனையை அது வெறியேற்றியது. இறுதியாகப் பூனை அந்தமரத்தின் தண்டைச்சுற்றி வேகமாக ஓட ஆரம்பித்தது, ஒரு குழந்தைக்கதையில் வெண்ணெயாக மாறுமே அந்தப்புலியைப்போல். பலமணிநேரம் ஓடிவிட்டு இறுதியாக அது மரத்தை நோக்கிப்பாய்ந்தது. அதன் சின்ன முகம் உயரமான கிளைகளுக்கு மத்தியில் எட்டிப்பார்ப்பதைப் என்னால் காணமுடிந்தது. நான் தாழ்வாரத்தில் இருந்து, அதன் பெயரை உரக்கக்கத்தினேன், அதற்குக் கேட்கவில்லை.”

இறுதியாகச் சூரியன் அஸ்தமித்தது, குளிர்ச்சியான இலையுதிர்காலக் காற்று வீசத்தொடங்கியது. தாழ்வாரத்தில் அமர்ந்து நான் பூனை கீழேவரக் காத்திருந்தேன். அது நன்கு தோழமைவாய்ந்த பூனை, நான் சிறிதுநேரம் அமர்ந்திருந்தால் வந்துவிடும் என்று நினைத்தேன். ஆனால் அது வரவில்லை. அதன் மியாவ் சத்தம்கூடக் கேட்கவில்லை. இருட்டிக்கொண்டேவந்தது.

நான் பயந்து, என் பெற்றோரிடம் சொன்னேன். 'கவலைப்படாதே, அதை விடு, சீக்கிரம் வந்துவிடும்' என்றார்கள். அது வரவே இல்லை.

"அது திரும்பிவரவேயில்லை என்றால் என்ன அர்த்தம்?" வினவினாள் மியு.

"அது மறைந்துவிட்டது. புகைபோல். அனைவரும் அது மரத்திலிருந்து கீழே வந்து எங்கோ ஓடியிருக்கும் என்றார்கள். சிலசமயம் ஏதோ தைரியத்தில் பூனைகள் மேலே ஏறிவிடும், ஆனால் இத்தனைதூரம் ஏறிவிட்டோம் என்று பயந்து, பிறகு கீழேவராது. எப்போதும் நடப்பதுதான். ஒருவேளை பூனை அங்கு இருந்தால், அதைக் வெளிக்காட்டிக்கொள்ளக் கத்தித் தீர்த்திருக்கும். நான் அதை நம்பவில்லை. பூனை அந்தக்கிளையில், உயிருக்குப்பயந்து, கத்தக்கூட இயலாமல் இருக்கும் என்று நான் நினைத்தேன்."

நான் பள்ளியில் இருந்து வந்தபிறகு, தாழ்வாரத்தில் அமர்ந்து, பைன் மரத்தை பார்த்துக்கொண்டிருப்பேன், அவ்வப்போது பூனையின் பெயரை அழைத்தபடி. எந்தப்பதிலும் வராது. ஒருவாரம் கழித்து, நான் அழைப்பதை விட்டுவிட்டேன். எனக்கு அந்தப்பூனையை மிகவும் பிடிக்கும், அதனால் மிகவும் வருத்தமாக இருந்தேன். பைன் மரத்தை பார்க்கும்போதெல்லாம், பரிதாபமான அந்தப்பூனை, இன்னும் கிளையில் உயிரற்றுத் தொங்குவதாகக் கற்பனை செய்துகொள்வேன். அந்தப்பூனை எப்போதும் எங்கும் போகப்போவதில்லை, பசியோடு, சுருங்கிக் கொண்டிருக்கப்போகிறது."

சுமிரே மியுவின் முகத்தைப்பார்த்தாள்.

"அதன்பிறகு நான் பூனை வளர்க்கவேயில்லை. எனக்கு இப்போதும் பூனைகள் பிடிக்கும், ஆனால் நான், அந்தப் பாவப்பட்ட பூனைதான், மரமேறி, கீழே வராத அந்தப்பூனைதான், என் முதலும், இறுதியுமான பூனை என அன்றே முடிவுசெய்தேன். என்னால் அந்தக்குட்டிப்பூனையை மறந்து, இன்னொன்றை நேசிக்கமுடியவில்லை."

"அன்று மதியம் இதையே பேசினோம்," என்றாள் மியு. "நான் அவையனைத்தும் பாதிப்பில்லாத வெறும் நினைவுகள் மட்டுமே என்று நினைத்தேன், ஆனால் இப்போது யாவும் முக்கியம் என்று தோன்றுகிறது. இது என் கற்பனையாகவும் இருக்கலாம்."

மியு தலையைத்திருப்பி, சாளரம்வழியே வெளியே பார்த்தாள். கடற்காற்று திரைச்சீலைமீது விழுந்து சலசலக்கச்செய்தது. அவள் வெளியேயிருந்த இருளைப் பார்த்துக்கொண்டிருக்க, அறை இன்னும் ஆழமான மௌனத்தைத் தனக்குள் கிரகித்துக்கொண்டது.

“நான் ஒரு கேள்வி கேட்கட்டுமா? நம் பேச்சின் அடிப்படையில் இல்லை, ஆனால் அது என்னை வாட்டுகிறது,” என்றேன். “சுமிரே காணாமல்போய், புகைபோல் மறைந்தாள் என்று சொன்னீர்கள். நான்குநாட்களுக்கு முன்பு. பிறகு காவல்நிலையம் போனீர்கள். இல்லையா?”

மியு ஆமோதித்தாள்.

“என்னை எதற்கு வரச்சொன்னீர்கள், சுமிரேவின் குடும்பத்திடம் தொடர்புகொள்ளாமல்?”

“அவளுக்கு என்ன நடந்தது என்கிற தடயமே எனக்குத் தெரியவில்லை. ஒரு நிச்சயமுமின்றி, அவள் பெற்றோரின் நிம்மதியைக்கெடுக்க தயக்கமாயிருந்தது. நன்குயோசித்து, நான் சற்றுப்பொறுக்கலாம் என்று முடிவுசெய்தேன்.”

சுமிரேவின் வசீகரமான தந்தை, ஒரு படகெடுத்து, தீவிற்கு வருவதை நான் கற்பனைசெய்தேன். அவள் தாய், இந்தத் திடீர்நிகழ்வால் நிச்சயம் காயப்பட்டிருப்பார், அவரும்கூட வருவாரா? இதுவொரு மிகப்பெரிய குழப்பம். என்னைப் பொறுத்தவரைக்கும், இப்போதே பிரச்சனைதான். அதெப்படி ஓர் அந்நியப்பெண் ஒரு சின்னத்தீவில் நான்குநாட்களுக்குக் காணாமல்போவாள்?”

“ஆனால் என்னை எதற்கு அழைத்தீர்கள்?”

மியு தன் வெறுங்கால்களை ஒன்றாகச்சேர்த்து, தன் பாவாடையின் விளிம்பை விரலுக்கிடையில் பற்றி இழுத்துக்கொண்டே. “உன்னை மட்டுமே என்னால் நம்பமுடியும் என்றாள்.”

“ஆனால் நீங்கள் என்னைப் பார்த்தேயில்லை.”

“சுமிரே உன்னை அனைவரைக்காட்டிலும் அதிகமாக நம்பினாள். நீ அனைத்தையும் பற்றித் தீவிரமாக யோசிப்பாய் என்று கூறினாள்.”

“நிச்சயம் இது சிறுபான்மை கருத்து, நம்பாதீர்கள்.”

மியு கண்களைச் சுருக்கி சிரித்தாள், அவளுடைய கண்களைச்சுற்றி சின்னச் சுருக்கங்கள் தோன்றின.

நான் எழுந்து, அவள் முன்னால் நடந்து, அவளின் காலியான கோப்பையை எடுத்துக்கொண்டேன். சமையலறைக்குச்சென்று, கொஞ்சம் கோவோய்சியர் ஊற்றினேன், பின் வரவேற்பறைக்கு வந்தேன். அவள் எனக்கு நன்றிசொல்லி, பிராந்தியை வாங்கிக் கொண்டாள். நேரம்போனது, திரைச்சீலை மெல்லக் காற்றிலாட, காற்றில் ஏதோ ஒரு மாறுபட்ட மணமிருந்தது.

"உனக்கு நிஜமாகவே உண்மை தெரியவேண்டுமா?" என்றாள் மியு. அவள் சோர்ந்துகாணப்பட்டாள், ஏதோவொரு கஷ்டமான முடிவிற்கு வந்ததுபோல்.

நான் மேல்நோக்கி அவளின் முகத்தைப்பார்த்தேன். "என்னால் ஒரு விஷயத்தை அடித்துச்சொல்லமுடியும், உண்மையைத் தெரிந்துகொள்ளவேண்டாம் என்றால், நான் இங்கு வந்திருக்கவே மாட்டேன்."

மியு கண்களை, திரைச்சீலையின் திசையில் பார்த்துச் சுருக்கினாள். இறுதியாக மென்குரலில் பேசத்துவங்கினாள். "பூனையைப்பற்றி உணவகத்தில் நாங்கள் பேசிய இரவில் இது நடந்தது."

9

துறைமுகக் காபிக்கடையில் நிகழ்ந்த பூனைகள் குறித்த அவர்களின் உரையாடலுக்குப்பிறகு, மியுவும், சுமிரேவும் பொருட்கள் வாங்கிக்கொண்டு வீடு திரும்பினர். எப்போதும்போல், இரவுணவுவரை ஓய்வெடுத்தனர். சுமிரே தனது அறையிலமர்ந்து மடிக்கணினியில் எழுதிக்கொண்டிருந்தாள். மியு சோபாவில் படுத்து, கைகளைத் தலைக்குமேல் கட்டிக்கொண்டு, கண்கள் மூடி, ஜூலியஸ் காட்சென்னின் வாசிப்பில் பிராம்ஸின் பாலட்டை (Balad - நாட்டுப்புறப்பாடல்) கேட்டுக்கொண்டிருந்தாள். அது ஒரு பழைய ஒலிபெருக்கி, ஆனால் வாசிப்போ அத்தனை நளினமாக, உணர்ச்சிவசத்தோடு, ஞாபகர்த்தமானதாக இருந்தது. சிறிதும் கர்வமின்றி, அழகிய ஒரு வெளிப்பாடு.

"உனக்கு இசை தொந்தரவாக இருக்கிறதா?" மியு ஒருமுறை கேட்டாள், சுமிரேவின் அறைக்கதவை பார்த்தபடி. கதவு நன்றாகத் திறந்திருந்தது.

"பிராம்ஸ் எப்படித் தொந்தரவு செய்யமுடியும்," சுமிரே தலையைத் திருப்பிக்கேட்டாள்.

சுமிரே இப்படி வெறித்தனமாக எழுதுவதை மியு பார்ப்பது இதுவே முதல்முறை. தனது வாயை அவள் இறுகமூடியிருக்க, பாய்வதற்குத் தயாராயிருக்கும் விலங்குபோல், அவளின் கண்கள் ஆழத்தில் புதைந்திருந்தன.

"என்ன எழுதுகிறாய்?" மியு கேட்டாள். "புதிய ஸ்புட்னிக் புதினமா?"

சுமிரேயின் வாயைச் சுற்றியிருந்த சுருக்கங்கள் சற்று குறைந்தன. "பெரிதாக ஒன்றுமில்லை. என் மனதிற்கு வந்தவை. என்றைக்காவது உபயோகப்படும் என எழுதிவைக்கிறேன்."

மியு தனது சோபாவில் வந்தமர்ந்தாள், பின் மதியக்கதிரவனின் ஒளியில் இசை உருவாக்கிய சிறிய உலகிற்குள் ஐக்கியமானாள்.

“இத்தனை அழகாய் பிராம்ஸ் வாசிப்பது, எத்தனை ரம்மியமாய் இருக்கும், முக்கியமாகப் பாலட்கள் என்று யோசித்தாள். கடந்தகாலத்தில் எனக்கெப்போதுமே பிராம்ஸ் வாசிப்பதில் பிரச்சனை இருந்திருக்கிறது. என்னால் இந்தக் கணிக்கமுடியாத, அவ்வப்போது வந்துபோகும் நுட்பங்களில், மௌனங்களின் உலகில் தொலைந்திடமுடியுமா? இப்போது, என்னால் முன்பைவிட அழகாய் பிராம்ஸ் வாசிக்கமுடியும்.” என அவள் எண்ணினாள். ஆனால் உண்மையில் மியுவிற்கு இனி தன்னால் என்றுமே எதுவும் வாசிக்கமுடியாதென்று தெரியும்.

ஆறரைமணிபோல் இருவரும் சமையலறையில் இரவுணவை சமைத்துவிட்டு, தாழ்வாரத்திலமர்ந்து உண்டார்கள். மீன்சூப், வாசனையான மூலிகைகளுடன் சாலட்டும் ரொட்டியும். கொஞ்சம் வெள்ளை ஒயின், பிறகு சூடான காபி. மீன்படகுகள் தீவிற்குள் நுழைவதையும், ஒரு வெண்ணிற விளைவை ஏற்படுத்திக்கொண்டு துறைமுகத்தை நோக்கி அவை நகருவதையும் அவர்கள் பார்த்தனர். எந்தச்சந்தேகமுமில்லை, வீடுகளில் சூடானஉணவு மீனவர்களுக்குக் காத்திருக்கும்.

“ஆமாம், நாம் எப்போது இங்கிருந்து கிளம்புகிறோம்?” சுமிரே பாத்திரங்கள் தேய்த்துக்கொண்டே கேட்டாள்.

“இன்னும் ஒருவாரம் தங்கலாம் என நினைக்கிறேன், ஆனால் அவ்வளவுதான் சமாளிக்கமுடியும்” என்றாள் மியு நாட்காட்டியை பார்த்தபடியே. “என்னால் முடிந்தால் வாழ்நாள் முழுக்க இங்கேயே கழித்துவிடுவேன்.”

“என்னால் முடிந்தால்கூட” என்றாள் சுமிரே, சிரித்தபடி. “ஆனால் நீங்களும் என்ன செய்யமுடியும்? நல்லவிஷயங்கள் அனைத்தும் முடிவிற்கு வந்துதானே ஆகவேண்டும்.”

வழக்கம்போல், பத்துமணிக்கு முன்னதாக இருவரும் தங்களின் படுக்கையறைகளுக்குச் சென்றனர். நீண்டகையுடன்கூடிய வெள்ளைப் பருத்தி இரவுடையை அணிந்தவளாக, மியு, பட்டென்று உறங்கிப்போனாள். ஆனால் அவள் எழுப்பப்பட்டாள், அவளின் இருதயஓசையே அவளை உலுக்கியது போல. தனக்கருகே அலார கடிகாரத்தைப் பார்த்தாள், 12.30 மணியைக் கடந்திருந்தது. அறை இருண்டு, மௌனத்திலிருந்தது. யாரோ தனக்கருகில் மறைந்திருப்பதை அவள் உணர்ந்தாள், மூச்சுவாங்கியபடி ஒளிந்திருந்தார்கள். மியு தன்னுடைய

போர்வையைக் கழுத்துவரை இழுத்துக்கொண்டு, காதைத் தீட்டினாள். அவள் இதயம் சுற்றியிருந்த அத்தனைச்சத்தத்தையும் தன்னுள் மூழ்கடித்துக்கொண்டு அடித்தது. இது விழிப்பில் ஊடாடும் கெட்ட கனவில்லை - நிச்சயம் யாரோ அறையிலிருக்கிறார்கள். சத்தமில்லாமல் மிகமெதுவாக, தனது கைகளை நீட்டி திரைச்சீலையைக் கொஞ்சம் விலக்கினாள், ஓரிரு அங்குலங்கள் மட்டும். வெளிறிய, நீர்த்த நிலவொளி அறையைச் சட்டென்று அள்ளிக்கொண்டது. சிறு அசைவுமின்றி அவள் அறை முழுதையும் பார்வையால் சல்லடைபோட்டாள்.

இருளுக்கு அவள் கண்கள் இசையத்தொடங்கியது, அறையின் ஓரத்தில் மெதுவாக உருவாகியவாறிருந்த ஏதோவொன்றின் உருவமைப்பை அவளால் பிரித்துணரமுடிந்தது. கதவருகே நின்ற அலமாரியின் நிழலில், இருள் ஆழமாக இருக்கும் அவ்விடத்தில், என்னவோ, ஒரு தடித்த பந்தைப்போல் உருண்டு தெரிந்தது, யாரோ மறந்துவிட்டுப்போன பெரிய நீளமான தபால்பைபோல. ஒரு மிருகமா? பெரிய நாயா? ஆனால் முன்கதவு தாழிடப்பட்டுள்ளதே, அவளது அறைக்கதவு சாத்தப்பட்டிருக்க ஒரு நாயால் உள்ளே நுழைந்திருக்க முடியாது.

மியு அமைதியாக மூச்சுவிட்டபடி, அந்த ஓரத்தையே பார்த்தவாறிருந்தாள். அவளுடைய வாய் காய்ந்துபோயிருந்தது, தான் அருந்தியிருந்த பிராந்தியின் நாற்றத்தை அவளால் நுகரமுடிந்தது. அவள் சற்று எம்பி, திரைச்சீலையை இன்னும் சற்று விலக்கி, நிலவொளியை அறைக்குள் பாய்ச்சினாள். மெதுவாக, கயிறின் முடிச்சுகளை அவிழ்ப்பதுபோல், அவளால் தரையில் கிடந்த அந்தக் கருப்புருவத்தைப் பார்க்கமுடிந்தது. அது பார்க்க ஒரு மனிதனின் தேகம்போல் இருந்தது: மயிர்கள் முன்னால் தொங்கியபடி, ஒல்லியான இருகால்கள் பின்னோக்கி வளைந்திருந்தன. யாரோ தரையில் அமர்ந்திருந்தார்கள். சுருண்டு, தலையைக் கால்களினடுவே மடித்து, வானிலிருந்து விழப்போகும் எதில் இருந்தோ தன்னைக் காத்துக்கொள்வதுபோல்.

அது சுமிரே. அவளின் வழக்கமான நீலநிற இரவுடையில், ஒரு பூச்சிபோல, கதவுக்கும் அலமாரிக்குமிடையில் இருந்தாள். சிறு அசைவுமின்றி. மியுவிற்குத் தெரிந்தவரைக்கும், மூச்சுக்கூடவிடாமல்.

மியு நிம்மதிப்பெருமூச்சு விட்டாள். ஆனால் சுமிரே இங்கு என்ன செய்கிறாள்? மியு படுக்கையில் பொறுமையாக அமர்ந்து

ஸ்புட்னிக் இனியாள் | 137

விளக்கைப்போட்டாள். மஞ்சள்நிற வெளிச்சம், அறை முழுதையும் நிரப்பியது, ஆனால் சுமிரே கொஞ்சம்கூட நகரவில்லை. விளக்கு எரிவதுகூட அவளுக்குத் தெரிந்ததுபோல் இல்லை.

"என்ன ஆனது?" மியு கூப்பிட்டாள். முதலில் மெதுவாக, பின் உரக்க.

பதில் இல்லை. மியுவின் குரல், சுமிரேவுக்குக் கேட்டதாகத் தெரியவில்லை. மியு கட்டிலில் இருந்து எழுந்து, அவளை நோக்கி நடந்தாள். கம்பளம் முன்பைவிட அவள் கால்களுக்குச் சொரசொரப்பாகத் தெரிந்தது.

"உனக்கு உடம்பு சரியில்லையா?" பதுங்கியிருந்த சுமிரேவின் அருகில் சென்று மியு கேட்டாள்.

பிறகும் எந்தப்பதிலும் இல்லை.

சுமிரே எதையோ வாயில் வைத்திருக்கிறாள் என்பதை மியு கவனித்தாள். குளியலறையில் தொங்கிக்கொண்டிருந்த பிங்க்நிற முகம் துடைக்கும் துண்டு. மியு அதை வாயிலிருந்து பிடுங்க முயற்சிசெய்தாள், ஆனால் சுமிரே அதைக் கடித்துக்கொண்டிருந்தாள்.

அவளது கண்கள் திறந்திருந்தன, ஆனால் பார்வையில்லை. மியு கைகளை அவளின் தோள்மீது வைத்தாள். சுமிரேவின் இரவுஆடை ஈரமாக இருந்தது.

"உன் இரவுஆடையைக் கழற்றிவிடு, நீ அதிகமாக வியர்த்திருக்கிறாய், சளி பிடிக்கப்போகிறது" என்றாள் மியு.

சுமிரே ஸ்தம்பித்துப்போய் அமர்ந்திருந்தாள், எந்தச் சத்தமும் இல்லாமல், எதையும் பார்க்காமல். மியு சுமிரேவின் ஆடையை நீக்க முடிவுசெய்தாள், இல்லையென்றால் அவள் உடல் உறைந்துவிடக்கூடும். அது ஆகஸ்ட்மாதம், ஆனால் தீவின் இரவுகள் சிலநேரங்களில் மிகவும் குளிராயிருந்தது. இருவரும் அனுதினமும் பிறந்தமேனியாக நீச்சலடித்தனர், அவர்களின் நிர்வாணஉடல் என்பது இருவருக்கும் பரிச்சயமானதொன்றே, ஆக மியு அவளின் உடைகளை நீக்கினாள், சுமிரே எதுவும் நினைத்துக்கொள்ளமாட்டாள் என்று எண்ணினாள்.

சுமிரேவின் உடலைப் பிடித்தவாறு, பொத்தான்களை அவள் அவிழ்த்தாள், நீண்டநேரத்திற்குப் பிறகு மேல்சட்டையையும்

காற்சட்டையையும் கழற்றினாள். முதலில் திடமாயிருந்த சுமிரேவின் உடல், மெல்லத் தளர்ந்து, பிறகு, தொங்கிப்போனது. மியு அவள் வாயிலிருந்த துண்டை எடுத்தாள். அது அவளின் எச்சிலால் நனைந்திருந்தது. அவள் பற்கள் அதில் துல்லியமாகப் பதிந்திருந்தன.

சுமிரே உள்ளாடை எதுவுமின்றி இருந்தாள். மியு பக்கத்தில் இருந்த துண்டால் அவளின் வியர்வைவழியும் உடம்பைத் துடைத்தாள். முதலில் அவளுடைய முதுகு, பிறகு கரங்கள், மார்புகள். அவளது வயிற்றையும், இடுப்பிலிருந்து தொடைவரைக்கும், வேகமாகத் துடைத்தாள். சுமிரே அமைதியாக, மியுவைத் தடுக்காமல் இருந்தாள். சுமிரே உணர்வுகளே இல்லாததுபோலத் தோன்றினாள், ஆனால் அவளது கண்களுக்குள் மியு பார்த்தபோது, சிறிதளவு தன்னுணர்வு மட்டும் இருப்பது தெரிந்தது. மியு சுமிரேவின் நிர்வாண உடலை இதுவரைத் தொட்டதில்லை. அவளது மேனி பளிங்குபோல, குழந்தையின் வழுவழுப்போடு இருந்தது. அவளைத் தூக்கமுயற்சித்தபோது, மியு நினைத்ததைவிட, அவளின் உடல் கனமாயிருந்ததோடு வியர்வைநாற்றமும் வீசியது. மீண்டும் அவளின் வியர்வையைத் துடைக்க முற்பட, மியுவின் இதயம் பலமாகத்துடித்தது. அவள் வாயில் எச்சில் சுரந்தது, அதை விழுங்கிக்கொண்டேயிருந்தாள்.

சுமிரேவின் உடல் நிலவொளியில் தொன்மையான பீங்கானாகத் தகதகத்தது. மார்பகங்கள் சின்னதாக, வனப்பாக, நன்குஉருண்ட முலைகளுடன். அவளின் கருத்த அந்தரங்கப்பகுதி மயிரோ வியர்வையில் ஈரமாகி, காலைப்பனியில் மின்னும் புற்களெனப் பிரகாசித்தது. அவளின் தொய்வடைந்த அந்த மேனி, மியுவிற்கு பழக்கப்பட்ட கடற்கரைக்கதிரில் மினுமினுக்கும்மேனியில் இருந்து முற்றிலும் வேறுபட்டது. அவளுடைய உடல் ஒரு மடந்தைக்கு உண்டான சில கூறுகளோடும் காலத்தின் வலிமிகுந்த ஓட்டத்தால் கண்மூடித்தனமாகச் சடாரென்று திறக்கப்படும் ஓர் அரிவைக்கு உண்டான சில கூறுகளோடும் இருந்தது.

மியு ஒருவரின் அந்தரங்கத்தில் நுழைவதுபோல, பார்க்கக்கூடாத ஒன்றைப் பார்ப்பதைப்போல உணர்ந்தாள். சுமிரேவின் உடலைப்பார்ப்பதை முடிந்தவரை தவிர்த்து, தான் சிறுவயதில் மனப்பாடம் செய்த பாக்-கின் ஒருபகுதியை, மனதில் இசைத்தவாறே, துடைப்பதைத் தொடர்ந்தாள். முகத்தின்மீது விழுந்து, நெற்றியோடு சேர்ந்து ஒட்டியிருந்த சுமிரேவின்

வியர்வைபடிந்த கேசத்தையும் அவள் துடைத்தாள். சுமிரேவுக்குக் காதுமடல்கள்கூட வியர்த்திருந்தன.

சுமிரேவின் கரங்கள் தன் உடலைப் பற்றுவதை உணர்ந்தாள் மியு. சுமிரேவின் மூச்சு அவளது கழுத்தில்பட்டது.

"நீ எப்படி இருக்கிறாய்?" என்றாள்.

சுமிரேவிடம் பதிலில்லை. ஆனால் அவளின் கரங்கள் மியுவை இன்னும் உறுதியாகப்பற்றின. அவளைப் பாதியாக மடித்துத் தூக்கிக்கொண்டுவந்து, மியு மெத்தையில் போட்டாள். மெதுவாக அவளைப் படுக்கவைத்து, போர்வையைப் போர்த்தினாள். சுமிரே கண்கள்மூடி, அசையாமல் அங்கு கிடந்தாள்.

மியு அவளையே பார்த்திருந்தாள், ஆனால் சுமிரே ஒருதசையைக்கூட அசைக்கவில்லை. அவள் தூங்குவது போலிருந்தது. சமையலறைக்குப்போய் மியு சிலசொம்புகள் தண்ணீர் குடித்தாள். மூச்சை இழுத்துவிட்டு, தன்னை ஆசுவாசப்படுத்திக்கொண்டாள். அவளுடைய இதயம் வேகமாகத் துடிப்பது நின்றிருந்தாலும், பதற்றத்தால் ஏற்பட்ட அவளின் மார்புவலி குறையவில்லை. யாவும் மூச்சைத்திணறடிக்கும் அமைதியோடு இருந்தது. எந்த சத்தமுமில்லை, ஒருநாய்கூடக் குரைக்கவில்லை. ஏன் எல்லாம் உறைந்துபோயிருக்கின்றன? என்று வியந்தாள் மியு.

மியு குளியலறைக்குப்போய், சுமிரே அணிந்திருந்த வியர்வைபிடித்த இரவுடையையும், அவளைத்துடைக்க உபயோகித்த துண்டை, பற்கள் பதிந்த முகத்துண்டை என அனைத்தையும் துவைக்கப்போட்டாள். முகத்தை நன்கு கழுவியபிறகு அதைப்பார்த்தாள். தீவிற்கு அவள் வந்ததிலிருந்து கேசத்திற்குச் சாயம்பூசவில்லை, எனவே அவளது முடி இப்போது தூய்மையான வெண்ணிறத்தில் இருந்தது, அன்றுதான் விழுந்த பனித்துளிபோல. அறைக்கு மியு மறுபடியும் போனபோது, சுமிரேவின் கண்கள் திறந்திருந்தன. ஒரு சின்ன, வெளிச்சத்திரை அவள் கண்களை மூடியிருந்தாலும், கொஞ்சம் நினைவு வந்திருந்தது. அவள் கழுத்துவரைக்கும் போர்த்தி அங்குதான் படுத்திருந்தாள்.

"என்னை மன்னித்துவிடு, சிலசமயம் எனக்கு இப்படி ஆகும்" என்று கரகரப்பான குரலில் சுமிரே சொன்னாள்.

மியு மெத்தையின் ஓரத்திலமர்ந்து, சிரித்தபடி, சுமிரேவின் ஈரக்கூந்தலைத் தொட்டாள்.

"நீ நன்கு நீளமாக ஒரு குளியல் போடவேண்டும், ரொம்ப வியர்த்துவிட்டாய்."

"நன்றி, நான் இப்போதைக்குப் படுத்திருக்க விரும்புகிறேன்." என்றாள் சுமிரே.

மியு ஆமோதித்து, ஒரு புதுத்துண்டையும், தூய்மையான ஓர் இரவுடையையும் அலமாரியிலிருந்து எடுத்து, சுமிரேவினருகே வைத்தாள். "இதை நீ உபயோகப்படுத்திக்கொள். உன்னிடம் வேறு இல்லை என்று நினைக்கிறேன், இருக்கிறதா என்ன?"

"நான் இன்று இரவு இங்குத் தூங்கட்டுமா?" என்றாள் சுமிரே.

"பரவாயில்லை. தூங்கு, நான் உனது கட்டிலில் படுத்துக் கொள்கிறேன்."

"எனது மெத்தை நனைந்திருக்கிறது," என்றாள் சுமிரே. "போர்வை, அனைத்தும். நான் தனியாயிருக்கவும் விரும்பவில்லை. என் அருகில் படுத்துக்கொள்வாயா? இன்றிரவு மட்டும்? வேறெந்தத் தீக்கனவுகளும் வேண்டாமென நினைக்கிறேன்."

மியு சற்று யோசித்து, சரி என்றாள். "ஆனால் முதலில் உடையை அணிந்துகொள். என்னருகே உடையின்றி யாரும் படுப்பதை விரும்புவேனா என்று தெரியவில்லை - அதுவும் இத்தனை சின்னக்கட்டிலில்."

சுமிரே மெல்ல எழுந்து, தனது போர்வையை விலக்கி நகர்த்தினாள். அவள் எழுந்துநின்றாள், உடையின்றி, மியுவின் இரவுடையைத் தனக்கருகில் இழுத்தாள். குனிந்து காற்சட்டையை மாட்டினாள், பின் மேற்சட்டையை. அவளுக்குப் பொத்தான்கள்போடக் கொஞ்சம் நேரமானது. அவளின் விரல்கள் வேலைசெய்யவில்லை. மியு உதவாமல், அங்கு அமர்ந்து பார்த்தவாறிருந்தாள். சுமிரே பொத்தான்களிட்டுக்கொள்வதைப் பார்க்க ஏதோ மதச்சடங்குபோல் இருந்தது. நிலவொளியில் அவளின் முலைகள் பருத்திருந்தன.

அவள் கன்னியாக இருக்கவேண்டும், மியுவிற்குத் தோன்றியது.

ஸ்புட்னிக் இனியாள் | 141

அவளின் இரவுடையைப் போட்டபிறகு, சுமிரே மீண்டும் படுத்துக்கொண்டாள், ஓரமாக. மியு கட்டிலின்மீது ஏறினாள், அதில் இன்னும் வியர்வை வாசனை நிறைந்திருந்தது.

“கொஞ்சம் உன்னை அணைத்துக்கொள்ளட்டுமா?” என்றாள் சுமிரே.

“அணைக்கப்போகிறாயா?”

“ஆம்.”

மியு என்ன பதிலளிக்கலாம் என்று நினைக்கையில், சுமிரே கைகளை நீட்டி அவளைக் கட்டிக்கொண்டாள். அவளின் உள்ளங்கை வியர்த்து, கதகதப்பாகவும், மென்மையாகவும் இருந்தது. இருகைகளாலும் மியுவை கட்டிக்கொண்டாள். சுமிரேவின் மார்பகங்கள் இப்போது மியுவின் மார்பகங்கள் மீது, வயிற்றுக்குச் சற்றுமேலே. சுமிரே தனது முகத்தை அவளின் மார்பகங்களுக்கு இடையில் புதைத்துக்கொண்டாள். அப்படியே பலமணிநேரங்கள் கிடந்தனர். சுமிரே நடுங்கிக்கொண்டிருப்பதுபோல் இருந்தது. அவள் அழுவதாக மியு நினைத்தாள், அனைத்தையும் தன்னால் சொல்லமுடியவில்லை என்பதுபோல். மியு எட்டி சுமிரேவின் தோளைத்தொட்டு, அருகில் இழுத்து அணைத்துக்கொண்டாள். அவள் இன்னும் குழந்தைதானே. தனிமையில், பயந்துகொண்டிருக்கும் குழந்தை, அவளுக்கு யாருடைய கதகதப்பாவது தேவைப்படும். பைன் கிளையில் தொங்கிக்கொண்டிருக்கும் பூனைக்குட்டிபோல். சுமிரே தன்னுடைய உடம்பை மெதுவாக மேலே நகர்த்தினாள்.

சுமிரேவின் மூக்கு, மியுவின் கழுத்தை உரசியது. அவர்களின் மார்பகங்கள் உரசிக்கொண்டன. சுமிரேவின் கைகள் மியுவின் பின்புறத்தில் அலைந்தது.

“எனக்கு உன்னைப்பிடிக்கும்,” சுமிரே மெல்லிய குரலில் சொன்னாள்.

“எனக்கும்,” மியு சொன்னாள். வேறு என்ன சொல்வதென்றுத் தெரியவில்லை. அது உண்மையும்கூட.

சுமிரேவின் விரல்கள் மியுவின் சட்டையை அவிழ்த்தன. மியு நிறுத்த நினைத்தாள். ஆனால் சுமிரேவால் அதை நிறுத்தமுடியவில்லை. “கொஞ்சம்,” என்றாள். “இன்னும் கொஞ்சம் மட்டும் - தயவுசெய்து.”

மியு ஏதும் சொல்லாமல் படுத்திருந்தாள். சுமிரேவின் விரல்கள் மெதுவாக மியுவின் மார்பகங்களைத் தடவின. அவளின் மூக்கு முன்னும்பின்னுமாக மியுவின் தொண்டையைச்சுரண்டியது. மியுவின் முலைகளைத்தொட்டாள், தடவினாள், தன் விரல்களுக்கு நடுவே பிடித்துக்கொண்டாள். முதலில் தயங்கி, பின் இன்னும் சற்றுத்தைரியமாக.

மியு பேசுவதை நிறுத்திவிட்டு, நிமிர்ந்து பார்த்தாள், என் முகத்தை. அவளின் கன்னங்கள் சிவப்பாகியிருந்தன.

"உனக்கு ஒருவிஷயத்தைச் சொல்லவேண்டும். பலநாட்களுக்குமுன் எனக்கு வழக்கத்திற்கு மாறான ஓர் அனுபவம் நிகழ்ந்தது, அதனால் என் தலைமயிர் சுத்தமான வெள்ளைநிறத்திற்கு மாறிப்போனது. ஒரே இரவில், முழுமையாக. அன்றிலிருந்து, நான் சிகைக்குச் சாயம்பூசிக்கொண்டிருக்கிறேன். சுமிரேவிற்கு இது தெரியும். தீவில் கடினமென்பதால், நான் இங்கு வந்தபிறகு சாயம் பூசுவதில்லை. என்னை யாருக்கும் இங்கு தெரியாது. நீ வரப்போகிறாய் என்று தெரிந்ததால் மீண்டும் சாயம் பூசிக்கொண்டேன். உனக்கு என்னைப் பார்த்ததும் வேறுவிதமான முதல்கருத்து வேண்டாம் என்று நினைத்தேன்."

தொடர்ந்த மௌனத்தில் நேரம் கழிந்தது.

"எனக்கு ஓரினச்சேர்க்கை அனுபவம் அதுவரையில் இல்லை, அதுபோன்ற உணர்வுகள் இருந்ததா என்றும் யோசித்ததில்லை. ஆனால் சுமிரேவிற்கு அது வேண்டும் என்றால் பரவாயில்லை என நினைத்தேன். எனக்கு அருவருப்பாக இல்லை, அது சுமிரேவுடன் எனும்போது. அதனால் அவள் என்னைத்தொட ஆரம்பித்ததும் நான் நிறுத்தவில்லை, என்னை உதட்டில் முத்தமிட்டபோதும். நிச்சயம் அதுவொரு மாறுபட்ட அனுபவம், ஆனால் நான் பழகிக்கொள்ள நினைத்தேன். என்ன செய்யநினைத்தாளோ, அதைச்செய்ய அவளை அனுமதித்தேன். எனக்கு சுமிரேவைப் பிடிக்கும், அவளை சந்தோஷப்படுத்தும் என்றால் சரி. அவள் என்ன செய்கிறாள் என்பதைக் கண்டுகொள்ளவில்லை."

"எனது உடலும், மனதும் இருவேறு விஷயங்கள். எனது ஒருபகுதி சுமிரே என்னை இத்தனை மோகத்துடன் தொடுவதில் மகிழ்ச்சியடைந்தது. ஆனால் மனம் எப்படி இருப்பினும், எனது உடல் அதைத் தடைசெய்தது. அவளுக்கு அது இசைந்துதரவில்லை.

எனது இதயமும், மூளையும் தூண்டப்பட்டிருந்தன, ஆனால் மற்றபாகங்கள் திண்ணமான, உலர்ந்தகல்லைப் போலிருந்தன. சோகம்தான், ஆனால் என்னால் வேறெதுவும் செய்ய முடியவில்லை. நிச்சயம், சுமிரேவிற்கும் அது புரிந்தது. அவளின் உடல் சிவந்து, ஈரமாயிருந்தது."

"நான் எவ்வாறு உணர்கிறேன் என்பதை அவளிடம் சொன்னேன். 'உன்னை நான் நிராகரிக்கவில்லை,' என்றேன். 'ஆனால் நானிதைச் செய்யமுடியாது. *14* வருடங்களுக்கு முன்பு எனக்கு நடந்ததிலிருந்து, என்னால் என்னை யாருக்கும் இந்தவுலகில் தரமுடியவில்லை. என் கைகளைமீறியது இது, யாரோ எடுக்கும் முடிவு.' எனது விரல்களோ, நாவினாலோ ஏதும் செய்யட்டுமா என்று கேட்டேன். ஆனால் அவளதை எதிர்பார்க்கவில்லை. எனக்கு முன்பே தெரியும்."

*

"அவள் என் நெற்றியில் முத்தமிட்டு, மன்னிப்புக்கேட்டாள். 'எனக்கு நீ என்றால் இஷ்டம்,' என்றாள். 'நான் இதைப்பற்றிப் பலநாட்கள் சிந்தித்திருக்கிறேன், நான் முயற்சிசெய்தே ஆகவேண்டும் என.' 'எனக்கும் உன்னைப் பிடிக்கும்,' என்றேன் நான். 'அதனால் இதைப்பற்றிக் கவலைப்படாதே. எப்போதும்போல் நீ என்னுடன் இருக்கவேண்டும் என்று விரும்புகிறேன்.'

ஏதோ மடைஉடைந்ததுபோல், சுமிரே நீண்டநேரம் அழுது கொண்டேயிருந்தாள். அழுதபோது, அவளின் வெற்றுமுதுகை, தோளிலிருந்து இடுப்புவரைக்கும் நான் தடவிக்கொடுத்தேன், அவளின் அத்தனை எலும்புகளையும் தொட்டுணர்ந்தேன். அவளுடன் சேர்ந்து அழவேண்டும் என்றிருந்தது, ஆனால் முடியவில்லை.

அப்போதுதான் எனக்குத் தோன்றியது. நாங்களிருவரும் அருமையான பயணத்தோழிகள், ஆனால் இறுதியில் பார்த்தால், நாங்கள் தனிமையில் வாடும் வெற்று உலோகங்களே, அவரவரின் வட்டப்பாதையில். தூரத்தில் இருந்து பார்க்கும்போது, ஏதோ அழகிய எரிநட்சத்திரம்போல் தோன்றினாலும், உண்மையில் இதுவொரு சிறைச்சாலை, இங்கிருந்து எங்கும்போக வழியின்றி, தனியாகப் பூட்டப்பட்டுக்கிடக்கிறோம். எங்களின் வட்டப்பாதை முட்டிக்கொள்ளும்போது, ஒன்றுசேர்கிறோம். எங்களின்

மனங்களையும் திறந்துகொள்கிறோம். ஆனால் அது சிலநேரம் மட்டுமே. அடுத்தநொடி நாங்கள் மீண்டும் கட்டுக்கடங்காத தனிமைக்குள் மாட்டிக்கொள்கிறோம். முழுக்க நாங்கள் எரிந்து, பஸ்பமாகும்வரை.

"அழுதுதீர்த்தபிறகு, சுமிரே எழுந்து, தரையில்கிடந்த தன்னுடைய இரவுடையை அணிந்துகொண்டாள்." என்றாள் மியு. "அவள் தனியாக இருக்கவேண்டும் என்று சொல்லி, தனதறைக்குச் செல்வதாகக் கூறினாள். 'இதைப்பற்றி நினைக்காதே,' என்றேன். 'நாளை புதுநாள், அனைத்தும் பழையதுபோல் சிறப்பாயிருக்கும், பார்.' 'பார்ப்போம்,' என்றாள் சுமிரே. அவள் குனிந்து, எனது கன்னத்தை, அவளின் கன்னங்களுக்கருகில் பற்றிக்கொண்டாள். அவள் கன்னம் ஈரமாகவும், கதகதப்பாகவும் இருந்தது. எதையோ எனது காதுக்குள் முனகினாள் என்று நினைக்கிறேன். மிகவும் மெலிந்தகுரலில் சொன்னதால் என்னால் புரிந்துகொள்ளமுடியவில்லை. என்னவென்று கேட்கலாம் என்று நினைத்தேன், அதற்குமுன் அவள் திரும்பி, சென்றுவிட்டாள்."

*

"துண்டால் கண்ணைத்துடைத்துக்கொண்டு, அறையை விட்டு வெளியேறினாள் சுமிரே. கதவு இழுத்து மூடப்பட, நான் போர்வைக்குள் போய், கண்களை மூடிக்கொண்டேன். இதுபோன்ற அனுபவத்திற்குப்பின் தூங்குவது கடினம் என நினைத்தேன், ஆனால் எப்படியோ நன்றாக உறங்கிபோனேன்."

"காலை 7 மணிக்கு நான் எழுந்தபோது, சுமிரே வீட்டில் இல்லை. ஒருவேளை, சீக்கிரம் எழுந்து - தூங்கவேயில்லாமல் - தானாகவே கடலுக்குப் போயிருப்பாள். அவள் கொஞ்சநேரம் தனியாயிருக்கவேண்டும் என்று கூறியிருந்தாள். அவள் ஒருகுறிப்புகூட விடவில்லை என்பது விசித்திரமாக இருந்தது, ஆனால் நேற்றைய இரவை நினைக்கையில், அவள் சோகமாகவும், குழம்பியும் இருப்பாள் என்று நினைத்தேன்."

"துணிகளைத்துவைத்து, அவளின் மெத்தையை வெயிலில் காயவைத்துவிட்டு, தாழ்வாரத்திலமர்ந்து படித்துக்கொண்டே, அவளுக்காகக் காத்திருந்தேன். காலைப்பொழுது கழிந்தது, சுமிரே வரவில்லை. நான் கவலைகொண்டேன், அதனால் அவளின் அறையைப்பார்வையிட்டேன், கூடாதெனத் தெரிந்தும். ஒருவேளை தீவைவிட்டுப் போயிருப்பாள் என்று தோன்றியது. ஆனால்

ஸ்புட்னிக் இனியாள் | 145

அவள் பையோ இன்னும் திறந்திருக்க, கைப்பையில் கடவுச்சீட்டு இருந்தது, அவளின் நீச்சலுடையும், காலுறையும் ஒருமூலையில் காய்ந்துகொண்டிருந்தன. சில்லறைகள், நோட்டுப்புத்தகம், சில சாவிகள் மேஜைமேல் கிடந்தன. அதில் ஒரு சாவி குடிலின் வாசல்சாவி."

"இவையனைத்தும் எனக்கு விசித்திரமாகத்தோன்றியது. நாங்கள் கடலுக்குப் போனபோதெல்லாம், ஒரு கனமான ஷூவையணிவோம், மேல்சட்டைக்கு மேல் எங்களின் நீச்சலுடையைப் போட்டிருப்போம். ஒரு கேன்வாஸ்பையில் எங்களுடைய துண்டுகளும் குடிப்பதற்கு நீரும். ஆனால் இது எதையுமே - பை, ஷூ, நீச்சலுடை - அவள் எடுத்துப் போகவில்லை. காணாமல்போயிருந்தது ஒரு விலையுயர்வில்லாத செருப்பு மட்டுமே, அவள் உள்ளூர்கடையில் வாங்கியது, இதைத்தவிர நான் கொடுத்த மெல்லியபட்டு இரவுடை. நீ அருகில்தான் நடக்கப்போகிறாய் என்றால்கூட, அந்த உடையோடு பலமணிநேரம் வெளியில் இருக்கமாட்டாய் அல்லவா?"

"மதியம், நான் அவளைத்தேடிப்போனேன். சிலசுற்றுகள் அருகில் அடித்துவிட்டு, கடற்கரைக்குப்போனேன், பிறகு நகரின் தெருக்களில் முன்னும்பின்னும் அலைந்தேன், இறுதியாக வீட்டிற்குவந்தேன். சுமிரே எங்குமே இல்லை. மாலை மங்கி, இரவு வந்தது. காற்று பலமாக அடித்துக்கொண்டிருந்தது. இரவு முழுக்க என்னால் அலையோசையைக் கேட்கமுடிந்தது. சின்னச்சத்தங்கள்கூட என்னை எழுப்பின. நான் வாசற்கதவை பூட்டாமல் வைத்திருந்தேன். பொழுது விடிந்தது, சுமிரேவை இன்னும் காணவில்லை. அவளுடைய படுக்கை நான் விட்டுச் சென்றபடியே இருந்தது. துறைமுகத்தில் இருக்கும் உள்ளூர் காவல்நிலையம் சென்றேன்."

"நான் அனைத்தையும் ஆங்கிலம்பேசிய காவலாளி ஒருவருக்கு விவரித்தேன். 'என்னுடன் பயணித்துக்கொண்டிருந்த பெண்ணைக் காணவில்லை, இரண்டு நாட்கள் கழிந்தும் திரும்பவில்லை.' அவன் என்னை விளையாட்டுத்தனமாக எடுத்துக்கொண்டான். 'உங்கள் தோழி வந்துவிடுவாள்,' என்றான். 'எப்போதும் நடப்பதே. சற்று சுதந்திரமாக இருந்திருப்பாள். இது கோடை, அவர்கள் இளம் வயதினர், வேறு என்ன எதிர்பார்க்கிறீர்கள்?' நான் மறுபடியும் அடுத்தநாள் சென்றேன், இம்முறை கொஞ்சம் கவனம் செலுத்தினார்கள். ஆனால் எதுவும் செய்யவில்லை.

நான் ஏதென்ஸில் இருந்த, ஜப்பானியத்தூதரகத்தை அழைத்து, விவரித்தேன். நல்லவேளையாக, அங்கிருந்தவர்கள் கருணையுடன் நடத்தினர். அவரகள் கிரேக்கக்காவல்தலைவரிடம் ஏதோ சொல்ல, காவலர்கள் இறுதியாகத் தங்களின் விசாரணையைத் துவக்கினர்."

"அவர்கள் கொஞ்சம்கூட யோசனையின்றி இருக்கின்றனர். துறைமுகத்தையும், குடிலையும் சுற்றியுள்ள மக்களிடம் அவர்கள் விசாரணை நடத்தினர், யாரும் சுமிரேவைப் பார்த்திருக்கவில்லை. கப்பல்தலைவரிடமும், பயணச்சீட்டு விற்பவனிடமும் கேட்டபோது, கடந்த சிலநாட்களில் இளம் ஜப்பானியப்பெண் யாரும் கப்பலேறியதாக அவர்களுக்கு நினைவேயில்லை. சுமிரே இன்னும் தீவில்தான் இருக்கிறாள். பயணச்சீட்டு வாங்குமளவு பணம்கூட அவளிடம் இல்லை. இச்சிறிய கடற்கரையில், ஜப்பானியப்பெண்ணொருத்தி இரவுடையில் அலைந்துதிரிந்தால் நிச்சயம் மக்களின் கண்களில் தப்பமாட்டாள். காவலர்கள் அன்றுகாலை கடலில் நீண்டநேரம் நீந்திக்கொண்டிருந்த ஒரு ஜெர்மன் ஜோடியையும் விசாரித்தனர். அவர்களும் கடலில் ஜப்பானியப்பெண்ணைப் பார்க்கவில்லை. காவலர்கள் தங்களால் முடிந்ததைச்செய்வோம் என்று வாக்களித்திருக்கிறார்கள், அவர்கள் தங்களால் முடிந்ததைச்செய்கிறார்கள் என நினைக்கிறேன். ஆனால் எந்தத்தடயமும் இல்லாமல் நேரம் ஓடுகிறது."

மியு பெருமூச்சுவிட்டு தனது முகத்தைக் கைகளால் மூடிக் கொண்டாள்.

"என்னுடைய இயலாமையால் என்னால் டோக்கியோவில் இருக்கும் உன்னை அழைத்து, வரச்சொல்வது மட்டுமே முடிந்தது."

சுமிரே, தன்னந்தனியாக, தன்னுடைய மெல்லியப் பட்டு இரவு உடையோடும் செருப்போடும், முரட்டுத்தனமான மலைகளில் நடப்பதைக் கற்பனைசெய்தேன்.

"அவள் எந்தநிறத்தில் உடை அணிந்திருந்தாள்?" என்றேன்.

"நிறமா?" மியு சந்தேகமாக என்னைப்பார்த்தாள்.

"சுமிரே அணிந்திருந்த உடை, அவள் மறைந்தபோது, எந்த நிறத்தில் இருந்தது."

"என்ன நிறமென்று நினைவில்லை? அதை மிலனில் வாங்கினேன், இதுவரை போட்டுக்கொள்ளவில்லை. லேசான நிறம்.

பழுப்புப்பச்சையாக இருக்கலாம். அது மிக மெலிதான உடை, ஒருபாக்கெட்கூட இல்லை."

"ஏதென்ஸ் தூதரகத்தை அழைத்து, யாரையாவது அனுப்பச்சொல்லுங்கள். அவர்களைக் கட்டாயப்படுத்துங்கள். பின் அவர்களை, சுமிரேவின் பெற்றோரை தொடர்புகொள்ளச்சொல்லுங்கள். நிச்சயம் சிரமமாகத்தான் இருக்கும், ஆனால் இதற்குமேல் இதை மறைக்கமுடியாது."

மியு தலையாட்டினாள்.

"சுமிரே சிலநேரங்களில் மூர்க்கத்தனமாக நடந்து கொள்வாள், நானறிவேன். பைத்தியக்காரத்தனமான வேலைகளைச் செய்பவள்தான். ஆனால் நான்கு நாட்கள் சொல்லாமல் கொள்ளாமல் எங்கும் போகமாட்டாள். அது பொறுப்பற்ற செயல். அவள் காரணமில்லாமல் மறையமாட்டாள். என்ன காரணம் என்று தெரியவில்லை, ஆனால் நிச்சயம் முக்கியமான ஒன்றாயிருக்கவேண்டும். ஒருவேளை கிணற்றில் விழுந்திருக்கலாம், யாராவது காப்பாற்றவேண்டிக் காத்திருக்கலாம். இல்லையென்றால் யாராவது தூக்கிச்சென்றிருப்பார்கள். யாருக்குத் தெரியும், கொன்றுகூடப் புதைத்திருக்கலாம். ஓர் இளம்பெண் இரவுடையோடு இரவுகளில் தனியாக நடந்தால் எது வேண்டுமானாலும் நடக்கலாம். எது என்னவோ நாம் ஒருதிட்டம் தீட்டியே ஆக வேண்டும். இன்று தூங்குவோம். நாளை நீண்டநாளாக இருக்கப்போகிறது."

"சுமிரே தற்கொலை செய்துகொண்டதாக நினைக்கிறாயா?" மியு கேட்டாள்.

"நாம் அதைச் சுத்தமாக விலக்கிவிடமுடியாது. ஆனால் நிச்சயம் ஏதேனும் குறிப்பை விட்டுச்சென்றிருப்பாள். அவள் இப்படி எல்லாவற்றையும் போட்டது போட்டபடி, உங்களைத் தவிக்கவிட்டுச் சென்றிருக்கமாட்டாள். அவளுக்கு நீங்கள் என்றால் இஷ்டம், அதனால் நிச்சயம் உங்களின் உணர்வுகளுக்கு முக்கியத்துவம் கொடுத்திருப்பாள்."

மியு கையை கட்டிக்கொண்டு, என்னையே சிறிதுநேரம் பார்த்துக்கொண்டிருந்தாள், "அப்படியா நினைக்கிறாய்?"

"நிச்சயம். அவள் அப்படித்தான்." என்றேன்.

"நன்றி. இதுவே கேட்க விரும்பினேன்."

மியு என்னைச் சுமிரேவின் அறைக்குக் கூட்டிச்சென்றாள். எந்த அலங்காரமும் இல்லாமல், அந்தப்பெட்டியறை, ஒரு பெரிய கனசதுரத்தை நினைவுபடுத்தியது. அங்கே ஒரு சின்ன மரக்கட்டில், எழுத்துமேசை, அலமாரி, சின்னதாக ஒரு துணிவைக்கும் இடம் இருந்தது. மேஜைக்கடியில் நடுத்தர அளவுள்ள ஒரு சிவப்புப்பெட்டி இருந்தது. வாசற்சாளரம், அதைத் தாண்டியிருந்த மலைகளுக்குத் திறந்து வழிவிட்டது. மேசையில் புதிய மேக் மடிக்கணினி இருந்தது.

"அவளின் பொருட்களை நீ படுத்துக்கொள்வதற்காக சரிசெய்திருக்கிறேன்."

தனியாகவிடப்பட்டவுடன், எனக்குச் சட்டென்று தூக்கம் வந்தது. ஏற்கனவே நடுநிசிநேரத்தை அடைந்திருந்தோம். உடைகளைக் கழற்றி, போர்வைக்குள் புகுந்தேன், ஆனால் தூங்கமுடியவில்லை. கொஞ்சம்நேரம் முன்புவரை சுமிரே இங்கே படுத்திருந்தாள் என்கிற எண்ணம். நீண்டபயணத்தின் மனவெழுச்சி என் உடலெங்கும் பரவியது. முடிவில்லாத ஒரு பயணத்தில் நான் இருப்பதாய் ஒருமாயை.

மியு என்னிடம் சொன்னதை, நான் படுத்துக்கொண்டே எண்ணிப்பார்த்தேன், முக்கியமான விஷயங்களை மனதில் பட்டியலிட்டபடி. ஆனால் மனம் வேலைசெய்யவில்லை. கோர்வையாக யோசிப்பது எனக்கு அப்பாற்பட்டதாக இருந்தது. நாளை பார்த்துக்கொள்வோம் என்று முடிவுசெய்தேன். எங்கிருந்தோ சுமிரே, மியு வாயில் முத்தமிட்ட காட்சி எழுந்துவந்தது. என் மனதிடம் அதை மறந்துபோ என்றேன். இதையும் நாளை பார்த்துக்கொள்ளலாம். இன்றைவிட நாளை நன்றாயிருப்பதற்கான வாய்ப்புகள் மிகக்குறைவாக இருந்தன. இந்த இருண்ட எண்ணங்கள் என்னை எங்கும் கூட்டிச்செல்லப்போவது கிடையாது என்றுணர்ந்து, கண்களை மூடிக்கொண்டேன். ஆழ்ந்ததூக்கத்திற்குப் போனேன்.

ஸ்புட்னிக் இனியாள் | 149

10

நான் எழுந்தபோது மியு வெளியே தாழ்வாரத்தில் சிற்றுண்டிக்காகச் சாப்பாட்டு மேசையைத் தயார்படுத்திக் கொண்டிருந்தாள். காலை எட்டரைமணி, ஒரு புத்தம்புதுக்கதிரவன், கதிர்வெள்ளத்தால் உலகத்தை நிரப்பிக்கொண்டிருந்தான். மியுவும், நானும் தாழ்வாரத்திலமர்ந்து, பளிச்சென்ற கடலைப் பார்த்தவாறே உணவருந்தினோம். நாங்கள் டோஸ்ட், முட்டையுடன் காபியும் சாப்பிட்டோம். இரு வெள்ளைப்பறவைகள் தரையிறங்கி, கடல்நோக்கிப் பறந்தன. வானொலி ஒலித்துக்கொண்டிருந்தது. அறிவிப்பாளரின் குரல் பரபரப்பாகச் செய்திகளைக் கிரேக்கமொழியில் வாசித்தது.

ஒரு விசித்திரமான விண்பயணக்களைப்பு எனது தலையை நிரப்பியது. என்னால் உண்மையையும், உண்மை போன்றவையையும் தனியாகப் பிரிக்க முடியவில்லை. இங்கு நான் சிறிய கிரேக்கத்தீவில் அமர்ந்து, என்னை விட வயதில் மூத்த அழகான - நேற்றே நான் சந்தித்த -பெண்ணுடன் உணவருந்திக் கொண்டிருக்கிறேன். இந்தப்பெண் சுமிரேவைக் காதலித்தாள், ஆனால் காமமில்லை. சுமிரே இந்தப்பெண்ணைக் காதலித்தாள், காமமுமுற்றாள். நான் சுமிரேவைக் காதலித்தேன், மோகங்கொண்டேன். சுமிரேவிற்கு என்னைப் பிடிக்கும் ஆனால் காதலோ, காமமோ இல்லை. நான் காமம்கொண்டது வேறொருத்தி மீது, அவளது பெயர் உங்களுக்குத்தெரியாமலே இருக்கட்டும். ஆனால் எனக்கு அவள்மீது காதலில்லை. ஏதோ இருத்தலியல் நாடகம்போல். எல்லாமே மாற்றுப்பாதையில்லாமல், அங்கேயே முடிந்துவிடும் மரணமுடிவு. மேலும் சுமிரே மேடையிலிருந்து வலதுபுறமாக வெளியேறிவிட்டாள்.

மியு எனது காலி காபிக்கோப்பையை நிரப்பினாள். அவளுக்கு நன்றி கூறினேன்.

"உனக்குச் சுமிரேவைப்பிடிக்கும், இல்லையா?" மியு என்னிடம் வினவினாள். "அதாவது, ஒரு பெண்ணாக."

வெண்ணெயை மெதுவாக ரொட்டித்துண்டில் தடவியபடி, நான் தலையசைத்தேன். வெண்ணெய் குளிரூட்டப்பட்டு இறுகிப்போயிருந்தது, அதனால் அதைத்தடவச் சற்றுநேரமானது. நானவளைப் பார்த்துச்சொன்னேன், "நிச்சயமாக, அது தெரிந்துசெய்யும் ஒன்றல்ல, தானாக நடந்துவிடுவது."

சிற்றுண்டியை அமைதியாகச் சாப்பிடுவதை நாங்கள் தொடர்ந்தோம். செய்திகள் முடிந்து, வானொலியில் கிரேக்கஇசை ஒலிக்க ஆரம்பித்தது. காற்று பலமாக வீசி காகிதப்பூக்கொடிகளை உலுக்கியது. கூர்ந்துகவனித்தால், அதன் வெள்ளைக்குப்பிகள் அசைவது தெரியும்.

"நன்கு யோசித்துவிட்டேன், உடனடியாக நான் ஏதென்ஸ்க்கு கிளம்பவேண்டும் என நினைக்கிறேன்." மியு சொன்னாள், பழத்தோலினை உரித்துக்கொண்டே. "தொலைபேசியில் பேசி ஒன்றும் ஆகப்போவதில்லை, தூதரகம் சென்று அவர்களுடன் நேருக்குநேர் பேசுவதுதான் சரி என்று தோன்றுகிறது. யாராவது தூதரகத்தில் இருந்து என்னுடன் வரலாம், இல்லை என்றால் நான் சுமிரேவின் பெற்றோர்களுடன் திரும்புகிறேன். எது எப்படி இருப்பினும், நீ உனக்குத் தோன்றும்வரைக்கும் இங்கேயே இரு. காவலர்கள் தொடர்புகொள்ளலாம், சுமிரேவே திரும்பிவர வாய்ப்புள்ளது. எனக்காக இதைச் செய்வாயா?"

"நிச்சயமாக," என்றேன் நான்.

"நான் இப்போது காவல்நிலையம் போகப்போகிறேன், விசாரணை எப்படிப்போகிறது என்னதைப் பரிசீலிக்க, பிறகு ரோடேஸ்சுக்கு என்னை அழைத்துச்செல்லும் படகில் கிளம்பவிருக்கிறேன். ஏதென்ஸிலிருந்து திரும்பக் கொஞ்சநாட்களாகும், ஒரு ஹோட்டலில் அறையெடுத்துத் தங்கிக்கொள்கிறேன்."

நான் தலையசைத்தேன்.

மியு ஆரஞ்சுத்தோல்களை உரித்துமுடித்து, ஒருதுணிகொண்டு துடைத்தாள். "நீ சுமிரேவின் பெற்றோரைச் சந்தித்திருக்கிறாயா?"

"நான் அவர்களைப் பார்த்ததில்லை," என்றேன் நான்.

உலகத்தின் விளிம்பில் வீசும் காற்றுபோல் மியு பெருமூச்சிரைத்தாள். “நான் அவர்களிடம் இதை எப்படி விளக்கப் போகிறேன் என்று தெரியவில்லை.”

எனக்கு அவளின் குழப்பம்புரிந்தது. விவரிக்கமுடியாத ஒன்றை விளக்குவது எப்படி?

நானும், மியுவும் துறைமுகத்தைநோக்கி நடந்தோம். அவளிடம் ஒரு சிறியபை, மாற்றுடைகளுடன் இருந்தது, தோலால்செய்த நீண்ட ஹீல்ஸ் செருப்பை அணிந்து, உடன், மிலா ஸ்சும்லயுட் தோள்பை ஒன்றையும் மாட்டியிருந்தாள். நாங்கள் காவல்நிலையம் சென்றோம். நான் மியுவின் உறவினரென்றும், இங்கே அருகில்தான் பயணித்துக்கொண்டிருந்தேன் என்றும் கூறினோம். அவர்களிடம் இன்னும் சிறுதடயம்கூட இல்லை. “ஒன்றும் கவலைவேண்டாம்” என்று உற்சாகமாகக்கூறினார்கள். “பயப்படாதீர்கள். தீவைச் சுற்றிப்பாருங்கள். இது அமைதியான தீவு. சில குற்றங்கள் நிச்சயம் உண்டு - காதலர்களின் சண்டை, குடிகாரர்கள், கட்சித்தகராறு. இவர்களும் மனிதர்களே, அனைத்து இடத்திலும் இவை நடப்பவையே. வீட்டுப்பிரச்சனைகள். கடந்த 15 ஆண்டு காலமாக இங்கு வெளிநாட்டினர் ஒருவர்கூட எந்தக்குற்றத்தாலும் பாதிக்கப்படவில்லை.”

அது உண்மையாக இருப்பினும், சுமிரே மாயமானதற்குக் காரணம் ஒன்றுகூட அவர்களிடத்தில் இல்லை.

“ஒரு பெரிய சுண்ணாம்புக்குகை தீவின் வடகரையில் உள்ளது” என்றார் காவலர். “அவள் அங்கே போயிருந்தால், திரும்பும் வழியை அறியமாட்டாள். அது ஒரு சுரங்கம்போல் அமைந்திருக்கும். ஆனால் அது நெடுந்தூரத்தில் உள்ளது. இவள்போன்ற பெண் அவ்வளவுதூரம் நடந்து சென்றிருக்க முடியாது.”

“அவள் மூழ்கியிருக்கக்கூடுமோ?” நான் கேட்டேன்.

காவலர்கள் தங்களின் தலைகளை இல்லை என்று அசைத்தனர்.

“இங்கு அதுபோன்ற வலுவானக் கடல்நீரோட்டம் கிடையாது,” என்றார்கள். “இவ்வாரத் தட்பவெப்பம் மிதமாகத்தான் உள்ளது, கடலும் அமைதியாக. ஒவ்வொருநாளும் பல மீனவர்கள் கடலுக்குச் செல்கின்றனர், ஒருவராவது அவளுடலைக் கண்டுபிடித்திருப்பார்கள்.”

"கிணறுகள்?" என்றேன். "அவள் ஏதேனும் ஆழ்துளைக்கிணற்றில் விழுந்திருக்கக்கூடுமோ, நடைக்குப்போனபோது?"

உயரதிகாரி மறுபடியும் தலையை இல்லை என்றசைத்தார். "தீவில் கிணறுகள் கிடையாது. நிறைய இயற்கைச்சுனைகள் இருப்பதால், தோண்டவேண்டிய அவசியமில்லை. மட்டுமல்லாது, இங்கே பாறைகள் மிகக்கடுமையானவை, அதனால் கிணறுதோண்டுவது கடினமானசெயல்."

நாங்கள் காவல்நிலையத்தை விட்டுவந்தவுடன் நான் மியுவிடம் கடற்கரைக்கு இப்போது போகவேண்டும் என்றேன் - அவளும், சுமிரேவும் அடிக்கடி போகும் கரைக்கு. அவள் ஒரு பெட்டிக்கடையில் தீவின் வரைபடம் ஒன்றை வாங்கி, அந்தச்சாலையை எனக்குக் காண்பித்தாள்; அங்கு போக 45 நிமிடங்களாகும் என்று என்னை எச்சரித்தாள், "அதனால் தடிமனான ஷூவைப் போட்டுக்கொள்." அவள் துறைமுகம்சென்று, தன் பாதி ஃபிரெஞ்சு மற்றும் ஆங்கிலத்தில், ஒரு ஓட்டுனரிடம் சிறியபடகை பேரம்பேசிமுடித்தாள், ரஹோட்ஸ் செல்ல.

"ஒரு சந்தோஷமான முடிவிருந்தால் எவ்வளவு நன்றாயிருக்கும்," என்றாள் மியு, போவதற்குமுன். ஆனால் அவளின் கண்கள் வேறேதோ கதைசொல்லின. அவளுக்குத் தெரியும், வாழ்க்கையின் நடப்புகள் அவ்வளவு எளிதானவை அல்ல. அது எனக்கும் தெரியும். படகு கிளம்பியது. அவள் தொப்பியை இடதுகையால் பிடித்துக்கொண்டு, வலதுகையை என்னை நோக்கி அசைத்தாள்.

படகு கரையைவிட்டு மறைந்ததும், என்னுள் ஏதோ தொலைந்ததுபோல் உணர்ந்தேன். துறைமுகத்தில் கொஞ்சநேரம் சுற்றித்திரிந்து நினைவுப்பரிசுகள் வாங்கும் ஒரு கடையில் கருப்புக்கண்ணாடி ஒன்றை வாங்கிக்கொண்டேன். பிறகு குடிலுக்குப்போகும் செங்குத்தானப்படிகளில் ஏறினேன்.

சூரியன் மேலேற, வெப்பம் கட்டுக்குள் அடங்காமல் தகித்தது. நான் ஒரு குட்டைக்கைப் பருத்திச்சட்டையை காற்சட்டையின்மீது அணிந்து, கருப்புக்கண்ணாடியும் அணிந்து, ஓட்டத்துக்கான ஷூவை மாட்டிக்கொண்டு, கடற்கரைசாலைக்குச் செல்லும் சரிவான மலைகளில் ஏற ஆயத்தமானேன். தொப்பியை எடுத்துவரவில்லையென வருந்தினேன், சமாளித்துக்கொள்ளலாம் என்று முடிவுசெய்தேன். மலையேறத்துவங்கிய கொஞ்ச

ஸ்புட்னிக் இனியாள் | 153

நேரத்திலேயே தாகம் எடுக்கவாரம்பித்தது. நான் நின்று சிறிது நீரைப் பருகினேன், பிறகு மியு கொடுத்த சன்ஸ்கிரீனை எனது முகத்திலும், கைகளிலும் பூசிக்கொண்டேன். பாதைகள் தூசியால் வெள்ளையாக இருந்தது, காற்று அடித்தபோதெல்லாம் அவை காற்றோடு கலந்துசுற்றின. அவ்வப்போது கழுதை மேய்க்கும் கிராமத்தவரைக் கடப்பேன். அவர்கள் உரத்த குரலில் "காளி மேரா!" என்பார்கள். நானும் அதையே சொல்வேன். அப்படிச்சொல்வது அவர்களின் வழக்கம் என்று நினைக்கிறேன்.

மலைப்பக்கம் வளைந்த குட்டையான மரங்களால் சூழ்ந்திருந்தது. காட்டு ஆடுகளும், செம்மறி ஆடுகளும், கரடுமுரடான பாறைகளின் மேலேறிச் சென்றன, ஆடுகளின் முகங்கள் எரிச்சலடைந்து காணப்பட்டன. அவற்றின் கழுத்துகளிலிருந்த மணி அவை எழுப்பவேண்டிய ஒரு மெல்லியசத்தத்தை எழுப்பிக்கொண்டிருந்தன. மேய்ப்பவர்கள் பெரும்பாலும் குழந்தைகளாகவோ, முதியவர்களாகவோ இருந்தார்கள். என்னைத் தாண்டிச்செல்லும்போது ஓரக்கண்களால் என்னைக் கவனித்துவிட்டுத் தங்களுடைய கைகளைப் பாதி தூக்கி ஏதோ ஒரு சைகை காட்டுவார்கள். நானும் அப்படியே செய்து வணக்கம் செலுத்துவேன். சுமிரே தனியாக நிச்சயம் இங்கு வந்திருக்கமுடியாது. இங்கே ஒளிய எந்த இடமும் இல்லை, நிச்சயம் யாராவது பார்த்திருப்பார்கள்.

கடற்கரை ஆள்நடமாட்டமின்றி இருந்தது. எனது சட்டையைக் கழற்றினேன், பிறகு கால்சட்டையையும் கழற்றி அம்மணமாக நீந்தினேன். தண்ணீர் தெளிவாயிருந்தது, மிகவும் அற்புதமாகவும் இருந்தது. அடியிலிருக்கும் கல்வரை பார்க்கமுடிந்தது. குறுகிய கடல்வாயிலில் உலா படகொன்றுக்கு அங்கு நங்கூரம் போடப்பட்டிருந்தது, பாய்கள் கட்டிவைக்கப்பட்டிருந்தன, அதன் நீண்டகொடி மட்டும் முன்னும்பின்னுமாக ஆடிக்கொண்டிருந்தது, ஒரு பெரிய சுருதிப்பெட்டியைப்போல். கப்பல்தளத்தில் யாரும் இல்லை. ஒவ்வொருமுறை அலை பின்னோக்கிச்செல்லும்போதும் பல சிறுகற்களை விட்டுச்செல்ல, அவை சலசலத்துகொண்டிருந்தன. நீந்திமுடித்துவிட்டு நான் அம்மணமாக நடந்துசென்று, துண்டின்மீது படுத்துக்கொண்டு, மேலே நோக்கி, தொலைதூர தூய்மையான நீலநிறத்தைப் பார்த்துக்கொண்டிருந்தேன். கடலின் வாயிலில், கடல்பறவைகள் மீன்களைத்தேடி வட்டமடித்துக்கொண்டிருந்தன. வானத்தில்

ஒருபொட்டு மேகம்கூட இல்லை. நான் அரைமணிநேரம் தூங்கியிருப்பேன், அந்தநேரத்திலும் கடலுக்கு யாரும் வரவில்லை. கொஞ்சநேரத்தில் ஓர் விசித்திர அமைதி என்னைப்போர்த்தியது. கடற்கரை, ஒரு மனிதன் தனியாக இருப்பதற்கு, சற்றதிகமான அமைதியோடு இருந்தது, சற்றதிகமான அழகும். எனக்கு ஒருவிதமான சாவைப்பற்றிய நினைப்புவந்தது. நான் உடையணிந்து, மலைப்பாதையின் வழியே, குடில்நோக்கி நடந்தேன். வெட்பம் முன்பைவிடக் கூடுதலாக இருந்தது. இயந்திரத்தனமாக ஒரு அடி மேல் இன்னொரு அடி எடுத்துவைத்தபடி நான் சுமிரேவும், மியுவும் இந்தப்பாதைவழியே சென்றபோது என்ன பேசியிருப்பார்கள் என்று கற்பனைசெய்ய முயற்சிசெய்தேன்.

சுமிரே தனக்குள்ளிருந்த காமவுணர்வு பற்றி யோசித்துக்கொண்டு இருந்திருப்பாள். அவளுடன் இருக்கும்வேளையில் நான் என்ன சிந்திப்பேனோ அதுபோல். அவள் எவ்வாறு உணர்வாள் என்று புரிந்துகொள்வது எனக்குக் கடினமாயில்லை. சுமிரே மியுவை நிர்வாணமாகத் தன்னருகில் கற்பனை செய்துகொண்டு அவளை இறுக்கமாகக் கட்டிக்கொள்ள நினைத்திருப்பாள். ஒரு எதிர்ப்பார்ப்பு இருக்கும், அது பலவகையான உணர்ச்சிகளுடன் சேர்ந்துவரும் - உற்சாகம், நிராகரிப்பு, தயக்கம், குழப்பம், பயம் - எல்லாம் தளும்பி பிறகு கொடியிலேயே உதிரும். நன்னம்பிக்கையுடன் ஒருநொடி இருப்பாய், அடுத்த நிமிடமே அது அழியும், உறுதியாக அது சுக்குநூறாக உடையும். முடிவில் அது நொறுங்கும்.

நான் மலையுச்சிவரை நடந்தேன், சற்று இளைப்பாறினேன், நீர் அருந்தினேன், பிறகு கீழ்நோக்கி நடக்க ஆரம்பித்தேன். குடிலின் கூரை கண்முன் வந்ததும், மியு சொன்னது நினைவுவந்தது, தீவிற்கு வந்ததிலிருந்து அவள் அறையில் அமர்ந்து சுமிரே வெறித்தனமாக எதையோ எழுதிக்கொண்டிருந்தாள் என்பது. அவள் அப்படி என்ன எழுதினாள்? மியு அதைப்பற்றி எதையும் கூறவில்லை, நானும் கேட்கவில்லை. அங்கேயிருக்கலாம் - ஏதேனும் ஒரு தடயம் - சுமிரே எழுதியதில். நான் இதை ஏன் முன்பே யோசிக்கவில்லை என்று என்னையே நொந்துகொண்டேன்.

நான் குடிலுக்குப்போனதும் நேரே சுமிரேவின் அறைக்குப் போனேன். அவளது மடிக்கணினியை ஆன் செய்தேன், அதன் ஹார்ட் டிரைவைத் திறந்தேன். எதுவுமே பெரிதாக

ஸ்புட்னிக் இனியாள் | 155

இல்லை. ஐரோப்பாப்பயணத்தின் செலவுகள், விலாசங்கள், அட்டவணைகள். மியுவின் பணிசார்ந்த வணிகரீதியான பதிவுகள் மட்டுமே. ஒன்றுமே தனிப்பட்ட விஷயங்கள் கொண்ட கோப்புகள் கிடையாது. நான் சமீபத்திய கோப்புகளைத்திறந்தேன் - ஒன்றுமில்லை. யாரும் படிக்கவேண்டாம் என்று நினைத்து ஒருவேளை அவள் அழித்திருக்கலாம். அப்படியென்றால் அவள் அதை எங்கோ சி.டி.யில் சேமித்துவைத்திருக்கிறாள். மறையும்போது அதை எடுத்துச்சென்றிருக்கமுடியாது, அவள் துணியில் பாக்கெட் இல்லை.

நான் அவளுடைய மேசை அலமாரிகளில் அலசினேன். சில சி.டி.க்கள் இருந்தன, எல்லாம் ஹார்ட் டிரைவின் நகல்கள் இல்லையென்றால் வேலை சம்பந்தப்பட்ட கோப்புகள். எதுவுமே உறுதியளிக்கும்விதமாக இல்லை. நான் மேசையில் அமர்ந்து யோசித்தேன். சுமிரேவாக இருப்பின் நான் எங்கே வைத்திருப்பேன்? அறை சிறியதாக இருந்தது; ஒளித்துவைக்கப் பல இடங்கள் இல்லை. தான் எழுதுவதை யார் படிக்கவேண்டும் என்பதில் சுமிரே குறிப்பாக இருந்தாள்.

நிச்சயம் அந்தச் சிவப்புப்பெட்டியே. இந்த அறையில் பூட்டி வைக்கக்கூடியது அது ஒன்று மட்டுமே.

அந்தப் புதுப்பெட்டி காலியாக இருந்தது, மிகவும் லேசாயிருந்தது; நான் அதை ஆட்டிப்பார்த்தேன், ஒருசத்தமும் வரவில்லை. நான்கிலக்கக்குறியீடு போட்டுப் பூட்டப்பட்டிருந்தது. பல எண்களை முயற்சித்தேன், சுமிரே வைக்கக்கூடியதை - அவள் பிறந்தநாள், விலாசம், தொலைபேசி எண், தபால் எண் - எதுவும் வேலைக்காகவில்லை. அதில் ஆச்சரியப்பட ஒன்றுமில்லை, யாரும் கணிக்கக்கூடியதைக் குறியீடுஎண்களாக வைப்பதில் அர்த்தமேயில்லை. அவள் எளிதில் ஞாபகம் வைத்துக்கொள்ளக்கூடியதாக இருக்கவேண்டும், ஆனால் யாராலும் யூகிக்கமுடியாத ஒன்றாகவும். அதைப்பற்றி நீண்ட சிந்தனைக்குப் பிறகு எனக்குப் பொறிதட்டியது. நான் என்னுடைய பகுதிக்குறியீட்டை முயற்சித்தேன் - என் பகுதி குறியீடு, அதாவது 0-4-2-5.

பூட்டு திறக்கும் சத்தம் கேட்டது.

பெட்டியின் உட்பகுதியில் சிறிய கருப்புத்துணிப்பை சொருகப்பட்டிருந்தது. நான் அதைத்திறந்தேன், சிறிய

பச்சைக்குறிப்பேடும், ஒரு சி.டி.யும் இருந்தன. குறிப்பேடை முதலில் திறந்தேன். அவளுடைய வழக்கமான கையெழுத்தில் இருந்தது. எதுவும் பெரிதாக அதில் இல்லை. அவர்கள் எங்கே போனார்கள் என்பதைப் பற்றிய தகவல்களே. யாரைப்பார்த்தார்கள், தங்கியிருந்த விடுதிகள், பெட்ரோலின் விலை, சாப்பிட்ட உணவுகள், குடித்த ஒயின்கள், அவை எப்படிச் சுவைத்தன - வெறும் பட்டியல்கள் மட்டுமே. எல்லாக்காகிதமும் காலியாக இருந்தது. சுமிரேவிற்குக் குறிப்பேடு வைக்கத்தெரியவில்லை என்பது இதில் புரிந்தது.

சி.டி.யில் எந்தத் தலைப்பும் இல்லை. முத்திரையில் வெறும்தேதி மட்டுமே, சுமிரேவின் கையெழுத்தில். ஆகஸ்ட் 19. நான் சி.டி. யை மடிக்கணினிக்குள் போட்டுத்திறந்தேன். அதில் இரண்டு கோப்புகள் இருந்தன. அவற்றிலும் தலைப்பு எதுவுமில்லை. அவை கோப்பு 1 மற்றும் கோப்பு 2 அவ்வளவுதான்.

அதைத் திறப்பதற்குமுன், நான் பொறுமையாக ஒருமுறை அறையைச் சுற்றிப் பார்த்தேன். சுமிரேவின் கோட், அலமாரியில் தொங்கிக்கொண்டிருந்தது. அவள் கண்ணாடிகள், இத்தாலியமொழி அகராதி, கடவுச்சீட்டு. மேசைக்குள் ஒரு பால்பாயிண்ட் பேனா, ஒரு பென்சில். மேசையின் மேலிருந்த ஜன்னலில், சரிவான மிருதுவற்ற கூரை தெரிந்தது. ஒரு கருப்புப்பூனை பக்கத்துவீட்டுச் சுவரில் நடந்துபோனது. இந்தக் காலியான சிறிய பெட்டியறை எங்கும் அமைதி சூழ்ந்திருந்தது. நான் கண்களை மூடிக்கொண்டேன், காலையில் நான் சென்ற ஆளில்லாத கடற்கரையில் அலைகள் எழுப்பிய சப்தம் கேட்டது. மறுபடியும் கண்திறந்தேன், இப்போது நிஜவுலகின் சத்தத்தைக்கேட்க முயற்சிசெய்தேன். ஒன்றும் கேட்கவில்லை.

நான் கோப்பு 1ன் மீது சுட்டியை வைத்து அந்த ஐகானை இரண்டுமுறை அழுத்தினேன்.

11

கோப்பு 1

துப்பாக்கியால் சுடப்பட்டும் ரத்தம் வடியாதிருக்கும் யாரையாவது நீங்கள் எப்போதேனும் பார்த்திருக்கிறீர்களா?

விதி என்னை ஒருமுடிவிற்கு அழைத்துச்சென்றது - அது ஓர் அவசரமுடிவு, கவனியுங்கள் (வேறேதேனும் முடிவிருக்கிறதா? சுவாரசியமான நல்ல கேள்வி, ஆனால் அதைப்பற்றி வேறொருசமயம் பேசுவோம்) - நான் இங்கு ஒரு கிரேக்கத்தீவில் இருக்கிறேன். சமீபகாலம்வரை நான் கேள்விப்பட்டிராத சிறியதீவில். நேரம் இப்போது... அதிகாலை 4 மணி. நிச்சயம் இன்னும் இருட்டுதான். அப்பாவி ஆடுகள் நிம்மதியான உறக்கத்திற்குள் ஒன்றாகச் சென்றுவிட்டன. வரிசையாக வயலுக்கு வெளியே நின்றிருந்த ஆலிவ்மரங்கள் இருள் தந்த ஊட்டச்சத்தை உறிஞ்சிக்கொண்டிருக்கின்றன. உடன் நிலவு சோகமுற்ற பாதிரியார்போல் கூரையின் மேலிருந்து, உவர்ப்பான கடலிடம் தனது கரங்களை நீட்டுகிறது.

உலகில் எங்கிருந்தாலும், நான் மிகவும் விரும்பும் நேரமிது. எனக்கே எனக்கானது. விரைவில் பொழுது புலர்ந்துவிடும். நான் உட்கார்ந்து இங்கு எழுதிக்கொண்டிருக்கிறேன், தாயினருகில் ஜனித்த புத்தனைப்போல (இடதா, வலதா என்று நினைவில்லை) இன்று பிறந்த சூரியன் மரத்தின் மீதேறி மலைவிளிம்பை எட்டிப்பார்ப்பான். மேலும் எப்போதும் அதீதகவனத்தோடு இருக்கும் மியு, அமைதியாக எழுவாள். ஆறுமணிக்கு நாங்கள்சேர்ந்து எளிய காலைஉணவைத் தயாரிப்போம், பின் மலைக்குன்றுகளின் மீதேறி நாங்கள் எப்போதும்போகும் அழகியகடற்கரையை அடைவோம். இவையெல்லாம் தொடங்குவதற்குமுன் நான் செய்யவேண்டிய வேலைகள் சில இருக்கின்றன.

சில கடிதங்களைத்தவிர, நான் எனக்காக எழுதிப் பலநாட்கள் ஆகிவிட்டன, எனக்குப்பெரிதாக நம்பிக்கையுமில்லை, முன்புபோல எழுத்துக்களால் என்னை வெளிப்படுத்தமுடியும் என்பதில். முன்பு தைரியம் இருந்ததென்று கிடையாது. எப்படியோ எழுதவேண்டும் எனும் உந்துதல் மட்டுமிருக்கிறது. ஏன்? உண்மையில் மிக எளிய காரணம்தான். ஒன்றை யோசிக்கவேண்டுமெனில், அதற்கு நானதை முதலில் எழுத்துவடிவிற்குக் கொண்டுவரவேண்டும்.

எனது சிறுவயதுமுதல் அப்படித்தான். எனக்கு ஏதும் புரியவில்லை என்றால், எனது காலடியில்கிடக்கும் வார்த்தைகளைச்சேகரித்து, அவற்றைக்கோர்த்து வாக்கியங்கள் ஆக்கினேன். அதுவும் உதவவில்லை என்றால், எழுதியதைக் கலைத்து வேறுவரிசைப்படுத்துவேன். இதைப் பலமுறை செய்தால், மற்ற பலரைப்போல் என்னாலும் யோசிக்க முடியும். எழுதுவது என்றுமே எனக்கு இன்னலாக இருந்ததில்லை. குழந்தைகள் அழகான கற்களையும், விதைகளையும் சேகரித்தனர், நான் எழுதினேன். சுவாசிப்பதுபோல இயல்பாக, ஒருதொடர் பிறகு மற்றொன்று என்று தொடர்ச்சியாகக்கிறுக்கினேன். உடன் நான் யோசிப்பேன்.

ஒருமுடிவுக்குவர, நிச்சயம், இது அதிக நேரமெடுக்கும் செயல், ஒவ்வொருமுறை நான் ஏதேனும் யோசிக்கவேண்டும் என்றால், இந்தச் செயல்முறையை செய்தாகவேண்டுமென்பது. அல்லது நீயதை அவ்வாறு யோசிக்கமாட்டாய். உண்மையில் நேரம் எடுத்தது. எந்தளவுக்கு என்றால் நான் துவக்கப்பள்ளியில் சேர்ந்தபோது, என்னை மனவளர்ச்சிக்குன்றியவள் என்று நினைத்தனர். என்னால் மற்ற குழந்தைகளுடன் போட்டியிட முடியவில்லை.

நான் துவக்கப்பள்ளி முடித்தபிறகு, இதனால் ஏற்பட்ட அந்நியப்படுதல் சற்றுக்குறைந்தது. உலகோடு ஒத்து எனது செயல்முறையைப் பயன்படுத்த நான் விரைந்து கற்றுக் கொண்டேன். என்றாலும், கல்லூரியிலிருந்து வெளியேறி, அனைத்து அலுவலகக்காரியங்களுடனும் எனது உறவை நான் முறித்துக்கொள்ளும்வரைக்கும், இந்த இடைவெளி புல்லில் பதுங்கியிருக்கும் ஓர் அமைதியான பாம்பு போல் எனக்குள் ஒளிந்திருந்தது.

எனது தற்காலிகக் கரு: அனுதினமும் நான் யார் என்பதையறிய எழுத்தை பயன்படுத்துகிறேன்.

★

சரியா?

சரிதான்!

இதுவரைக்கும் நான் நினைக்கப்பார்க்க முடியாதளவுக்கு எழுதியுள்ளேன். ஏறக்குறைய அத்தனைநாளும். இது, பெரிய மேய்ச்சல்நிலத்தில் நின்று அனைத்துப்புற்களையும் நானே வெட்டுவதுபோல, இதில் புற்கள் நான் வெட்ட வெட்ட வளர்ந்துவிடுகின்றன. இன்று இங்கே வெட்டினால், நாளை அங்கே... அந்த மேய்ச்சல்நிலம் முழுக்க ஒருமுறை வெட்டிவிட்டு வருவதற்குள் நான் முதலில் வெட்டிய இடத்தில் புல் முன்புபோல் உயரமாய் வளர்ந்துவிடுகிறது.

ஆனால் மியுவைச் சந்தித்ததிலிருந்து நான் குறைவாகவே எழுதியிருக்கிறேன். ஏன்? புனைவு = கியர் இயக்கம் என்று கே என்னிடம் சொன்னது, கொஞ்சம் அர்த்தமுள்ளதாகத்தெரிகிறது. ஒருவிதத்தில் அதில் சிறிதளவு உண்மையும் இருந்தது. ஆனால் அனைத்தையும் அது விவரிக்கவில்லை. நான் எனது சிந்தனையை இன்னும் எளிமையாக்கிக்கொள்ளவேண்டும்.

எளிமைப்படுத்துதல், எளிமைப்படுத்துதல்.

மியுவைப் பார்த்தபின்பு என்ன நடந்ததென்றால், சிந்திப்பதை நிறுத்திவிட்டேன். (எனது சொந்தவரையறையை சிந்தனை என்ற சொல்லுக்கு நான் பயன்படுத்துகிறேன்.) மியுவும், நானும் ஒன்றாகவே இருந்தோம், ஒன்றோடு ஒன்று இழுத்துப்பூட்டிய கரண்டிகளைப்போல். நான் அவளுடன் எங்கோ இழுக்கப்பட்டிருந்தேன் - எங்கு என்று புலப்படாத ஓர் இடத்துக்கு - நான் நினைத்தேன், அவ்வாறே போய்க்கொண்டிருக்கலாம் என.

வேறுவகையில் சொன்னால், எனது மூட்டைகளில் பலவற்றையும் நான் தூக்கிப்போடவேண்டியிருந்தது, அவளருகில் செல்ல. யோசிப்பதுகூட ஒரு சுமையானது. இது அனைத்தையும் விவரிக்கிறது. எவ்வளவு பெரிதாகப் புற்கள் வளர்ந்தாலும், என்னால் அதைப்பற்றிக் கவலைப்படமுடியவில்லை. நான் படுத்து, வானத்தைப்பார்த்துக்கொண்டிருந்தேன், மேகம் மெதுவாக எனக்குமேல் நகர்ந்துகொண்டிருப்பதை. எனது விதியை மேகங்களிடம்விட்டு. புற்களின் வாசனைக்கும், காற்றின் முணுமுணுப்பிற்கும் விட்டு. சிறிதுநேரத்திற்குப்பின் எனக்கு என்ன தெரியும், என்ன தெரியாது என்பதைப் பற்றிக்கூடக் கவலைப்படமுடியவில்லை.

இல்லை அது உண்மையில்லை. முதல்நாள் தொடங்கி நான் எதைப்பற்றியும் கவலைப்படவில்லை. சொல்லவரும் சங்கதியில் இன்னும் நான் துல்லியமாக இருக்கவேண்டும்.

துல்லியம், துல்லியம்.

★

எனக்கு இப்போது எழுதுவதில் இருக்கும் அடிப்படைவிதி புரிகிறது, அது எனக்குத் தெரியாதவாறு எழுதுவது - எனக்குத் தெரிந்தவையாக இருப்பினும், தெரியுமென்று நான் நினைப்பதாக இருப்பினும். ஒருவேளை, துவக்கத்திலேயே, எனக்கு அது தெரியும், அதைப்பற்றி எழுதி என்னுடைய பொன்னானநேரத்தை விரயமாக்கவேண்டாம் என்று நான் நினைத்தால், எனது எழுத்து தரையிலிருந்து எழவேமுடியாது. எடுத்துக்காட்டிற்கு, எனக்கு ஒரு பையனைத் தெரியும் என்பதால், அவனைப்பற்றி நினைப்பதை நிறுத்தினால், அவனைப்பற்றி எழுதிவிட்டதாக நினைத்தால், நிச்சயம் ஏமாந்துபோவேன் (இது உங்களுக்கும் பொருந்தும்). ஒருவிதத்தில் நமக்கு நன்றாகத்தெரியும் என்று நினைக்கும் அனைத்திலும் சமஅளவில் தெரியாமையும் இருக்கிறது.

புரிதலென்பது அனைத்துத் தவறான புரிதல்களின் கூட்டுணர்வே.

இது நமக்கிடையில் இருக்கட்டும், இதுவே நான் உலகைப் புரிந்துகொள்ளும் வழி. சுருக்கமாக.

நாம் வாழும் உலகில், நமக்குத் தெரிந்ததும், தெரியாததும் ஒட்டிப்பிறந்த இரட்டையர்கள்போல், பிரிக்கவும் முடியாது, எப்போதும் குழப்பத்தில்.

குழப்பம், குழப்பம்.

யாரால் கடலையும், அதனுள் பிரதிபலிக்கப்படுவதையும் பிரிக்கமுடியும்? அல்லது மழைவிழுவதையும், தனிமையையும்?

ஒருவம்பும் வேண்டாம் என நான் அறிதல் மற்றும் அறியாதிருத்தலின் வித்தியாசத்தைப்பற்றி வருந்துவதை விட்டுவிட்டேன். நான் விடைபெறும் புள்ளியாக அதுவே அமைந்தது. துவங்குவதற்குக் கொடூரமான இடம்தான் - ஆனால் அனைவருக்கும் ஒரு தூண்டுவிசை தேவையல்லவா? எவ்வாறு இருமைகளை நான் பார்க்கவாரம்பித்தேன் என்பதை இது தெள்ளத்தெளிவாக விளக்குகிறது - கருவும் பாணியும், எழுவாயும்

பயனிலையும், காரணமும் விளைவும், எனது கைமூட்டுகளும் மற்ற உறுப்புகளும், வெறுமனே கருப்பு வெள்ளை இருமையாக அல்ல, ஆனால் ஒன்றை விட்டு மற்றொன்றைப் பிரிக்கமுடியாததாக. எல்லாமே சமையலறைக்குள் கொட்டிக்கிடந்தன - உப்பு, மிளகு, மாவு, கஞ்சி என யாவும் ஒன்றாகி ஓர் அற்புதமான குழம்பைப்போல.

★

எனது கைமூட்டுகளும் உடம்பின் மற்ற பாகங்களும்... கணிப்பொறி முன்னமர்ந்து, எனது பழைய கெட்டபழக்கத்திற்கு மீண்டும் திரும்பிவிட்டேன் என்று கவனிக்கிறேன் - நெட்டிமுறித்தல். நான் புகைப்பதை நிறுத்தியதும் இந்தக் கெட்டப்பழக்கம் மீண்டும் வந்துவிட்டது. முதலில் என்னுடைய வலதுகையின் ஐந்துவிரல்களிலும் சொடுக்கு எடுக்கிறேன் - சொடுக்கு சொடுக்கு - பின் இடதுகை நெட்டி. நான் பெருமைப்படவில்லை, என்றாலும் அத்தனை பலமாகச் சொடுக்கெடுப்பேன், யாரோ ஒருவரின் கழுத்து உடையும் சத்தம்போல். துவக்கப்பள்ளியில் நான் நெட்டி முறிப்பதில் வல்லவள். மற்றப் பையன்கள் அவமானப்படும் அளவுக்கு. நான் கல்லூரியில் இருந்தபோது, கே, சந்தோஷப்படுமளவுக்கு இது பெரிய திறமையில்லை என்று விவரித்தான். ஒருவயதிற்கு வந்தபிறகு எல்லாஇடங்களிலும் உட்கார்ந்து ஒரு பெண் நெட்டி முறித்துக்கொண்டிருக்கக்கூடாது, முக்கியமாக மற்ற மக்களுக்கு முன்னால். இல்லையென்றால் ஃப்ரம் ரஷ்யா வித் லவ் படத்தில் வரும் லோட்டே லென்யா போல் ஆகிவிடுவேன் என்று அவன் சொன்னான். இதை ஏன் வேறு எவரும் முன்பே சொல்லவில்லை? நான் இந்தப்பழக்கத்தைவிட முயற்சி செய்தேன். எனக்கு லோட்டே லென்யாவைப் பிடிக்கும் ஆனால் அவள் போல் ஆகுமளவுக்கு இல்லை. எழுத அமரும்போதெல்லாம் - புகைபிடிப்பதை நிறுத்தியபிறகு - என்னையே அறியாமல் நான் நெட்டி முறிக்கிறேன் என்பதை உணர ஆரம்பித்திருக்கிறேன். டம் டமார் டுமீல்.

பெயர் பாண்ட். ஜேம்ஸ்பாண்ட்.

நான் சொல்லவந்த விஷயத்திற்கு மறுபடிபோகிறேன். நேரம் குறைவாகத்தான் இருக்கிறது - மாற்றுப்பாதைகளுக்கு இடமில்லை. லோட்டே லென்யாவை மறந்துவிடுங்கள். மன்னியுங்கள், உருவகம் - பிரித்தாகவேண்டும். முன்னர் நான் சொன்னதுபோல தெரிந்ததும், தெரியாததும் நமக்குள்ளாக வசிக்கின்றன. வசதிக்காக

முக்கால்வாசிபேர் இவற்றுக்கிடையில் சுவற்றை எழுப்புகின்றனர். அது வாழ்க்கையை எளிதாக்குகிறது. ஆனால் நான் அந்தச்சுவற்றை அழித்துவிட்டேன். நான் அதைச்செய்தேயாகவேண்டும். நான் சுவர்களை வெறுக்கிறேன். நான் அப்படிப்பட்டவள்தான்.

ஒட்டிப்பிறந்த இரட்டையரின் உருவகத்திற்குச் செல்வோம், அவர்களின் கருத்துக்கள் எப்போதும் ஒன்றிப்போவதில்லை. அவர்கள் எப்போதும் ஒருவரையொருவர் புரிந்துகொள்ள நினைப்பதில்லை. சொல்லப்போனால் முரண்பாடுதான் அதிகமிருக்கும். வலதுகைக்கு இடதுகை என்ன செய்கிறது என்று தெரியாது - அதற்கு நேர்மாறாக. குழப்பம் ஆட்சி செய்யும், நாம் நிச்சயம் தோற்போம் - பிறகு டமால் - டம் – டுமீல். எங்காவது மோதிக்கொள்வோம். *டுமீல்.*

நான் என்ன சொல்லவருகிறேன் என்றால், மக்கள் ஒருநல்ல திட்டத்தை வகுக்கவேண்டும், எது தெரியும், எது தெரியாது என்பதைத் தெரிந்துகொண்டு அமைதியாக வாழ. அது என்ன திட்டம் - சரி, நீங்கள் கண்டுபிடித்துவிட்டீர்கள்! - யோசிப்பது. ஒரு பாதுகாப்பான நங்கூரத்தை நாம் கண்டுபிடிக்கவேண்டும். இல்லையென்றால், அதில் சந்தேகமே வேண்டாம், நிச்சயம் எதிரெதிரே மோதிக்கொள்ளப்போகும் ஒருபாதையில் நாம் இருக்கிறோம்.

ஒரு கேள்வி.

மோதலைத் தவிர்க்க என்ன செய்யவேண்டும் (டமால்!) ஆனால் வயலில் படுத்துகொண்டு, புற்கள்வளர்வதை கேட்டுக்கொண்டு - யோசிக்காமல், வேறுவிதமாகச் சொல்லவேண்டுமெனில்? கடினமா? இல்லவே இல்லை. தர்க்கரீதியாக, அது மிக எளிது. கனவுகள்தான் பதில். கனவு காண்பது. கனவுலகத்திற்குப்போய், வெளியே வராதிருப்பது. வாழ்நாள்முழுக்கக் கனவில் வாழ்வது.

கனவில் பொருட்களுக்கிடையே வித்தியாசம் கிடையாது. இல்லவே இல்லை. அதனால் கனவில் மோதல்கள் கிடையாது. இருந்தாலும், வலிப்பதில்லை. நிதர்சனம் வேறு. நிதர்சனம் வலிக்கும்.

நிதர்சனம். நிதர்சனம்.

பலவருடங்களுக்கு முன்பு சாம் பேக்கிங்பாக்கின் படம் ‘வைல்டு பன்ச்’ வெளிவந்தபோது, ஒரு பெண்பத்திரிக்கையாளர் கைதூக்கி, செய்தியாளர்கள் சந்திப்பில், “ஏன் இத்தனை ரத்தத்தைக் காட்டுகிறீர்கள்?” என்றாள். அவள் நிச்சயம் கோபமாயிருந்தாள். ஏர்நேஸ்ட் போக்நைன் என்ற நடிகர் பதிலளித்தார். “பெண்ணே, இதுவரை யாரையாவது சுட்டு ரத்தம் வராமல் இருந்திருகிறதா?” இந்தப்படம் வியட்நாம்போர் மேலோங்கி இருந்தகாலத்தில் வெளியானது. இதுவே நிதர்சனத்தின் தத்துவம். கடினமான விஷயங்களை ஏற்றுக்கொண்டு, அப்படியே விட்டுவிடவேண்டியதுதான். சுடுதலும், ரத்தம் வடிதலும்.

எனக்கு அந்த வாக்கியம் மிகவும் பிடிக்கும். இது நிதர்சனத்திற்குப் பின்னால் இருக்கும் கொள்கைகளில் ஒன்றாயிருக்கவேண்டும். புரிவதற்குக் கடுமையாக இருக்கும் விஷயங்களை ஒத்துக்கொண்டு, அப்படியே விட்டுவிட வேண்டும். உதிரம் வடிதல். துப்பாக்கிச்சூடு மற்றும் உதிரம் வடிதல்.

துப்பாக்கியால் சுடப்பட்டும் ரத்தம் வடியாதிருக்கும் யாரையாவது நீங்கள் எப்போதேனும் பார்த்திருக்கிறீர்களா?

இது எழுத்தாளராக எனது நிலைப்பாட்டை அழகாக விவரிக்கிறது. நான் யோசிப்பதால் - ஒரு சாதாரணவழியில் - பிறகு ஒருகட்டத்தில் பெயர்கூடச் சூட்டப்படாத ஒரு உலகத்தை அடைகிறேன், நான் ஒரு கனவு காண்கிறேன், ஒரு கண்ணில்லாத கரு, அதன் பெயர் புரிதல், அது புரிதலின்மை என்கிற உலகளாவிய, மாபெரும் பனிக்குடநீரில் மிதக்கிறது. அதனால்தான் எனது புதினங்கள் இத்தனை நீண்டும், இன்றுவரைக்கும் நான் சரியான முடிவிற்கு வந்ததில்லை. விநியோகத்தைத் தொடர்ச்சியாக நடத்தத் தேவைப்படும் தொழில்நுட்பமும் நீதிசார்ந்த விஷயங்களும் எனக்கு அப்பாற்பட்டவை.

ஆமாம் நான் இங்கு ஒரு புதினத்தை எழுதவில்லை. இதை என்ன சொல்வதென்றும் தெரியவில்லை. எழுதுவது அவ்வளவுதான். நான் சத்தமாக யோசிக்கிறேன், அதனால் அனைத்தையும் ஒன்றாக கோர்க்கவேண்டிய அவசியமில்லை. எனக்கு எந்தவொரு ஒழுக்கம்சார்ந்த கடமையுமில்லை. ம்... நான் யோசிக்கிறேன், அவ்வளவுதான். நீண்டகாலமாக யோசிக்கவில்லை, இன்னும் கொஞ்சகாலம் யோசிக்கமாட்டேன் என்று நினைக்கிறேன். ஆனால்

இப்போது, இந்த நிமிடம், நான் யோசிக்கிறேன். அதைத்தான் நான் காலை வரை செய்யப்போகிறேன். யோசிப்பது.

இதைச் சொல்வதன்மூலம் எனது பழைய பழகிய இருண்ட எண்ணங்களை என்னால் விலக்கிவிடமுடியாது. எனது மொத்தநேரத்தையும், உழைப்பையும் தேவையற்ற வேலையில் கழிக்கவில்லையா? வெள்ளத்தால் மூழ்கப்போகும் இடத்திற்கு ஒருவாளித்தண்ணீரை இழுத்துக்கொண்டு வருகிறேன். நான் இந்தத் தேவையற்ற வேலைகளை நிறுத்திவிட்டு, ஓட்டத்துடன் செல்லவேண்டாமா?

மோதல்? அப்படி என்றால் என்ன?

★

நான் இதை வேறுமாதிரி சொல்கிறேன்.

சரி - என்ன புதிய வழியை நான் உபயோகிக்கப்போகிறேன்?

ஓ, நினைவு வந்துவிட்டது - இது தான் அது.

ஒருவேளை இப்படியே உளறிக்கொண்டிருக்கப்போகிறேன் என்றால், நான் ஒரு கதகதப்பான போர்வையை போர்த்திக்கொண்டு, மியுவை எண்ணி, சுயஇன்பம் செய்யவேண்டியதுதான். இதைத்தான் சொன்னேன்.

மியுவின் பின்புறவளைவு எனக்கு மிகப்பிடிக்கும். அவளின் அந்தரங்கமுடியின் கருமைக்கும், பனிபோன்ற வெள்ளைமுடிக்கும் உள்ள முரண்பாடு, அவளின் அழகியவடிவத்துடன் கூடிய புட்டம், சிறிய கருப்பு உள்ளாடைகள். கவர்ச்சி, அவளின் T-வடிவ அந்தரங்கமுடி, கருப்பு, அத்தனை கருப்பு. அதைப்பற்றி யோசிப்பதை நான் நிறுத்தவேண்டும். தேவையற்ற காமக்கற்பனைகளின் மின்வேலிச்சுற்றுப்பாதையை அணைத்துவிட்டு, நான் எழுதுவதில் கவனம் செலுத்தவேண்டும். இந்த அருமையானபொழுது விடிவதற்குமுன்னால் இருக்கும் நொடிகளை விட்டுவிடக்கூடாது. நான் யாரையாவது, வேறொரு தருவாயில், எது பலனளிக்கும், எது இல்லை என்று முடிவுசெய்ய விடுகிறேன். இப்போது கொஞ்சம்கூட அவர்கள் என்ன சொல்வார்கள் என்பதில் எனக்கு ஆர்வமில்லை.

ஸ்புட்னிக் இனியாள் | 165

சரியா?

சரி!

அதனால் - தொடரலாம்.

அவர்கள் நீங்கள் எழுதும் புனைவுகளில் (நிஜமோ அல்லது கற்பனையோ) கனவைப் பயன்படுத்துவது ஆபத்தான ஆராய்ச்சி என்கிறார்கள். ஒரு கைப்பிடி அளவு எழுத்தாளர்கள் மட்டுமே - நான் நல்ல எழுத்தாளர்களைப் பேசுகிறேன் – கனவுபோன்ற, அதீதமான, அர்த்தங்களறிந்துகொள்ளமுடியாத செயல்முறைகளைக் கையாளமுடியும். நான் சொல்வது நியாயமாகத் தோன்றுகிறதா? ஆனாலும் ஒருகனவைப்பற்றிப் பேசவேண்டும் - நான் சமீபத்தில் கண்டது. இந்தக்கனவு என்னைப்பற்றியும், எனது வாழ்வைப் பற்றியும் இருப்பதால் அதைப் பதிவிடவேண்டுகிறேன். இது இலக்கியம் சார்ந்ததா இல்லையா என்பதெல்லாம் எனக்குக் கவலையில்லை. நான் ஒரு கிடங்கைப் பாதுகாப்பவள் மட்டுமே.

★

இதைப்போன்ற கனவு பலமுறை வந்துள்ளது. விவரங்கள் வேறுபடலாம், அமைப்பும், ஆனால் ஒரேமாதிரி பாங்கினைக் கொண்டது. மேலும் நான் எழும்போதிருக்கும் வலியும் ஒன்றே. ஒரே கரு பலமுறை மீண்டும் மீண்டும் வரும், ரயில்வண்டி ஓர் ஆபத்தானவளைவில் ஒவ்வொரு இரவும் விசில் அடிப்பதைப்போல.

சுமிரேவின் கனவு

(இதை நான் படர்க்கையில் எழுதுகிறேன். இந்தவிதத்தில் நம்பகத்தன்மை அதிகமிருக்கிறது)

இறந்துபோனத் தன் அம்மாவைக் காண சுமிரே நீண்ட சுழற்படிக்கட்டுகளை ஏறுகிறாள். அவள் தாய் படிக்கட்டுகளின் உச்சியில் காத்திருக்கிறாள். அவளுக்குச் சுமிரேவிடம் எதையோ சொல்லவேண்டும், சுமிரே உயிர்வாழத் தேவையான முக்கியமான தகவல். அவள் இதுவரைக்கும் இறந்த யாரையும் பார்த்ததில்லை, அதனால் பயந்திருக்கிறாள். அவளுக்குத் தன் அம்மா எப்படிப்பட்டவள் எனத் தெரியாது. ஒருவேளை சுமிரேவிற்குத் தெரியாத ஏதோவொரு காரணத்தால் அவர் சுமிரேவை

166 | ஹருகி முரகாமி

வெறுக்கலாம். ஆனால் அவள் அவரைப் பார்த்தாகவேண்டும். இது அவளுக்கிருக்கும் ஒரே வாய்ப்பு.

படிக்கட்டுகள் போய்க்கொண்டேயிருந்தன. அவள் ஏறிக்கொண்டே யிருக்கிறாள் ஆனால் உச்சியை அடையமுடியவில்லை. சுமிரே வேகமாக ஏறுகிறாள், மூச்சுவிட முடியாமல் தவிக்கிறாள். அவளிடம் அதிக நேரமில்லை. அவள் அம்மா அங்கேயே இருக்கமாட்டார், அதே கட்டிடத்தில். சுமிரே வியர்க்க ஆரம்பிக்கிறாள். இறுதியாகப் படிக்கட்டுகள் முடிகின்றன.

படிக்கட்டின் உச்சியில் பெரிய இடமிருக்கிறது, ஒரு கனமான கல்சுவர் அவளைப் பார்த்திருக்கிறது. கண்மட்டத்தில், தண்டுபோன்ற வட்டவடிவக் காற்றோட்டத்துளை 20 அங்குல விட்டத்தில் அங்கிருந்தது. சுமிரேவின் அம்மா யாரோ தள்ளிவிட்டதுபோல் அந்தக் குறுகலான துளைக்குள் இருக்கிறாள். சுமிரே அவளின் நேரம் முடிந்துவிட்டது என்றுணர்கிறாள்.

★

அந்த குறுகலான துளைக்குள், அவள் அம்மாவின் முகம் வெளியே பார்த்தபடி இருக்கிறது. அவர் சுமிரேவின் முகத்தை இறைஞ்சுவதுபோல் பார்க்கிறார். சுமிரேவிற்கு ஒரே பார்வையில் அது தன் தாய் எனப்புரிகிறது. இவர்தான் தனக்கு உயிரையும், உடலையும் கொடுத்தவரென்று உணர்கிறாள். எப்படியோ, இந்தப்பெண், வீட்டில் உள்ள புகைப்பட ஆல்பத்தில் பார்த்த பெண் அல்ல. அவளின் உண்மையான அம்மா அழகாகவும், இளமையாகவும் இருக்கிறார். ஆல்பத்தில் பார்த்தது உண்மையில்லை என்று சுமிரே நினைக்கிறாள். என் தந்தை என்னை ஏமாற்றிவிட்டார்.

"அம்மா!" என்று தைரியமாகக் கத்துகிறாள். தனக்குள்ளிருந்த சுவர்கள் உருகுவதாக உணர்கிறாள். அவள் அந்தவார்த்தையைச் சொன்னவுடன், அவள் அம்மா துளையுள் இழுக்கப்படுகிறார், ஏதோவொரு மகத்தான சூனியம் அவரை அந்தப்பக்கமிருந்து இழுப்பதுபோல். அவள் அம்மா வாயைத்திறந்து, சுமிரேவிடம் எதையோ கத்துகிறார். ஆனால் துளையிலிருந்து வரும் காற்றின் சத்தம் அதைக் கேட்கவிடாமல் செய்கிறது. அடுத்தநொடி, அம்மா துளையின் இருளால் இழுக்கப்பட்டு, மறைகிறார்.

சுமிரே திரும்பிப்பார்க்கிறாள், படிகள் மறைந்துவிட்டன. அவளைச் சுற்றிக் கல்சுவர் மட்டும். படிகளிருந்த இடத்தில் மரக்கதவு. அவள்

ஸ்புட்னிக் இனியாள் | 167

தாழ்ப்பாளைத் திருகி, கதவைத்திறக்கிறாள், அவளுக்கப்பால் ஒரு வானம். அவள் ஓர் உயரமான கோபுரத்தின் உச்சியில் இருக்கிறாள். அத்தனை உயரம் அவளைத் தலைசுற்றவைக்கிறது. விமானம்போன்ற பல சிறிய விஷயங்கள் வானத்தை மொய்க்கின்றன. எளிய, சின்ன விமானம், யார் வேண்டுமானாலும் அதைச் செய்யலாம், மூங்கிலும், மரக்கட்டையும் கொண்டு உருவாக்கியது. ஒவ்வொரு விமானத்தின் பின்புறமும் ஒருகையளவு சின்ன இயந்திரமும், உந்தும் கருவியும் பொருத்தப்பட்டுள்ளன. சுமிரே கடந்துபோகும் ஒரு விமானியிடம் தன்னைக் காப்பாற்றச்சொல்லிக் கத்துகிறாள். ஆனால் யாரும் அவளுக்குச் செவிசாய்க்கவில்லை.

நான் இந்த உடையை உடுத்திக்கொண்டிருப்பதால்தான், என்று சுமிரே தீர்மானிக்கிறாள். யாராலும் என்னைப் பார்க்கமுடியவில்லை. அவள் மருத்துவமனையின் வெள்ளுடையை அணிந்திருக்கிறாள். அவள் அதைக் கழற்றிவிட்டு, நிர்வாணமாகிறாள் - உடம்பில் வேறெதுவும் இல்லை. அவள் உடையை அருகிலிருக்கும் கதவின் காலடியில் எறிகிறாள், அது உயிர்கொண்டதுபோல், மேலே பறந்து காணாமல்போகிறது. அதே காற்று அவளின் மேனியைத்தீண்டுகிறது, கால்களுக்கு நடுவேயிருக்கும் முடியைக் கலைக்கிறது. சட்டென்று அவள் பார்த்திருக்க விமானங்கள் அனைத்தும் தட்டாம்பூச்சிகள் ஆகின. வானம்முழுதும் பலநிறங்களில் தட்டாம்பூச்சிகள், அவற்றின் பெரிய உருண்டைக்கண்கள் பளபளக்கப் பறக்கின்றன. அவற்றின் சிறகுகள் அடிப்பதின் சத்தம் அதிகமாகிக்கொண்டேபோகிறது, வானொலியின் சத்தத்தைக்கூட்டுவதுபோல். இறுதியாக சகிக்கமுடியாத சத்தமாக மாறுகிறது. சுமிரே குனிந்து உட்காருகிறாள், கண்கள் மூடி, காதைப் பொத்திக்கொண்டு.

பிறகு அவள் விழித்துக்கொள்கிறாள்.

சுமிரேவால் கனவின் ஒவ்வொரு சிறுவிவரத்தையும் நினைவுகூர முடிந்தது. அவள் அதை ஒரு சித்திரமாகத் தீட்டிவிடுவாள். அவளால் நினைவில்கொள்ள முடியாத ஒரே விஷயம் இருள்துளையில் இழுத்துக்கொள்ளப்பட்ட அவள் அம்மாவின் முகம். கூடவே, அவள் கூறிய முக்கியமான வார்த்தைகளும் வெற்றுச்சூனியத்தில் தொலைந்துபோயின, சுமிரே தலையணையைக் கடித்தவாறு அழுகிறாள், அழுதுகொண்டேயிருக்கிறாள்.

நாவிதன் இனிமேல் குழிகளை வெட்ட மாட்டான்

இந்தக்கனவிற்குப்பிறகு நான் முக்கியமான ஒரு முடிவுக்கு வந்தேன். அதிகம் உழைக்கும் எனது கோடரியின் முனை, நல்ல மலை கிடைக்கும்போது அதை சுக்குநூறாக உடைக்கும். மியுவிற்கு எனது முடிவைத் தெளிவாகச்சொல்ல முடிவெடுத்துவிட்டேன். நான் இப்படி தொங்கிக்கொண்டே இருக்கமுடியாது. முதுகெலும்பு இல்லாத ஒரு குட்டிநாவிதனைப்போல எனது தோட்டத்தில் குழிகளை நான் வெட்டிக்கொண்டே இருக்கமுடியாது, மியுவை நான் காதலிக்கிறேன் என்பதை யாருக்கும் சொல்லாமல் இப்படியே போனால், மெதுவாக ஆனால் உறுதியாக நான் மறைந்துவிடுவேன். ஒவ்வொரு விடியலும், அந்திமாலையும் என்னைத் திருடிவிடும், கொஞ்சம்கொஞ்சமாக, என்னிடமிருந்து என்னை, சிறிதுநாட்களில் எனது முழு வாழ்க்கையையும் அரித்துக்கொண்டு போய்விடும் - நான் ஒன்றுமற்றவளாக மாறிவிடுவேன்.

★

விஷயங்கள் தெளிவாக இருக்கிறது படிகம் போல.

படிகம், படிகம்.

நான் மியுவுடன் உடலுறவு கொள்ளவிரும்புகிறேன், அவள் என்னை கட்டிக்கொள்ளவேண்டும். எனக்கு முக்கியமான அனைத்தையும் நான் கொடுத்துவிட்டேன். இனி கொடுக்க என்னிடம் ஒன்றுமில்லை. இன்னும் நேரமிருக்கிறது. நான் மியுவுடன் இருக்கவேண்டும், அவளுக்குள் நுழையவேண்டும். அவளும் எனக்குள் நுழையவேண்டும். இரண்டு பேராசை பிடித்த, பளபளக்கும் பாம்புகளைப்போல.

மியு என்னை ஏற்றுக்கொள்ளவில்லை என்றால், பிறகென்ன?

நான் அந்த இடத்தை, அந்த நேரத்தில் கடக்கிறேன்.

"யாராவது உதிரம் சிந்தாமல், சுடப்பட்டுப் பார்த்திருக்கிறீர்களா?"

ரத்தம் சிந்தப்படவேண்டும். நான் கத்தியைத் தீட்டுகிறேன், எங்கோ ஒரு நாயின் தொண்டையை அறுப்பதற்காக.

சரியா?

சரி!

இது எனக்காக நானெழுதிய தகவல். இதைக் காற்றில் எறிவளைதடுபோல் தூக்கி எறிகிறேன். அது இருளைக் கிழித்துக்கொண்டு, ஒரு பாவப்பட்ட கங்காருவின் குட்டி ஆன்மாவைத் தாக்கிவிட்டு, இறுதியாக என்னிடம் திரும்பி வருகிறது.

ஆனால் என்னிடம் வந்த எறிவளைதடு, நான் தூக்கியெறிந்தது அல்ல.

எறிவளைதடு. எறிவளைதடு.

12

கோப்பு 2

மதியம் 2.30 மணி. வெளியே பிரகாசமாகவும், நரகம்போல் வெப்பமாகவும் உள்ளது. மலைகள், வானம், மின்னும்கடல். அவற்றைப் பார்த்துக்கொண்டே இருந்தால், எல்லைகள் கரைந்து, யாவும் ஒன்றாகி, உருகி, பிறகு மீண்டும் சுரக்கும். உள்ளுணர்வு வெளிச்சத்தைத் தவிர்க்க, நிழலுக்குள் தூங்கப்போகும் பறவைகள்கூட பறப்பதை மறந்திருந்தன. வீட்டினுள்ளோ நல்ல குளுமையாக இருக்கிறது. மியு வரவேற்பறையில் அமர்ந்து பிராம்ஸ் கேட்கிறாள். அவள் மெல்லியகையுடன் கூடிய நீலநிறக் கோடைஉடையை அணிந்திருக்கிறாள், அவளது வெண்ணிறக்கேசத்தைத் தூக்கி முடிந்துகொண்டு. எனது மேசையில் அமர்ந்து, நான் இவ்வார்த்தைகளை எழுதிக்கொண்டிருக்கிறேன்.

"உனக்கு இசை தொந்தரவாக இருக்கிறதா?" மியு கேட்கிறாள்.

"பிராம்ஸ் எப்படித் தொந்தரவு செய்யமுடியும்?" என்கிறேன்.

எனது நினைவுகளை அலசுகிறேன், சிலநாட்கள் முன்பு பர்கண்டி கிராமத்தில் மியு எனக்குச்சொன்ன கதையை, மீண்டும் நான் சொல்ல. அது எளிதல்ல. அவள் கதையை விட்டுவிட்டுச் சொன்னாள், எந்தக் கோர்வையுமின்றி. என்னால் எது முதலில் நடந்ததென்றோ, எது இறுதி என்றோ, எது காரணம், எது விளைவென்பதையோ பிரிக்கமுடியவில்லை. அவளை நான் குறைகூறவில்லை. அவளைக் கிழித்த அந்தக் கொடூரமான சதிகாரக்கத்தி அவளின் ஞாபகங்களில் எங்கோபோய் புதைந்துகொண்டுவிட்டது. திராட்சைத் தோட்டத்தில் பொழுது புலரும்போது நட்சத்திரங்கள் மறையுமே அதுபோல். அவள் கன்னங்களின் உயிர்சக்தி, இந்தக்கதையை அவள் சொல்லச்சொல்ல, மெல்ல மறைந்தது.

நான் நிர்ப்பந்தப்படுத்தியதற்குபிறகே மியு அந்தக்கதையைக் கூறினாள். அவளிடம் நான் பலமுறை கேட்கவேண்டிவந்தது-

அவளை உற்சாகப்படுத்தி, வெறுப்பேற்றி, புகழ்ந்து, ஆசைகாட்டி பிறகே கதையைத் தொடர்ந்தாள். நாங்கள் சூரியன் உதிக்கும்வரை சிவப்புஒயினை அருந்தியவாறு பேசினோம். கைகளைக்கோர்த்துக்கொண்டு, அவளுடைய நினைவுகளின் தடயங்களை நோக்கிப்போனோம், அவற்றை ஒன்றுசேர்த்து, விளைவை ஆராய்ந்தோம். இருப்பினும் மியுவால் போகமுடியாத இடங்களும் இருந்தன, அவள் நினைவுப்பேழைக்குள். அங்கு கால்பதித்தபோதெல்லாம், அவள் குழம்பி, இன்னுமதிகமாக ஒயின் அருந்தினாள். இதுவே நினைவின் பேராபத்தான பகுதிகள். நாங்கள் இதைக்கடந்தபோதெல்லாம், தேடுவதை நிறுத்திவிட்டு, எச்சரிக்கையாக மாற்றுஇடத்திற்கு வந்துவிடுவோம்.

நான் இந்தக்கதையை மியு தனது கேசத்திற்குச் சாயம்பூசுகிறாள் என்று தெரிந்தபிறகே கேட்டேன். மியு அத்தனை கவனமானவள், அவளைச் சுற்றியிருக்கும் சிலருக்குமட்டுமே அவள் சாயம்பூசுவது தெரியும். நான் அதைக் கவனித்தேன். இத்தனைநாட்களாக நாங்கள் சேர்ந்து பயணிக்கிறோம், எங்களது பொழுதுகளை ஒன்றாகக்கழித்தபடி, இதெல்லாம் தெரியவருவது சாத்தியமே. அல்லது என்னிடம் மறைக்கவேண்டாம் என்று மியு நினைத்தாள். மறைக்க நினைத்திருந்தால் அவள் இன்னும் சற்று ரகசியமாக இருந்திருக்கலாம். அல்லது நான் கண்டுபிடிப்பதைத் தவிர்க்கமுடியாதென அவள் நினைத்திருக்கலாம், அல்லது கண்டுபிடிக்கவேண்டும் எனவும். (ஆம் - என்னால் யூகிக்கமட்டுமே முடிந்திருக்கும்.)

நேரடியாக அவளிடம் கேட்டேன். அதுதான் நான் – சுற்றி வளைக்காமல். "உனக்கு எவ்வளவு முடி வெள்ளையாக இருக்கிறது?" என்றேன். "எத்தனை நாட்களாக சாயம் பூசுகிறாய்?" "பதினான்கு வருடங்கள்," என்றாள். "பதினான்கு வருடங்களுக்கு முன்பு எனது முடி முழுவதுமாக வெள்ளையானது, ஒரு முடிவிடாமல்." "நீ நோய்வாய்ப்பட்டிருந்தாயா?" இல்லை என்றாள் மியு. "ஒரு விஷயம் நடந்தது, அதனால் ஒரேயிரவில் எனது மயிர் மொத்தமும் களங்கமற்ற வெள்ளைநிறத்திற்கு மாறியது."

"எனக்கு இந்தக்கதையைத் தெரிந்துகொள்ளவேண்டும்," என்று ஊடறுத்தேன். "உன்னைப்பற்றிய அனைத்தையும் தெரிந்துகொள்ளவேண்டும். உன்னிடம் எதையும் நான் மறைக்க மாட்டேன்." ஆனால் மியு சொல்லமறுத்தாள். அவள் யாரிடமும்

இதைப்பற்றி சொன்னது கிடையாது; அவள் கணவன் உட்பட. பதினான்கு வருடங்களாக இது மியுவின் ரகசியமாகவுள்ளது.

“இறுதியில் அன்றிரவு முழுவதும் நாங்கள் பேசினோம். ஒவ்வொரு கதையும் சொல்லப்படவேண்டும்,” என்றேன். “இல்லையென்றால் நீ உன் ரகசியத்திடம் கைதியாக இருப்பாய்.”

மியு எங்கோ தொலைவில் பார்த்தாள். ஒரு வெளிச்சம் அவள் கண்களில் வந்து, பின் காணாமல்போனது. “நான் தெளிவுபடுத்த ஒன்றுமில்லை,” என்றாள். “அவர்கள்தான் தெளிவுபடுத்தவேண்டும் - நான் இல்லை.”

அவள் என்ன சொல்கிறாள் என்று எனக்குப் புரியவில்லை.

“நானிதைச் சொன்னால், நாமிருவரும் இதைப் பகிர்ந்துகொள்கிறோம் என்றாகிறது. அது சரியா என்று எனக்குத் தெரியவில்லை. நான் இப்போது இதைத்திறந்தால், நீயும் இதற்குள் இழுக்கப்படுவாய். உனக்கு அது தேவையா? நான் மறப்பதற்கென அனைத்தையும் தியாகம் செய்த ஒரு விஷயம் உனக்கு நிச்சயம் தேவையா?”

“ஆம். எதுவாயிருந்தாலும், என்னிடம் நீ சொல்லித்தான் ஆகவேண்டும், என்னிடம் எதுவும் மறைக்கக்கூடாது.”

குழப்பத்தில், மியு கொஞ்சம் குடித்துவிட்டு, கண்ணை மூடிக்கொண்டாள். கடந்துசென்ற மௌனத்தில் நேரமே வளைந்துகொண்டது.

இறுதியில் அவள் கதையை சொல்லத்தொடங்கினாள். சிறிதுசிறிதாக, ஒரு சமயத்தில் ஒரு துண்டுப்பகுதி என்பதைப்போல. கதையின் சிலபகுதிகள் தானாக உயிர்பெற்றுவர, மற்றவை நகரவும் மறுத்தன.

மியு மற்றும் ராட்சச ராட்டினத்தின் கதை

ஒரு கோடைக்காலத்தில் மியு தனியாக ஃபிரான்ஸ் எல்லையில் இருந்த சுவிட்சர்லாந்தின் சிறிய நகரத்தில் தங்கினாள். அவளுக்கு அப்போது 25 வயது, பாரிஸில் வசித்துவந்தாள், அவள் அங்கு பியானோ படித்துக்கொண்டிருந்தாள். தன் தந்தையின் வேண்டுகோளுக்கு இணங்கி அவள் சில வணிகரீதியான பேச்சுவார்த்தைகளை நடத்தவந்தாள். வேலை சின்னதுதான், அவர்களுடன் உணவருந்தவேண்டும், பிறகு ஒப்பந்தத்தில் கையெழுத்திடவேண்டும். காலடி எடுத்துவைத்தவுடன் அவளுக்கு

அந்நகரம் பிடித்துவிட்டது. அதுவொரு நல்ல, அழகிய இடம். ஓர் ஏரி, அதனருகில் ஓர் மத்திமக்கால கோட்டை. அங்கே வாழ்வது அருமையாயிருக்கும் என எண்ணி, அவள் சிலநாட்கள் அங்கிருக்க முடிவுசெய்தாள். அது மட்டுமல்லாது இசைநிகழ்ச்சிகள் வேறு அருகிலிருந்த கிராமத்தில் நடந்ததால், ஒரு காரை வாடகைக்கு எடுத்துக்கொண்டால், அங்கு தினமும் போய்வரமுடியும்.

அவளுடைய அதிர்ஷ்டம், கொஞ்சகாலத்திற்கு, ஊருக்கு ஒதுக்குப்புறமாக மலை மீது ஒரு சின்னவீடு கிடைத்தது, சாமான்களோடு, மனதிற்கு இன்பம்தரும்வகையில், சுத்தமாகவும். அங்கிருந்து காட்சிகள் மிக அற்புதமாக இருந்தன. அவளுக்குப் பியானோ பயிற்சி செய்வதற்கான ஓர் இடமும் அருகிலேயே கிடைத்தது. வாடகையும் மலிவாக இருந்தது, ஒருவேளை பணத்தட்டுப்பாடு வந்தால்கூட, அவள் அப்பாவின் உதவியை நாடமுடியும்.

மியு தன்னுடைய தற்காலிக, ஆனால் அமைதியான வாழ்வை அந்நகரில் வாழத்தொடங்கினாள். இசைவிழாக்களில் கலந்துகொள்ளத் துவங்கினாள். அருகிலிருந்த இடங்களில் நடைக்குச்சென்றாள், நண்பர்களும் கிடைத்தனர். ஒரு குட்டி உணவகமும் காபிக்கடையும் கண்டறிந்து போகத்தொடங்கினாள். அவளது வீட்டின் சாளரத்தின் மூலம் நகருக்கு வெளியேயிருந்த பொழுதுபோக்குப்பூங்காவைப் பார்க்கலாம். அங்கே ஒரு பிரமாண்டமான ரங்கராட்டினம் இருந்தது. வண்ணமயமான பெட்டிகள், அந்தப் பெரிய சக்கரத்துடன் இணைக்கப்பட்டு, அவையாவும் வானத்தில் மெதுவாகச்சுழலும். உச்சியைத்தொட்டவுடன், கீழிறங்கும். இயல்பாக, ரங்கராட்டினம் வேறெங்கும் செல்லாது. அது மேலே போகும், பின் கீழிறங்கும், ஒருமுறை முழுவதுமாகச் சுற்றிவரும், ஏதோவொரு விசித்திர காரணத்தால் மக்கள் அதை விரும்பினர்.

மாலைப்பொழுதுகளில் ரங்கராட்டினம் பல பிரகாசமான விளக்குகளுடன் மின்னியது. இரவில் பூங்கா மூடியதற்குப் பிறகும்கூட, அந்த ராட்டினத்தின் விளக்குகள் மின்னின, வானத்தின் நட்சத்திரம்போல். மியு தனது ஜன்னலில் அமர்ந்து, வானொலியில் பாடல் கேட்டபடி, ரங்கராட்டினம் சுற்றுவதைப் பார்ப்பாள். அது நின்றிருந்தபோது, நினைவுச்சின்னம்போன்ற அதன் அமைதியையும்.

நகரத்தின் ஒரு மனிதன் அவளுக்குப் பரிச்சயமானான். அழகாக, 50 களின் லத்தீன் நாட்டவர்போல் உயரமாக, வசீகரமான மூக்குடன், கருத்த நீளமான முடியுடன் இருந்தான். காபிக்கடையில் இவள் இருந்தபோது அவனாக வந்து பேசினான். "எங்கிருந்து வந்திருக்கிறாய்?" அவன் கேட்டான். "நான் ஜப்பானில் இருந்து வந்திருக்கிறேன்," அவள் சொன்னாள். அப்படியே பேசத்தொடங்கினர். அவன் பெயர் பெர்டினாண்டோ. பார்சிலோனாவைச் சேர்ந்தவன், ஐந்து வருடங்களுக்கு முன்பு மரச்சாமான்கள் வடிவமைக்க இங்கே வந்தவன்.

அவன் நிதானமாகப் பேசினான், சிரிக்கவைத்தான். சற்றுநேரம் பேசிவிட்டு, பிறகு அவர்கள் பிரிந்துபோனார்கள். இரண்டுநாள் கழித்து அதேகடையில் மீண்டும் சந்தித்தனர். விவாகரத்துப்பெற்று அவன் தனியாக வாழ்ந்துகொண்டிருந்தான். தான் ஸ்பெயினை விட்டுவந்தது புதுவாழ்வு தேடி என்றான். மியுவிற்கு அவனைப் பிடிக்கவில்லை, அவன் தன்னைக் காமுறும் நோக்கத்தோடு பார்க்கிறான் என்று புரிந்தது, அது அவளை பயப்படவைத்தது. அவள் அந்தக்கடையைத் தவிர்க்கத்துவங்கினாள்.

இருப்பினும், அவள் நகரில் பெர்டினாண்டோவைப் பலமுறை சந்தித்தாள் - அதிகமுறை பார்க்கப்பார்க்க அவன் தன்னைப் பின்தொடர்வதாக அவளுக்குத் தோன்றியது. இது அவளின் மாயையாகக்கூட இருக்கலாம். அது சின்ன ஊராக இருந்ததால் ஒரேநபரை மீண்டும்மீண்டும் சந்திப்பது விசித்திரமல்ல. அவளைப் பார்க்கும்போதெல்லாம் அவன் பெரிதாகப் புன்னகைத்து, முகமன் சொல்வான். இருப்பினும் மியு வெறுப்படைந்து, அமைதியற்ற நிலைமைக்குச் சென்றாள். அவளின் நிம்மதியான வாழ்க்கையில், அவனை அச்சுறுத்தலாகப் பார்க்கத்தொடங்கினாள். இசையின் துவக்கத்தில், அதிருப்தி அளிக்கும் ஒரு சிம்பலின் (Symbol) சத்தம், அவளுடைய அருமையான கோடையின்மீது அச்சுறுத்தும் நிழலாக விழத்தொடங்கியது.

ஒரு பெரியநிழல் தருகிற சிற்றனுபவம் பெர்டினாண்டோ - அவ்வளவுதான். பத்துநாட்களுக்குப்பிறகு மியு ஒரு தடுப்புவளையத்தை உணரத்தொடங்கினாள். அந்தப் பூரணமான சிறிய நகரம், இப்போது அவளுக்கு, குறுகிய மனப்பான்மை கொண்ட, தங்களின் கருத்தே சரியென்று நினைக்கும் மக்களால் ஆனதென தோன்றத்தொடங்கியது. மக்கள் நட்பும், பண்பும் பாராட்டினாலும், அவள் ஆசியாவைச்சேர்ந்தவள் என்கிற

பாரபட்சசிந்தனை இருப்பதாக உணர்ந்தாள். பிறகு அவள் உணவகங்களில் குடித்த ஒயினின் சுவை கசப்பாக இருந்தது. அவள் வாங்கிய காய்கறிகளில் பூச்சிகளிருந்தன. இசைநிகழ்ச்சிகள் கவனக்குறைவாக ஏற்பாடு செய்யப்பட்டன. அவளால் இசையில் கவனம் செலுத்தமுடியவில்லை. அவளின் வசதியான வீடுகூட அலங்கரிக்கப்படாத, இழிந்தஇடமாகத் தோன்றியது. அனைத்தும் அதன் புதுப்பொலிவை இழந்தது. அந்த அச்சுறுத்தும் நிழல் எங்கும் பரவியது. அவள் அதிலிருந்து தப்பி ஓட விரும்பினாள்.

தொலைபேசி இரவில் அடிக்கும், அவள் எடுத்து “அலிஓ?” என்பாள். ஆனால், அழைப்பு துண்டிக்கப்படும். இது திரும்பத்திரும்ப நடந்தது. பெர்டினாண்டோ என்று அவள் நினைத்தாள். ஆனால் அவளிடம் எந்த சாட்சியுமில்லை. அவனிடம் இவளது எண் எப்படிப்போனது? அது பழங்காலத் தொலைபேசி, அவளால் அதைத் துண்டிக்கவும் முடியவில்லை. உறங்குவதுகூட அவளுக்குக் கடினமாக இருந்ததால், தூக்கமாத்திரை சாப்பிட ஆரம்பித்தாள். அவள் பசியும் காணாமல்போனது.

முதலில் இங்கிருந்து கிளம்பவேண்டும். ஆனால் அவளால் அதைச்செய்ய முடியவில்லை, தன்னை இழுத்துக்கொண்டு அந்த ஊரைவிட்டு வெளியேற அவளுக்கு இயலவில்லை. அங்கே, தான் தங்குவதற்கான காரணங்களைப் பட்டியலிட்டாள். அவள் ஏற்கனவே ஒருமாத வாடகையைக் கட்டிவிட்டாள், மற்றும் இசைவிழாவிற்கான சீட்டுகளை வாங்கியிருந்தாள். பாரிஸில் இருந்த அவளது அறையைக் கோடை முடியும்வரை வாடகைக்குத் தந்துவிட்டாள். ஆகவே தன்னால் திடீரேன்று கிளம்பமுடியாது என்று சொல்லிக்கொண்டாள். தவிரவும், நிஜமாக எதுவுமே நடக்கவில்லை. அவளை உண்மையில் யாரும் துன்புறுத்தவில்லை, இல்லையா? தேவையில்லாமல் உணர்ச்சிவசப்படுவதாக தனக்குத்தானே அவள் சொல்லிகொண்டாள்.

ஒருமாலை, அங்கு வசிக்கத்துவங்கிய இரண்டுவாரத்திற்குப்பிறகு, அவள் எப்போதும்போல் அருகிலிருந்த உணவகத்தில் சாப்பிட்டாள். ஒரு வித்தியாசத்திற்காக இரவுக்காற்றைச் சுவாசிக்கலாம் என்று நினைத்து நடைக்குப்போனாள். ஏதோ சிந்தனையில் ஒரு தெருவிலிருந்து இன்னொரு தெரு என்று நடந்துகொண்டிருந்தாள். அவள் யோசிப்பதற்கு முன்னால், பொழுதுபோக்குப்பூங்காவின் வாசலில் நின்றிருந்தாள். ரங்கராட்டினம் இருந்த பூங்கா. காற்று இசைக்கும் சத்தம், கடைக்காரர்களின் இரைச்சல், குழந்தைகளின் கூப்பாடால் நிறைந்திருந்தது. வந்திருந்த அனைவரும்

176 | ஹருகி முரகாமி

குடும்பங்கள், சிலர் அந்த ஊரைச்சேர்ந்த தம்பதிகள். மியுவுக்கு, தன் தந்தை தான் குழந்தையாக இருந்தபோது, தன்னைப் பொழுதுபோக்குப்பூங்காவிற்கு கூட்டிப்போனது நினைவுவந்தது. தந்தையுடன் ராட்டினம் சுற்றிய சமயத்தில் அவர் அணிந்திருந்த கம்பளிக்கோட்டின் மணத்தை அவளால் இப்போதும் நுகரமுடிந்தது. அதில் அவர்கள் சுற்றிக்கொண்டிருந்த மொத்தநேரமும் அவர் அவளின் கைகளைப் பிடித்திருந்தார். குட்டி மியுவிற்கு, அந்தமணம் பெரியவர்களுடையது, பாதுகாப்பின் சின்னம். தன் தந்தையை அவள் நினைத்துக்கொண்டிருந்தாள்.

விளையாட்டாக ஒருசீட்டை வாங்கிக்கொண்டு, பூங்காவினுள் நுழைந்தாள் மியு. அந்த இடம் கடைகளால் நிரம்பியிருந்தது - துப்பாக்கி சுடும் இடம், பாம்பு நிகழ்ச்சி, குறிசொல்பவளின் அறை எனப்பலவும். கிரிஸ்டல் பந்தின் முன்னால் அமர்ந்திருந்த, ஒரு வயதான குறிசொல்லும் பெண் மியுவைக் கூப்பிட்டாள்: “மேடம், இங்கு வாருங்கள். மிகவும் முக்கியம், உங்கள் வாழ்க்கை மாறப்போகிறது.” மியு சிரித்துக்கொண்டே அந்த இடத்தை விட்டு நகர்ந்தாள்.

அவள் ஐஸ்கிரீமை வாங்கி, பெஞ்சில் அமர்ந்து, போக வரும் இருக்கும் மக்களைப் பார்த்தாள். ஒருவன் அவளிடம் ஜெர்மன்மொழியில் பேச ஆரம்பித்தான். முப்பதுகளில் இருந்தான், ஆள் குட்டை, செம்பட்டை முடி, மீசை, சீருடையணிந்தால் அழகாகத் தோன்றக்கூடிய ஒரு மனிதன். அவள் சிரித்துக்கொண்டே கடிகாரத்தைச் சுட்டி, நான் ஒருவருக்குக் காத்திருக்கிறேன் என்றாள். அவன் இளித்துக்கொண்டே, கையாட்டிவிட்டு அந்த இடத்தைக் காலி செய்தான்.

மியு எழுந்து கொஞ்சநேரம் சுற்றித்திரிந்தாள். ஒருவர் கூரிய கம்பியை எறிய, பலூன் ஒன்று உடைந்தது. ஒரு கரடி ஆடிக்கொண்டிருந்தது. ஆர்கன் ஒன்று “தி ப்ளூ டானபே வால்ட்ஸ்” பாடலுக்கு வாசித்தது. அவள் தலைதூக்கி ராட்டினம் பொறுமையாகச்சுற்றுவதைப் பார்த்தாள். ராட்டினத்தில் இருந்து தனது வீட்டைப் பார்த்தால், நன்றாயிருக்குமென்று நினைத்தாள், எப்போதும் அங்கிருந்து பார்ப்பதற்குப் பதிலாக. அதிர்ஷ்டவசமாக அவளிடம் ஒரு குட்டி தொலைநோக்கி கைப்பையில் இருந்தது. சென்றமுறை இசைக்கச்சேரிக்குப் போனசமயம், தூரத்திலிருந்து இசைநிகழ்ச்சியைப் பார்க்க அவளுக்கு அது உதவியாக இருந்தது.

அது மெலிதாகவும், உறுதியாகவும் இருந்தது. அதைக்கொண்டு அவளால் தனது அறையைப் பார்க்கமுடியும்.

ராட்டினத்திற்கு முன்னாலிருந்த சீட்டு விற்குமிடத்திற்குப்போய் சீட்டுவாங்கச் சென்றாள். “நாங்கள் சிறிதுநேரத்தில் மூடிவிடுவோம், மேடம்” ஒரு முதியவன் சொன்னான். இதை அவன் கீழே பார்த்து முனகியபடி கூறினான். பின் தலையையசைத்து, “இன்றையநாளின் கடைசி இதுதான்” என்றான், “ஒருமுறையோடு முடித்துகொள்ளுங்கள்.” அவனது தாடி வெள்ளையாகவும், புகையிலைக்கறையோடும் இருந்தது. அவன் இருமினான், அவனுடைய கன்னங்கள் வடக்குக்காற்றால் அடிபட்டவன்போல் சிவந்திருந்தன.

“பரவாயில்லை. ஒருசுற்று போதும்,” என்றாள் மியு. ஒருசீட்டை வாங்கிக்கொண்டாள். அவள் மட்டுமே அங்கு ஏறுவதற்காகக் காத்திருந்தாள், ராட்டினம் காலியாக இருந்தது. ராட்டினம் சுற்றிகொண்டிருக்க அதன் காலிப்பெட்டிகள், காற்றில் ஆடிக்கொண்டிருந்தன, ஏதோ உலகமே அழியப்போவதைப்போல்.

அவள் சிவப்புநிறப் பெட்டியில் ஏறி, பலகையில் அமர்ந்தாள், முதியவர் வந்து, கதவைமூடி வெளியிலிருந்து பூட்டினார். பாதுகாப்பாக. ஒரு தொன்மையான விலங்கு உயிர்பெற்றதுபோல் ராட்டினம் உயிர்கொண்டது. கடைகளும், மற்ற ஊர்திகளும் கீழே சுருங்கின. அப்படியே நகரின் விளக்குகள் அவளோடு மேலேறின. ஏரி அவளுக்கு இடதுபக்கத்தில், அவளால் சுற்றுலாப்படகுகளின் வெளிச்சத்தை நீரில் காணமுடிந்தது. தூரத்திலிருந்த மலைத்தொடர்கள் கிராமத்தின் சின்னச்சின்ன ஒளிகளால் மின்னின. அவள் நெஞ்சம் வலித்தது, இத்தனை அழகை ஒருசேரப்பார்க்கையில்.

மலைமேலிருந்த வீட்டுப்பகுதி அவளின் கண்முன் தோன்றத் தொடங்கியது. தனது தொலைநோக்கியைக் கொண்டு, மியு தன்னுடைய வீட்டை தேடத்தொடங்கினாள், அது எளிதாயில்லை. ராட்டினம் மேலே போய்க்கொண்டே இருந்தது. அவள் வேகமாகத் தேடவேண்டும், ஆகையால் தொலைநோக்கியை வேகவேகமாக அசைத்துத்தேடினாள். ஆனால் பல வீடுகள் ஒரேபோலிருந்தன. ராட்டினம் மேலே ஏறிவிட்டுத் தனது கீழ்ச்சுற்றைத் துவக்கியது. இறுதியாக அவள் தனது கட்டிடத்தைப் பார்த்தாள். அவள் நினைவில் இருந்ததைக்காட்டிலும் அதில் சாளரங்கள் அதிகமிருந்தன. பலர் கோடைக்காற்றை எதிர்பார்த்து ஜன்னலைத் திறந்துவைத்திருந்தனர்.

பிறகு கட்டிடத்தின் மூன்றாம்தளத்தில் வலதுபுறம் இரண்டாம் வீட்டைத்தேடினாள். ராட்டினம் தரையை நெருங்கிக்கொண்டிருந்தது. பக்கத்துக் கட்டிடங்களின் சுவர்கள் இடையில் வந்துவிட்டன. இன்னும் சில நொடிகள் இருந்திருந்தால், அவள் தனது வீட்டினுள்ளே பார்த்திருக்கலாம்.

ராட்டினம் மெதுவாகத் தரையைத்தொட்டது. கதவைத்திறக்க முயன்றாள், அது நகரவேயில்லை. வெளியில் இருந்து பூட்டப்பட்டிருந்தது. அவள் முதியவரைத் தேடினாள், எங்கும் தென்படவில்லை. சீட்டு கொடுக்கும் இடத்தில் விளக்குகள் அணைக்கப்பட்டிருந்தன. அவள் யாரையாவது கூப்பிடலாம் என்று நினைத்தாள், ஆனால் யாருமேயில்லை. ராட்டினம் மெதுவாக மேலெழத் துவங்கியது. இது என்ன பிரச்சினை, என நினைத்தாள். இது எப்படி நடக்கிறது? முதியவர் ஒருவேளை கழிவறைக்குச் சென்றிருக்கலாம், அதில் நேரம் கழிந்திருக்கும். அவள் இன்னும் ஒருமுறை, முழுதாகச் சுற்றலாம்.

"நல்லவேளை அந்தக்கிழவனின் ஞாபகமறதி எனக்கு ஓர் இலவசச்சுற்றைத் தருகிறது." இம்முறை நிச்சயம், அவள் வீட்டைப் பார்த்துவிடுவாள். அவள் தொலைநோக்கியை உறுதியாகப் பற்றிக்கொண்டாள், தலையை ஜன்னல்வழி எட்டிப்பார்த்தாள். பொதுவான இடத்தை போனமுறையே பார்த்துவிட்டதால், தனது அறையை அவள் எளிதாகக்கண்டறிந்தாள். ஜன்னல் திறந்திருக்க, விளக்கு எரிந்துகொண்டிருந்தது. இருண்ட வீட்டிற்குள் வருவது அவளுக்குப் பிடிக்காது, இரவுணவிற்குப்பிறகே வீட்டிற்குவர அவள் திட்டமிட்டிருந்தாள்.

அவள் வீட்டைத் தொலைநோக்கியைக் கொண்டு பார்ப்பது, தன்னையே பார்ப்பதுபோல் ஒருவிதக்குற்றவுணர்ச்சியை அவளுக்குள் ஏற்படுத்தியது. நான் அங்கு இல்லை என்று தன்னை சமாதானப்படுத்திக்கொண்டாள். நிச்சயம் இல்லை. மேஜையில் ஒரு தொலைபேசி இருந்தது. இங்கிருந்து அந்தத் தொலைபேசிக்கு அழைக்கவேண்டும் போலிருந்தது. "நான் ஒரு கடிதத்தை அங்கு விட்டிருந்தேன். இப்போது நான் இங்கிருந்து அதைப் படிக்க விரும்புகிறேன்," என நினைத்தாள். ஆனால் அவளால் அந்தளவிற்குப் பார்க்கமுடியவில்லை.

இறுதியாக ராட்டினம் மேலிருந்து, கீழிறங்க ஆரம்பித்தது. சற்று இறங்கியவுடன், அது சட்டென்று நின்றது. அவளைத் தூக்கிப்போட்டது, தோளில் பலத்த அடியுடன். அவளுடைய தொலைநோக்கி கீழே விழுந்திருக்கும். ராட்டினம் நின்ற சத்தம், அனைத்துச் சத்தங்களையும் தன்னோடு அணைத்துக்கொண்டு நின்றது. அவளுக்குக் கேட்டுக்கொண்டிருந்த இசையும் நின்றிருந்தது. பலகடைகளில் விளக்குகள் அணைக்கப்பட்டிருந்தன. அவள் காதைக் கூர்மையாகத் தீட்டிக்கொண்டு கேட்க முயற்சித்தபோது காற்றின்ஒலி மட்டுமே கேட்டது. அத்தனை அமைதி. நிகழ்ச்சியாளர்களின் கூவல், குழந்தைகளின் கத்தல் எதுவுமே கேட்கவில்லை. முதலில் அவளுக்கு என்ன நடக்கிறது என்று புரியவில்லை. பின் அவளுக்குத் தெளிவு பிறந்தது: அவள் மறக்கப்பட்டிருந்தாள்.

பாதி திறந்திருந்த ஜன்னல்வழியே அவள் எட்டிப்பார்த்தாள். அப்போதுதான் தான் எத்தனை உயரத்திலிருக்கிறோம் என்பதை உணர்ந்தாள். கத்தலாம் என்றெண்ணினாள், ஆனால் யாராலும் தனது சத்தத்தைக் கேட்கமுடியாது என்பதை உணர்ந்தாள். அவள் மிகவும் உயரத்திலும், அவளுடைய குரல் ரொம்ப சன்னமாகவும் இருப்பதை உணர்ந்தாள்.

அந்த முதியவர் எங்கே போயிருப்பார்? அவர் குடித்திருக்க வேண்டும். அவரது முகத்தின் அந்த நிறம், அவரின் மூச்சு, கணீர்க்குரல் - எந்தச் சந்தேகமும் இல்லை. என்னை ராட்டினத்தில் ஏற்றியதை மறந்து, அணைத்துவிட்டார். இந்தநிமிடம் ஏதேனும் மதுக்கூடத்தில் அமர்ந்து ஒரு பீரையோ, ஜின்னையோ அவர் அருந்திக்கொண்டிருக்கக்கூடும், தான் செய்ததை மறந்து. அவள் தன்னுடைய உதட்டைக்கடித்தாள். நாளை மதியம், அல்லது மாலைவரை இங்கிருக்க நேரிடலாம் என நினைத்தாள். பூங்கா எப்போது திறக்கும் என்பது அவளுக்குத் தெரியாது.

மியு சிறியசட்டையும், பாவாடையும் மட்டுமே அணிந்திருந்தாள், கோடையாக இருப்பினும், ஸ்விஸ் காற்று குளிர்ந்துவீசியது. அவள் மறுபடியும் ஜன்னல் வழியே எட்டிப்பார்த்தாள். இப்போது முன்பைவிடக் குறைந்த விளக்குகளே இருந்தன. பொழுதுபோக்குப்பூங்கா ஊழியர்கள் வேலையை முடித்துவிட்டு வீட்டிற்குச்சென்றிருப்பார்கள். பாதுகாவலன் எங்காவது இருக்கவேண்டும். அவள் பெருமூச்சுவிட்டு பிறகு உரக்கக்கத்தினாள். பிறகு கேட்டாள். பின் மறுபடியும் தொடர்ந்து கத்திக்கொண்டேயிருந்தாள். எந்தப் பதிலுமில்லை.

அவள் ஒரு சின்ன நோட்டுப்புத்தகத்தை பையிலிருந்து எடுத்து, ஃபிரெஞ்சு மொழியில், "நான் பூங்கா ராட்டினத்தில் மாட்டிக்கொண்டுள்ளேன், தயவு செய்து என்னைக் காப்பாற்றுங்கள்." என்றெழுதி ஜன்னல்வழியே போட்டாள். அது காற்றில் பறந்தது. காற்று நகரின் வழியே வீசினால், அவளுக்கு அதிர்ஷ்டமிருந்தால், அங்கு போய்ச்சேரும். அப்படியே அது கிடைத்தாலும் யாரும் நம்புவார்களா? இன்னொரு காகிதத்தை எடுத்து அதில் அவளது பெயரையும், முகவரியையும் எழுதினாள். நம்பும்விதமாக இருக்கவேண்டும். மக்கள் இதை நகைச்சுவை என்று எண்ணாமல், இதில் உண்மையிருப்பதை நம்புவார்கள். அவள் பாதி நோட்டுப்புத்தகத்தை காற்றில் பறக்கவிட்டாள்.

திடீரென்று அவளுக்கு ஒரு திட்டம் தோன்ற, தனது பணப்பையில் இருந்த எல்லாவற்றையும் எடுத்துவிட்டு, பத்து பிராங்க் காசை மட்டும்வைத்து, அதனுடன் இந்த செய்தியையும் எழுதினாள்: "ராட்டினத்தில் ஒரு பெண் மாட்டிக்கொண்டிருக்கிறாள், அவளைக் காப்பாற்றுங்கள்" என எழுதி ஜன்னல் வழியே தூக்கியெறிந்தாள். அது தரையில் விழுந்தது. அவளுக்கு அது விழுந்ததும் தெரியவில்லை, தரையில்விழுந்த சத்தமும் கேட்கவில்லை. அதேபோல் பர்சிலும் எழுதி எறிந்தாள்.

மியு கைக்கடிகாரத்தில் நேரம் பார்த்தாள். தனது பெரிய பை முழுவதும் ஏதேனும் கிடைக்கிறதா என்று தேடினாள். கொஞ்சம் முகப்பூச்சு, முகம் பார்க்கும் கண்ணாடி, மற்றும் கடவுச்சீட்டு. குளிர்க்கண்ணாடி. வீடு மற்றும் கார் சாவி. பழம் வெட்டுவதற்காக ஒரு கத்தி. மூன்று பிஸ்கட்டுகள் கொண்ட உறை. ஒரு ஃபிரெஞ்சு புதினப்புத்தகம். அவள் இரவுணவு அருந்தியிருந்த காரணத்தால், நாளை காலைவரை பசியிருக்காது. குளிர்ந்தகாற்றால் தாகமும் பெரிதாயிருக்காது. நல்லவேளை அவளுக்குக் கழிவறைசெல்லும் அவசியமும் ஏற்படவில்லை.

அவள் அந்தப் பிளாஸ்டிக்பெஞ்சில் அமர்ந்தாள், தலையைச் சுவரில் சாய்த்துக்கொண்டாள். அவளுக்கு வருத்தமாக இருந்தது. எதற்காக இங்கு வந்து இதில் ஏறினாள்? உணவருந்திவிட்டு நேராக வீட்டிற்குச் சென்றிருக்கலாம். அப்படிச் செய்திருந்தால் நன்கு சூடானநீரில் குளித்துவிட்டு, படுக்கையின் கதகதப்பில் ஒரு புத்தகத்தோடு இருந்திருப்பாள். அதை ஏன் செய்யவில்லை? யாராவது ஒரு குடிகாரனை வேலைக்கு வைப்பார்களா?

ராட்டினம், காற்றில் பலமாக ஆடியது, இவள் ஜன்னலைமூட முயற்சித்தாள், அது நகரவில்லை. அவள் அதைக் கைவிட்டுத் தரையிலமர்ந்தாள். நான் ஒரு ஸ்வெட்டரை எடுத்துவந்திருக்க வேண்டும் என நினைத்தாள். வீட்டிலிருந்து கிளம்பும்நேரம், ஒரு ஸ்வெட்டரை மேலே சுற்றிக்கொள்ள நினைத்தாள். அருமையான கோடைக்கால வெயில், அத்துடன் உணவகம் வீட்டினருகே இருந்தது. அப்போது பூங்காவிற்கு வரும் எண்ணமோ, ராட்டினத்தில் ஏறும் எண்ணமோ அவளுக்கு மிகுதொலைவில் இருந்தன. அதுதான் தவறாகிப்போனது.

தன்னைத்தானே அமைதியாக உணர்வதற்காக, மியு, கைக்கடிகாரத்தையும், சிறு வெள்ளி பிரேஸ்லட்டையும் சங்கு-வடிவக்காதணிகளையும் தன்னுடைய பையில் வைத்துக்கொண்டாள். தரையில்படுத்து காலைவரை தூங்கலாம் என்று முடிவுசெய்தாள். அவளால் இயல்பாகத் தூங்கமுடியவில்லை. மிகக் குளிராகவும், தொந்தரவாகவும் இருந்தது. அவ்வப்போது அவளது பெட்டி காற்றில் பலமாக ஆடியது. அவள் கண்களைமூடி, மனதில் கற்பனையாக மொஸார்ட்டின் சொணாட்டா சி மைனரில் வாசித்தாள், காற்றில் மிதந்த ஒரு கற்பனை கீபோர்டில் கையால் இசைத்தாள். ஏதோ ஒரு காரணத்தால் அவள் இந்தப்பாடலைச் சின்னவயதில் கற்றிருந்தாள். பாதி வாசிக்கும்போதே அவளது கண்கள் இருட்டிக்கொண்டு வர உறங்கிப்போனாள்.

எவ்வளவுநேரம் தூங்கினாள் என்று அவளுக்குத் தெரியவில்லை. நீண்ட நேரமாக இருக்காது. அவள் ஒருவித பயத்துடன் எழுந்தாள், சிலநொடிகளுக்கு எங்கிருக்கிறாள் என்கிற நினைவேயில்லை. மெல்ல அவளுக்கு நினைவு திரும்பியதும் சரி நான் பூங்காவின் ராட்டினத்தில் மாட்டிகொண்டிருக்கிறேன் என நினைத்தாள். கைக்கடிகாரத்தில் நேரத்தைப் பார்த்தபோது நள்ளிரவைக் கடந்திருந்தது. மெதுவாக எழுந்தாள். குட்டியான இடத்தில் படுத்திருந்ததால் அவளுக்கு மூட்டுகள் வலித்தன. இரண்டு, மூன்று முறை கொட்டாவிவிட்டு, சோம்பல் முறித்தாள், பின் தனது மணிக்கட்டுகளை அழுத்திகொண்டாள்.

நிச்சயம் உடனே தூங்கப்போவதில்லை என்பதையறிந்து, பையிலிருந்து புதினத்தை வெளியே எடுத்தாள். அவள் நகரின் புத்தகக்கடையில் வாங்கிய விறுவிறுப்பான கதை. நல்லவேளையாக ராட்டினத்தின் விளக்குகள் எரிந்து கொண்டிருந்தன. சிலபக்கங்களைப் புரட்டியபின் மனம் அதில் ஈடுபடவில்லை என்பதை உணர்ந்தாள்.

அவளது கண்கள் வாக்கியங்களைப் பார்த்தாலும் மனம் எங்கோ இருந்தது.

மியு புத்தகத்தை மூடினாள். இரவுவானைப் பார்த்தாள், நட்சத்திரங்களே இல்லை. சிறிய நிலவுத்துண்டு மட்டுமிருந்தது. விளக்குகள் அவளின் பிரதிபலிப்பை பெட்டியின் ஜன்னலில் காட்டின. அவள், தனது முகத்தைப் பலமணிநேரம் பார்த்தவாறிருந்தாள். இது எப்போது முடியும்? தன்னிடமே கேட்டுகொண்டாள். இங்கே மாட்டியிருப்பது, நாளை பலரிடம் சொல்வதற்கான நகைச்சுவைச்சம்பவமாக இருக்கும். ரங்கராட்டினத்தில் மாட்டிக்கொள்வதை நினைத்துப்பாருங்கள், அதுவும் சுவிஸ்ஸில்!

அது நகைச்சுவைச் சம்பவமாகவில்லை.

இங்குதான் நிஜக்கதை தொடங்குகிறது.

கொஞ்சநேரம் கழித்து, அவள் தொலைநோக்கியை எடுத்தாள், அதன்வழியே அவளது வீட்டு ஜன்னலைப் பார்த்தாள். எந்த மாற்றமுமில்லை. வேறென்ன நடக்கும் என்று தன்னைத்தானே கேட்டுச் சிரித்துக்கொண்டாள்.

கட்டிடத்தில் இருந்த மற்ற ஜன்னல்களைப் பார்த்தாள். நடுநிசி கடந்து அனைவரும் உறங்கிக்கொண்டிருந்தார்கள். பலஜன்னல்கள் இருட்டிக்கிடந்தன. சிலர் விழித்திருந்தனர், அவர்களின் வீட்டுவிளக்குகள் எரிந்துகொண்டிருந்தன. கீழ்மாடித் திரைச்சீலைகள் பாதுகாப்பாக மூடப்பட்டிருந்தன. மேல்மாடியினர் அதைப்பற்றி பெரிதாகக் கவலைப்படவில்லை. இவ்வறைகளுக்குள் வாழ்க்கை அமைதியாக, முழுமையாக பிறர் பார்ப்பதற்கெனக் காட்சிப்படுத்தப்பட்டும் இருந்தது. (யாரோ ஒருவர் நள்ளிரவில் ராட்டினத்தில் அமர்ந்து அவர்களின் அந்தரங்கத்தை பார்ப்பார்கள் என்று யார்தான் நினைப்பார்கள்?) அவளுக்கு அடுத்தவர்களின் வீட்டை ஆராய்வதில் எந்த ஆர்வமுமில்லை. அவளுடைய வீட்டைப்பார்ப்பதே போதுமானதாக இருந்தது.

★

அவள் ஒரு சுற்றுச்சுற்றி மறுபடியும் தனது வீட்டைப் பார்வையிடுவதில் வந்து உறைந்தாள். அங்கு ஆடைகளைக்களைந்து ஒருவன் படுத்திருந்தான். முதலில் அது தவறானஅறையென்று நினைத்தாள். தொலைநோக்கியை முன்னும்பின்னும் நகர்த்தினாள்.

எந்தக்குழப்பமும் இல்லை, அது அவளின் அறையே. அவளுடைய சாமான்கள், ஜாடியில் இருந்த பூக்கள், வீட்டில் தொங்கிய சித்திரம். அவன் பெர்டினாண்டோ, அதிலும் சந்தேகமில்லை. அவன் அவளது படுக்கையில் உடையேதும் இன்றி அமர்ந்திருந்தான். அவனுடைய மார்பிலும், வயிற்றிலும் அடர்த்தியான மயிர். அவனது பெரிய ஆண்குறி, தூங்கிக்கொண்டிருக்கும் மிருகம்போல், இருந்தது.

எனதறையில் அவன் என்ன செய்கிறான்? மியுவிற்கு வியர்த்தது. அவன் எப்படி உள்ளேநுழைந்தான்? மியுவால் புரிந்துகொள்ளமுடியவில்லை. முதலில் கோபமாகவும், பின் குழப்பமாகவும் உணர்ந்தாள். பிறகு ஒரு பெண் ஜன்னலருகே வந்தாள். வெள்ளைச்சட்டையும், நீலநிற பருத்திப்பாவாடையும் அணிந்திருந்தாள். யார் இந்தப்பெண்? அவள் தொலைநோக்கியை இறுகப் பற்றிக்கொண்டு உற்றுப்பார்த்தாள்.

அவள் அவளையே பார்த்தாள்.

மியுவின் மனம் ஒன்றும்புரியாமல் தவித்தது. நான் இங்கே இருந்துகொண்டு, அறையைப் பார்க்கிறேன். அறையிலும் நானே இருக்கிறேன். மியு மறுபடி தொலைநோக்கியைச் சரிசெய்துபார்த்தாள். எத்தனைமுறை பார்த்தாலும், அறையில் அவள்தான் இருந்தாள். அவள் போட்டிருக்கும் அதே உடையை அணிந்து. பெர்டினாண்டோ அவளையணைத்து, கட்டிலுக்குத் தூக்கிச்சென்றான். முத்தமிட்டான், அவளின் ஆடைகளைக் களைந்தான். சட்டையைக் கழற்றினான், உள்ளாடையையும், அவளின் பாவாடையை அவிழ்த்தான், கழுத்தின் அடிப்பாகத்தை முத்தமிட்டுக்கொண்டே, மார்பை அழுத்தினான். அவளின் உள்காற்சட்டையைக் கழற்றினான், அவள் இப்போது போட்டிருந்த அதே காற்சட்டை. மியுவால் மூச்சுவிட முடியவில்லை. என்ன நடக்கிறது?

மியு உணருவதற்குமுன், பெர்டினாண்டோவின் ஆண்குறி, எழும்பியிருந்தது, கம்பிபோல் தடியாக. அவள் இத்தனைபெரிய ஒன்றைப் பார்த்ததேயில்லை. அவன் மியுவின் கையைப்பிடித்து, தனது குறிமேல் வைத்தான். அவளை முத்தமிட்டு, தலையிலிருந்து கால்வரை நக்கினான். அவன் நன்கு அவகாசம் எடுத்துக்கொண்டு அவளை ரசித்தான். அவள் தடுக்கவில்லை. அறையில் இருந்த மியு அனைத்தையும் செய்ய அவனை அனுமதித்தாள், அந்த வேட்கையை ரசித்தபடி. அவள் அவ்வப்போது தனது கையை நீட்டி, அவனுடைய

ஆண்குறியையும், விதைப்பைகளையும் தொட்டாள், அவனையும் தொட அனுமதித்தாள்.

இந்தக்காட்சியில் இருந்து, மியுவால் பார்வையைத் திருப்ப முடியவில்லை. அவளுக்குப் பிணிபிடித்தது போலிருந்தது. அவளது தொண்டைவற்றி எச்சில் விழுங்கமுடியாமல் தவித்தாள். இதுவே மியு நினைத்தது: வேண்டுமென்றே அவர்கள் இந்தக் காட்சியை காட்டுகிறார்கள். அவர்களுக்கு நான் பார்ப்பது தெரியும். அவளால் தனது கண்களை நகர்த்த முடியவில்லை.

வெறுமை.

பிறகு என்ன ஆனது?

மியுவிற்கு நினைவில்லை. அவளது ஞாபகம் சட்டென்று இங்கே நின்றது.

"என்னால் நினைவுகூரமுடியவில்லை," என்றாள், முகத்தைக் கைகளால் பொத்திக்கொண்டு. "அது பயங்கரமான அனுபவம், அது மட்டுமே நினைவில் உள்ளது." "நான் இங்குதான் இருந்தேன், இன்னொரு நான் அங்கே. அந்த பெர்டினாண்டோ - அனைத்தையும் செய்துகொண்டிருந்தான்."

"அனைத்தையும் என்றால்?"

"ஞாபகமில்லை. எல்லாமே. நான் இங்கு மாட்டிக் கொண்டிருந்ததால், அவன் அங்கிருந்த எனக்கு, அவனுக்குத் தோன்றியதை எல்லாம் செய்தான். நான் புணரப் பயந்தேன் என்று அர்த்தமில்லை. உடலுறவை நான் விரும்பிய நாட்களும் உண்டு. அங்கு நான் பார்த்தது அது கிடையாது. நான் பார்த்தது வக்கிரம், ஒரே எண்ணத்தை மட்டுமே கொண்டது - என்னை முழுமையாக அசிங்கப்படுத்துவது. அவனுக்குத்தெரிந்த அனைத்தையும் கொண்டு, அவனது கைகளாலும், ஆண்குறியாலும், என்னை மாசுபடுத்தினான். அங்கிருந்த எனக்கு இவை பிடிக்கவில்லை என்றில்லை."

"கடைசியில் அது பெர்டினாண்டோவே இல்லை."

"பெர்டினாண்டோ இல்லை என்றால்?" நான் மியுவை விழித்துப் பார்த்தேன்.

"பெர்டினாண்டோ இல்லை என்றால் யார்?"

ஸ்புட்னிக் இனியாள் | 185

“தெரியவில்லை. யோசிக்கமுடியவில்லை. முதலில் இருந்தே அது பெர்டினாண்டோவாக இல்லாமல்கூட இருக்கலாம்.”

மியுவிற்கு நினைவிருந்த அடுத்த விஷயம், வெள்ளையுடை அணிந்து மருத்துவமனையில் தான் படுத்திருந்ததே. அவளுக்கு உடம்பு வலித்தது. மருத்துவர் அவளுக்கு என்ன ஆனதென்று விவரித்தார். காலையில் ஓர் ஊழியர், கைப்பையைத் தரையில் கண்டிருக்கிறார், என்ன நடந்தது என்பதை உணர்ந்திருக்கிறார். அவர் ராட்டினத்தைக் கீழே இறக்கி, அவசரஊர்தியை வரவழைத்து, அவளை அதில் ஏற்றியிருக்கிறார்கள். பெட்டிக்குள் அவள் சுயநினைவின்றி, பேச்சுமூச்சு இல்லாமல் கிடந்தாள். அவள் அதிர்ச்சியில் உறைந்திருந்தாள், அவளது கண்விழிகள் நகரமறுத்தன. அவளுடைய முகத்திலும் கைகளிலும் சிராய்ப்புகள், சட்டையில் ரத்தம் வடிந்து கொண்டிருந்தது. அவளை மருத்துவமனைக்கு சிகிச்சைக்கு அழைத்து வந்தனர். அவளுக்கு எப்படி அடிபட்டதென்று யாருக்கும் புரியவில்லை. நல்லவேளை எதுவும் தழும்பாகவில்லை. அந்த முதியவரிடம் கேட்டபோது அவருக்கு, ராட்டினத்தில் ஒருவரும் ஏறிய நினைவேயில்லை.

அடுத்தநாள், சில காவலாளிகள் விசாரணைக்காக வந்தனர். அவர்களின் கேள்விகளுக்குப் பதில்சொல்வது அவளுக்குக் கடினமாக இருந்தது. அவளின் முகத்தை, கடவுச்சீட்டின் புகைப்படத்துடன் ஒப்பிட்டு, ஒரு விசித்திரமான உணர்ச்சியுடன், தயங்கிக் கேட்டனர்: “மேடம் உங்கள் வயது 25 தானே?”

“ஆம், கடவுச்சீட்டில் போட்டிருப்பதுதான் என் வயது.” அவர்கள் ஏன் அப்படிக் கேட்டார்கள்?

சிறிதுநேரம் கழித்து அவளுக்குப் புரிந்தது, முகம்கழுவ குளியலறைக்குச் சென்றாள். அவளின் அனைத்துமுடியும் நரைத்திருந்தது. தூய வெள்ளையில், அன்றுபெய்த பனிபோல். அவள் யாரோ என்று கண்ணாடியைக் பார்க்கையில் நினைத்தாள். திரும்பித்திரும்பி அதை அவள் பார்த்தாள், தான் தனியாக அறையிலிருப்பதை உணர்ந்து, மீண்டும் முகத்தைப் பார்த்தாள். அப்போது உண்மை விளங்கியது. அவள் கண்ணாடியில் பார்த்தது வெள்ளைமுடியுடைய ஒரு பெண். அவள் மயங்கிக் கீழே விழுந்தாள்.

உடன் மியு மறைந்தாள்.

நான் இங்கிருந்தேன். ஆனால், எனது இன்னொரு நான், எனது பாதி, வேறு இடத்துக்குப் போய்விட்டாள். போகும்போது என்னுடைய கருப்பான கேசம், எனது காமவேட்கை, மாதவிடாய், வாழ்வதற்கான ஆசை அனைத்தையும் எடுத்துக்கொண்டு போய்விட்டாள். நீ இங்கு பார்ப்பது எனது ஒருபாதியை மட்டுமே. நான் இப்படித்தான் பலநாட்களாக உணர்கிறேன் - அந்த சுவிஸ் நாட்டின் சிறிய நகரத்தின் ராட்டினத்தில், ஏதோவொரு காரணத்தால், நான் பாதியாகப் பிரிந்துவிட்டேன். இது ஏதோவொரு பரிவர்த்தனைபோல. அவை என்னிடம் இருந்து திருடப்படவில்லை, ஏனென்றால் அது அங்கே இருக்கிறது, காமம் என்று ஒற்றைக்கண்ணாடி என்னை அங்கிருந்து பிரிக்கிறது. நான் எப்போதுமே அந்தக் கண்ணாடியைக் கடந்ததில்லை. எப்போதுமில்லை.

மியு தனது நகத்தைக் கடித்தாள்.

“எப்போதுமில்லை என்பது வலுவான வார்த்தை. ஒருநாள், எங்காவது, நாங்கள் சந்திக்கலாம், ஒன்றாகலாம். ஒருகேள்வி மட்டும் நிச்சயம் பதில் அளிக்கப்படாமல் இருக்கிறது, கண்ணாடியின் எந்தப்பக்கத்தில் இருக்கும் நான், உண்மையான நான்? எனக்குத் தெரியவில்லை. பெர்டினாண்டோவுடன் இருந்த நான் உண்மையா? அவனை வெறுத்த நான் உண்மையா? அதைச் சிந்திக்கத் தைரியமில்லை.”

கோடைவிடுமுறை முடிந்ததும், மியு மீண்டும் பள்ளிக்குச் செல்லவில்லை. அவளின் வெளிநாட்டுப்படிப்பைத் துறந்து, ஜப்பானுக்குச் சென்றுவிட்டாள். பிறகு எப்போதுமே பியானோ வாசிக்கவில்லை. இசை வாசிக்கத் தேவையான உறுதி அவளை நீங்கிப்போய்விட்டது. ஒருவருடம் கழித்து, அவள் தந்தை மரணிக்க, அவள் நிறுவனத்தை பொறுப்பேற்றுக்கொண்டாள்.

“பியானோ வாசிக்க முடியாதது, நிச்சயம் அதிர்ச்சியே, ஆனால் அதைப்பற்றி நான் சிந்திக்கவில்லை. என்றாவது ஒருநாள் இப்படியாகும் என்ற எண்ணம் எனக்குச் சிறிதளவு இருந்தது. என்றாவது...” மியு சிரித்தாள். “உலகம் பியானோ வாசிப்பவர்களால் நிரம்பியிருக்கிறது. நன்கு இயங்குகிற, உலகத்தரம்வாய்ந்த, 20 பியானோ வாசிப்பாளர்கள் போதும். கடைக்குச் சென்று, ‘வால்ட்ஸ்டீன்’, ‘க்ரேனிஸ்லெரியான்’ அவர்களின் அனைத்து

பதிப்பையும் கேட்டுப்பார். குறிப்பிட்ட சில பாரம்பரியத் தொகுப்புகள் மட்டுமே உள்ளன, அதைப் பதிவிட்டு வைக்கவும் குறிப்பிட்ட இடம் மட்டுமே உள்ளது. 20 நல்ல பியானோ வாசிப்பாளர்கள் இருந்தால், அதுவே போதும், பதிவிட, இசைத்துறையைப் பொறுத்தமட்டில். அதில் நான் ஒருவரில்லை என்றால் பெரிதாக யாரும் பாதிக்கப்படப் போவதில்லை."

மியு தனது பத்து விரல்களையும் விரித்து, திரும்பத்திரும்பப் பார்த்தாள், அவளின் நினைவு சரிதானா என்பதுபோல்.

"ஃபிரான்ஸில் ஒருவருடம் வசித்தபோது, நானொரு விஷயம் கவனித்தேன். என்னைவிட மோசமாக வாசித்தவர்கள், குறைவாகப் பயிற்சி செய்தவர்கள் அதிகப் பார்வையாளர்களைக் கவர்ந்தனர். இறுதியில் என்னைத் தோற்கடித்தனர். அது தவறான புரிதல் என்று நினைத்தேன். அது பலமுறை நிகழ்ந்தபோது கோபமாகவந்தது. இது சரியில்லை! முதலில் அப்படித்தான் நினைத்தேன். கொஞ்சம்கொஞ்சமாகப் புரிந்துகொண்டேன் - என்னிடம் ஏதோ ஒரு குறையுள்ளது. ஏதோ முக்கியமான குறை, என்னவென்று என்னால் கண்டறிய முடியவில்லை. ஓர் உணர்ச்சி வேகம், ஓர் ஆழம், இசைக்குத் தேவைப்பட்டது. நான் ஜப்பானில் இருந்தபோது, இதை உணரவில்லை. நான் ஜப்பானில் யாரிடமும் தோற்கவில்லை, அதனால் என்னைப்பற்றி, எனது கலையைப்பற்றி யோசிக்க எனக்கு நேரமில்லை. பாரிஸில் பல தேர்ந்த பியானோ வாசிப்பாளர்கள் இருந்தார்கள், அப்போதுதான் எனக்குப் புரிந்தது. பிறகு, விடியலுக்குப்பின், பனி கரைவதுபோல் அனைத்தும் புலப்பட்டது."

மியு பெருமூச்சு விட்டு சிரித்தாள்.

"நான் குழந்தையாயிருந்த நாள்முதல், எனக்காக விதிகளை வகுத்துகொண்டு, அதன்படி வாழ்ந்தேன். நான் சுதந்திரமானவள், மிகத்தீவிரமாக இருப்பவள். ஜப்பானில் பிறந்து, ஜப்பானியப் பள்ளிக்குச் சென்று, ஜப்பானியத் தோழர்களுடனே விளையாடினேன். உணர்வுகளில் நான் ஜப்பானிய நாட்டைச் சார்ந்திருப்பினும், அந்தநாட்டைப் பொறுத்தவரை நான் அந்நியள். எப்படியிருந்தாலும் நான் ஜப்பானை வேற்றுநாடாகவே பார்க்கமுடியும். என் பெற்றோர் எதைப்பற்றியும் உறுதியாக இல்லை, ஆனால் ஒன்றைமட்டும் என் மனதில் பதியவைத்தனர்: நீ இங்கு அந்நியள், அதனால் நீ மிக உறுதியாக இருக்க வேண்டும்."

மியு பொறுமையாகத் தொடர்ந்தாள்.

"உறுதியாக இருப்பதில் தவறில்லை. இப்போது திரும்பிப் பார்க்கையில், உறுதியாக இருந்து பழகியதால், நான் பலவீனமானவர்களைப் புரிந்துகொள்ள நினைக்கவேயில்லை. நான் அதிர்ஷ்டம் நிறைந்தவளாக இருந்ததால், அதிர்ஷ்டம் இல்லாதவர்களைப் புரிந்துகொள்ளவில்லை. ஆரோக்கியமாக இருந்ததால், வலியில் இருந்தவர்களை உணரவில்லை. யாராவது பிரச்சினையில் இருந்தால், இது முழுக்க அவர்களின் தவறால் என்று நினைத்தேன். யாராவது ஏதேனும் பிரச்சினையென்றால் அது அவர்களின் சோம்பேறித்தனம் என நினைத்தேன். எனது பார்வை தீர்க்கமாயிருந்தது, ஆனால் அதில் மனிதஅரவணைப்பு துளியும் இல்லை. என்னைச் சுற்றியிருந்த ஒருவரும் இதை எனக்குக் குறிப்பிட்டுக் காண்பிக்கவில்லை."

"கன்னித்தன்மையை 17 வயதில் இழந்தேன், சில ஆண்களுடன் உடலுறவு கொண்டேன். நிறைய ஆண் நண்பர்கள் இருந்தனர், நல்ல மனநிலையில் இருந்தால், ஒருமுறைமட்டும் கூடுவதை நான் தடைசெய்ததே கிடையாது. ஆனால் நான் ஒருபோதும் ஒருவரையும் உண்மையாகக் காதலிக்கவில்லை. அதற்கு நேரம் கிடைக்கவில்லை. எனக்கு உலகத்தரம் வாய்ந்த பியானோ வாசிப்பாளர் ஆகவேண்டும் என்ற எண்ணம் மட்டுமேயிருந்தது, அதிலிருந்து மாறுவதற்குச் சாத்தியமில்லை என்று தவறாக நம்பினேன். எனக்குள் ஏதோ ஒன்றில்லை, அந்த வெற்றிடத்தை நான் புரிந்துகொள்வதற்குள் அனைத்தும் முடிந்துவிட்டது."

அவள் மறுபடியும் தனதிரு கைகளையும் தனக்கு முன்னால் விரித்தாள், சிறிது நேரம் யோசித்தாள்.

"14 வருடங்களுக்கு முன்னர் ஸ்விட்ஸர்லாந்தில் நடந்தது, நானே சித்தரித்த ஒன்றாகக்கூட இருக்கலாம். சில சமயங்களில் நான் அதை நம்புகிறேன்."

மியு 29ம் வயதில் திருமணம் செய்துகொண்டாள். அந்த நிகழ்விற்குப் பிறகு, அவளால் யாரோடும் புணர முடியவில்லை. அவளிடம் இருந்து ஏதோ ஒன்று மறைந்திருந்தது. அவள் இதை - இதை மட்டுமே - தான் மணந்துகொண்ட நபரிடம் பகிர்ந்துகொண்டாள். "அதனால்தான் என்னால் திருமணம் செய்துகொள்ள முடியாது." ஆனால் அவனுக்கு மியுவைப் பிடித்திருந்தது, உடலுறவு இல்லாத திருமணம் என்றாலும், அவளோடு மொத்த வாழ்வையும் கழிக்க

நினைத்தான். மியுவிடம் இந்தத் திருமணத்தை நிறுத்த வேறு எந்தக் காரணமுமில்லை. அவள் குழந்தைப்பருவத்தில் இருந்தே அவனை அறிவாள், அவனைப் பிடித்தே இருந்தது. இது எப்படிப்பட்ட உறவாக இருப்பினும், தனது வாழ்வை அவனுடன் மட்டுமே பகிரமுடியும் என்று நினைத்தாள். மேலும், குடும்பத்தொழிலை தொடரவும் கல்யாணம் முக்கிய விஷயமாக இருந்தது.

மியு தொடர்ந்தாள்.

"நானும் என் கணவரும் வாரயிறுதிநாட்களில் மட்டுமே சந்திப்போம், நன்கு பழகுவோம். நல்ல நண்பர்கள், சந்தோசமான நேரத்தை ஒன்றாகக்கழிக்கும் வாழ்க்கைத்துணைகள். அனைத்தையும் நாங்கள் பகிர்ந்து கொள்வோம், எங்கள்மீது, எங்களுக்கு அத்தனை நம்பிக்கை. அவரின் அந்தரங்கத்தைப்பற்றி எனக்குத்தெரியாது, தெரிந்துகொள்ளவும் நினைக்கவில்லை. நாங்கள் புணர்வது கிடையாது - ஒருவரை ஒருவர் தொட்டதுகூட கிடையாது. நான் அதைப்பற்றிக் குற்றவுணர்வு கொள்வேன், ஆனால் எனக்கு அவரைத் தொடும் எண்ணம் இல்லை. தொடவேண்டாம்."

பேசிக்களைத்தவள், தனது முகத்தை கைகளால் பொத்திக் கொண்டாள். வெளியே வானம் பிரகாசிக்கத்தொடங்கியது.

"நான் கடந்தகாலத்தில் உயிருடன் இருந்தேன், இப்போதும் உயிரோடு இருக்கிறேன், உன்னிடம் பேசுகிறேன். ஆனால் இது உண்மையான நான் இல்லை. உண்மையான நான்-இன் நிழல் மட்டுமே. நீ உண்மையாக வாழ்கிறாய். நான் இல்லை. இப்போது பேசும் எனது வார்த்தைகள்கூட, வெறுமையாக, அசரீரி போல் கேட்கின்றன."

நான் வார்த்தையின்றி, மியுவின் தோளில் எனது கைகளைப் போட்டுக்கொண்டேன். என்னிடம் சரியான வார்த்தைகள் இல்லை, அதனால் அவளை அணைத்துக்கொண்டேன்.

நான் மியுவைக் காதலிக்கிறேன். எனக்கருகில் இருக்கும் மியுவை, இதைச் சொல்லத் தேவையில்லை. ஆனால் நான் அங்கிருக்கும் மியுவையும் அதே அளவு காதலிக்கிறேன். இவ்வுணர்வு எனக்குத் தோன்றிய நிமிடம், சத்தமாக நான் இரண்டாகப் பிளப்பதை உணர்ந்தேன். மியுவின் பிளவு என்னையும் தொற்றிக் கொண்டதுபோல. அந்த உணர்ச்சி அபரிமிதமாக இருந்தது, உடன் என்னால் அதனிடம் போராட முடியாது என்று உறுதியாகத் தெரிந்தது.

190 | ஹருகி முரகாமி

ஒரு கேள்வி மட்டும் இருக்கிறது. இந்தப்பக்கம், மியு இருக்கும் பக்கம், மெய்மை நிறைந்த உலகு இல்லை என்றால் - இந்தப்பக்கம் உண்மையில் அந்தப்பக்கமாக இருந்தால் - இப்போது அவளோடு வாழும் இந்த நான், அவளோடு நேரத்தையும், இடத்தையும் பகிர்ந்து கொண்டிருக்கும் நான் என்பது யார்?

இந்த உலகில் நான் யார்?

13

நான் இருகோப்புகளையும் வாசித்தேன், முதலில் அதிவிரைவாக ஒருபார்வை பார்த்தேன், பிறகு சின்ன விஷயங்களில் கவனம் செலுத்தி, எனது மனதில் படித்துக் கொண்டேன். ஆவணங்கள் இரண்டும் நிச்சயம் சுமிரேவுடையது; தனித்த சொற்றொடர்கள் நிறைந்த எழுத்து. ஆனால் அதன் தொனியில் என்னவென்று சொல்லமுடியாத மாறுபாடு. கட்டுப்படுத்தப்பட்டதாக, உணர்வுகளிலிருந்து விலகியிருந்தது. ஆனால் சிறிதளவு சந்தேகமுமில்லை – சுமிரேதான் இரண்டையும் எழுதி இருக்கிறாள்.

ஒருநொடி தயக்கத்திற்குப்பிறகு, அந்த நெகிழ்வட்டை நான் எனது பைக்குள் போட்டுக்கொண்டேன். சுமிரே பிரச்சனைகளின்றித் திரும்பிவந்தால், எடுத்த இடத்தில் அதை வைத்துவிடுவேன். அவள் திரும்பவில்லை என்றால் என்ன செய்வதென்பதுதான் பிரச்சினை. ஒருவேளை யாரேனும் அவளுடைய பொருட்களைச் சோதனையிட்டால், நிச்சயம் இந்த சி.டி. அவர்களின் கண்களில்படும். நான் இப்போது படித்த அனைத்தையும் வேறு அவரின் கண்களோ அலசுவதை என்னால் நினைத்துக்கூடப் பார்க்கமுடியவில்லை.

நான் அந்த ஆவணங்களைப் படித்து முடித்தவுடன், அந்த வீட்டைவிட்டு வெளியேறும் எண்ணம் வந்தது. புதுச்சட்டையை மாற்றிக்கொண்டு, அந்தக் குடிலில் இருந்து கிளம்பினேன், பிறகு நகருக்குப்போகும் படிக்கட்டுகளில் ஏறினேன். நூறுடாலருக்கான பயணிகள் காசோலையை மாற்றிவிட்டு, ஆங்கிலநாளிதழ் ஒன்றைப் பெட்டிக்கடையில் வாங்கிக்கொண்டு, ஒரு காபிக்கடையின் சிறியகுடைக்கு அடியில் அமர்ந்தேன். ஒரு தூங்குமூஞ்சி பணியாளர், லெமனேட் மற்றும் உருகிய சீஸ்டோஸ்ட்டிற்கான உத்தரவைக் கேட்டறிந்தார். குட்டையான பென்சிலைக் கொண்டு, எனது உத்தரவுகளை அவர் பொறுமையாக எழுதிக்கொண்டார். அவரது பின்சட்டை வேர்த்து, பெரிதாகக்கறை படிந்திருந்தது.

192 | ஹருகி முரகாமி

அவளுடன் பேசிய பொழுதுகளும், அவளுக்குக் கதைகள் படித்துக்காட்டிய நேரங்களும் எனது மனதுக்குள் விரிந்துபரவ, இதுவரை பார்க்காத பிரம்மாண்டங்களை நான் கண்டேன்.

எவ்வித தனிப்பட்ட முயற்சியுமின்றி நாங்கள் ஒன்றிப்போனோம். எவ்வாறு இளம் காதல்ஜோடிகள் ஆடைகளைந்து, ஒருவர்முன்ஒருவர் நிர்வாணம் பூணுவார்களோ, அதுபோல் நானும் சுமிரேவும் எங்களின் இதயங்களைத் துகிலுரித்து வெளிப்படுத்திக்கொண்டோம், இதுவரை யாரிடமும், எங்கேயும் நான் கண்டிராத புதுவித அனுபவம். எங்களுக்கிடையில் இருந்ததை நாங்கள் போற்றிப்பாதுகாத்தோம், அதன் உன்னதம் குறித்து ஒருபோதும் வார்த்தைகளால் பேசிடாதபோதும்.

என்னால் அவளை உடலளவில் காதலிக்கமுடியவில்லை என்ற எண்ணம் நிச்சயம் என்னை வருத்தியது. ஒருவேளை உடலுறவு கொண்டிருந்தால், நாங்கள் மிகவும் மகிழ்வாக இருந்திருப்போம். ஆனால் அலைகளைப்போல, பருவமாற்றங்கள் போல, அது எங்களால் மாற்றமுடியாத ஒரு விதி. எவ்வளவு பொத்திவைத்தாலும் எங்களின் மென்மையான நட்பு என்றென்றும் நீடிக்கப்போகும் ஒன்றல்ல. நாங்களும் முடிவைத்தேடியே சென்றிருப்போம். அதுதான் வலிமிகுந்த சத்தியம்!

நான் சுமிரேவை அளவுகடந்து விரும்பினேன், உலகத்தில் அனைத்திற்கும் மேலாக அவளுடன் இருக்க ஆசைப்பட்டேன். என்னால் அந்த உணர்ச்சிகளைப் புதைக்கமுடியவில்லை, ஏனென்றால் அவள் விட்டுச்சென்ற இடைவெளியை நிரப்ப எதுவுமே இல்லை இவ்வுலகத்தில்.

ஒரு நாள், திடீரென்று ஒரு மாறுதல் வரும் என்று நான் கனவு கண்டேன். அது நடக்கும் வாய்ப்பு குறைவேயானாலும், அதைப்பற்றி கனவுகாண்பேன் அல்லவா? ஆனால் நிச்சயம் அது நடக்காது என்பதையும் அறிவேன்.

பின்வாங்கும் அலைகள், அனைத்தையும் தங்களோடு இழுத்துச் செல்வதுபோல், சுமிரே போனதால் நானும் இந்தச் சிதைந்த உலகத்தில் தனித்துவிடப்பட்டேன். நானும் அவளும் இனிமேல் ஒன்றாக இருக்கமுடியாத இருண்ட, கதகதப்பற்ற உலகத்தில்.

வாழ்வின் அபூர்வதருணங்களில் மட்டுமே கிடைக்கும் ஓர் அற்புதமான உறவு எங்களிடையே இருந்தது. ஒரு சிறிய சுடர்.

சில அதிர்ஷ்டக்காரர்கள் மட்டுமே இந்தச்சுடரைப் பாதுகாத்து, பராமரித்து, அவர்களின் வாழ்க்கைப்பயணத்தில் அதை ஓர் ஒளியாக்கிக்கொள்கிறார்கள். அந்தச்சுடர் போனால் போனதுதான். நான் தொலைத்தது சுமிரேவை மட்டுமல்ல. அந்தச்சுடரையும்தான்.

அந்தப்பக்கம் எப்படியிருக்கும்? சுமிரே அங்குதான் இருந்தாள், மியுவின் தொலைந்தபாதியும். மியு கருங்கூந்தலோடும், சீரான காமவுணர்ச்சிகளோடும். அங்கும் அவர்கள் சந்தித்திருக்கலாம், காதலித்திருக்கலாம், மகிழ்ந்திருக்கலாம். "நாங்கள் செய்பவற்றையெல்லாம் வார்த்தை என்ற வரையறைக்குள் திணிக்கமுடியாது," என்று சுமிரே கூறியிருக்கக்கூடும், தனது வார்த்தைகளால் வரையறுப்பதைப் போல.

*

எனக்கு அங்கு இடமுண்டா? நான் அவர்களோடு இருக்க முடியுமா? அவர்கள் புணரும்பொழுதுகளில், நான் ஏதேனும் மூலையில் அமர்ந்து பால்சாக்கின் தேர்ந்தெடுத்த கதைகளைப் படித்துக்கொண்டு சந்தோஷமாக இருக்கமுடியுமா? அவர்கள் குளித்தபிறகு, சுமிரேவும் நானும் நெடுந்தூரம் நடப்போம், எல்லாவற்றையும் பேசுவோம் - சுமிரே எப்போதும்போல நிறைய பேசுவாள். எங்கள் நட்பு தொடருமா? அது இயற்கையானதா? "நிச்சயம்" என்பாள் சுமிரே. "இதில் ஐயமே இல்லை ஏனென்றால் நீ எனக்கு உன்னதமான ஒரே நண்பன்."

அந்த உலகத்திற்கு எப்படிப்போவதென்று எனக்குத் துளிகூட விளங்கவில்லை. அக்ரோபோலிஸின் மெல்லிய, உறுதியான கட்டமைப்பை நான் தடவினேன். வரலாறு அந்த மேற்பரப்பின் வழிபுகுந்து, அதன் உட்கருவாக சேமிக்கப்பட்டுள்ளது. பிடிக்கிறதோ இல்லையோ நான் அந்த நேரத்திற்குள் அடைக்கப்பட்டுவிட்டேன். என்னால் தப்பிக்கமுடியவில்லை. இல்லை - அது முற்றிலும் உண்மை இல்லை. உண்மை என்னவென்றால், எனக்குத் தப்பிக்க இஷ்டமில்லை.

நாளை விமானமேறி, டோக்கியோ சென்றுவிடுவேன். கோடை விடுமுறை முடியப்போகிறது, நான் மறுபடியும் முடிவில்லாத அந்த நாட்சக்கரத்திற்குள் சுழலப்போகிறேன். எனக்கு அங்கு இடமுண்டு. எனது இல்லம், எனது மேசை, எனது வகுப்பு, எனது மாணவர்கள். அமைதியான நாட்கள் எனக்காகக் காத்திருக்கின்றன, நான்

படிப்பதற்கான புதினங்களும். அவ்வப்போது உடல்சார்ந்த எனது சந்திப்புகளும்கூட.

ஆனால் நாளை நான் வேறுமனிதனாக இருப்பேன், இனி நான் எப்போதும், எனது பழைய 'நான்' ஆக இருக்கப்போவதில்லை. ஜப்பானில் யாரும் இந்த மாற்றத்தைக் கவனிக்கமாட்டார்கள். வெளித்தோற்றத்தில் ஏதும் மாற்றமில்லை. ஆனால் உள்ளே ஏதோ ஒன்று எரிந்து, மறைந்துவிட்டது. ரத்தம் சிந்தியாகிவிட்டது, எனக்குள் ஏதோவொன்று தொலைந்துவிட்டது. முகத்தை தொங்கப்போட்டுக்கொண்டு, ஒருவார்த்தை பேசாமல், ஏதோ ஒன்று வெளியே சென்றுவிட்டது. கதவு திறக்கப்படுகிறது; கதவு மூடப்படுகிறது. வெளிச்சம் அணைகிறது. நான் இப்போதிருக்கும் மனிதனாக இருக்கப்போகும் கடைசி நாள் இதுதான். கடைசி அந்திமாலை. பகல் விடியும்போது, நான் எனது இப்போதைய தன்மையை இழந்துவிடுவேன். என் சரீரத்தை யாரோ வந்து ஆக்கிரமித்துக்கொள்வார்கள்.

ஏன் மனிதர்கள் இவ்வளவு தனிமையில் இருக்கவேண்டும்? இதனால் என்ன பயன்? கோடிக்கணக்கான மக்கள் இவ்வுலகத்தில், அனைவரும் ஏக்கத்தோடு, யாரேனும் வந்து தங்களை முழுமையாக்க மாட்டார்களா என்று எண்ணியபடி, ஆனால் தனிமைப்படுத்திக்கொண்டு. ஏன்? பூமி மனிதனின் தனிமையைக் கொண்டு வளர்கிறதா?

அந்தமேடையில் படுத்துக்கொண்டே, தலையை மேலே உயர்த்தி வானைப் பார்த்தேன். எனது நினைவுகள் மனிதனால் உருவாக்கப்பட்டு பூமியைச் சுற்றிவரும் கோள்களைப்பற்றி யோசித்தது. தொடுவானத்தில் இன்னும் சிறிது பிரகாசம் மீதமிருந்தது, அந்த ஆழமான, சிவப்புவானில் நட்சத்திரங்கள் மின்னத்தொடங்கின. நான் கோள்களின் வெளிச்சத்தை அவற்றினிடையே தேடினேன், ஆனால் வெறும்கண்ணால் பார்க்கமுடியாதளவுக்குப் பிரகாசம் இன்னுமிருந்தது.

கொட்டிக்கிடந்த நட்சத்திரங்கள், ஒட்டிவைத்தாற்போல் நகராமலிருந்தன. நான் கண்களை மூடி, ஸ்புட்னிக்கின் சந்ததியைச் செவிமடுத்தேன், அவர்கள் இப்போதும் பூமியை வட்டமடித்துக் கொண்டிருக்கிறார்கள், பூமியோடு அவற்றைக் கட்டிவைத்திருப்பது விசை மட்டுமே. தனித்த உலோக ஆன்மாக்கள். தடையில்லாத் இருண்ட ஏகாந்தவெளியில் தங்களுக்குள் அவை சந்திக்கும்,

ஸ்புட்னிக் இனியாள் | 211

ஒன்றையொன்று கடந்துசெல்லும், பிரிந்துபோகும், பின் எப்போதும் சந்திக்காது. அவற்றிடையே வார்த்தைப் பரிமாற்றங்களில்லை. நிறைவேற்றப்படவேண்டிய வாக்குறுதிகளும் இல்லை.

15

தொலைபேசி அழைப்பு ஞாயிறு மதியம் வந்தது. செப்டம்பரில் பள்ளி தொடங்கியபிறகு வந்த இரண்டாவது ஞாயிறு அது. நான் மதியவுணவு சமைத்துக்கொண்டிருந்தேன், அழைப்பை ஏற்பதற்கு முன்னால் கேஸை அணைக்கவேண்டும். தொலைபேசி ஏதோ ஒரு பதற்றத்தில் அழைத்தது - அப்படித்தான் உணர்ந்தேன். மியுதான் சுமிரேவைப் பற்றிக்கூற அழைக்கிறாள் என நினைத்தேன். அழைப்பு மியுவிடம் இருந்து இல்லை, என் காதலியிடம் இருந்து.

“சின்ன பிரச்சனை,” அனைத்து துவக்கவிதிகளையும் புறந்தள்ளி. ‘உடனடியாக வரமுடியுமா?” என்றாள்.

ஏதோ மோசமான விஷயம் நடந்ததுபோல் இருந்தது. அவள் கணவன் எங்களைப்பற்றி அறிந்து கொண்டானா? நான் மூச்சை ஆழமாக இழுத்தேன். எனது வகுப்பு மாணவனின் தாயாரோடு நான் உறவில் இருப்பது மக்களுக்குத் தெரிந்தால், பெரிய இன்னலில் சிக்கிக்கொள்வேன், வேலையைக்கூட இழக்க நேரும். அதேநேரம் நான் இதன் ஆபத்தை அறிந்தே செய்தேன்.

“நீ எங்கிருக்கிறாய்?” என்றேன்.

“பல்பொருள் அங்காடியில்,” என்றாள்.

*

தாஷிகவாவிற்கு ரயில் எடுத்து, பல்பொருள் அங்காடி அருகிலிருக்கும் ரயில் நிலையத்தை 2.30 மணியளவில் அடைந்தேன். மதியவெயில் மிகவும் கடுமையாக இருந்தது, கோடை மறுபடியும் முழுமூச்சில், ஆனால் நான் ஒரு வெள்ளைச்சட்டை, கழுத்தணி, சாம்பல்நிறக்கோட் அணிந்திருந்தேன், அவள் அணியச்சொல்லியிருந்தாள். “இப்படித் துணியணிந்தால்தான் ஆசிரியர் போல் இருக்கிறாய்,” என்றாள் “இல்லையென்றால் கல்லூரி மாணவன்போல்.”

பல்பொருள் அங்காடியின் வாசலில், அங்கு விடப்பட்டிருந்த ட்ராலியைச் சேர்த்துக்கொண்டிருந்த இளம் உதவியாளனைப் பார்த்து, பாதுகாவலர் அலுவலகம் எங்கே என்று கேட்டேன். அவன் தெருவிற்கு எதிரில் இருந்த கட்டிடத்தில் மூன்றாவது மாடியில் உள்ளது என்றான். லிப்ட்கூட இல்லாத அழுக்குப்பிடித்த மூன்றுமாடிக் கட்டிடம். அங்கிருந்த பிளவுகள் எங்களைப் பற்றிக் கவலைப்படாதே, எப்படியும் இந்தக் கட்டிடத்தை உடைத்துவிடுவார்கள் என்றன. குறுகிய, காலத்தாலழிந்த படிகள் வழியே மேலே ஏறி, செக்யூரிட்டி என்று எழுதியிருந்த கதவை வந்தடைந்து, மெதுவாகத் தட்டினேன். ஓர் ஆணின் உரத்தகுரல் அழைத்தது. நான் கதவைத் திறந்து, என் பெண் தோழியும் அவள் மகனும் ஒரு சீருடை அணிந்த நடுத்தர வயதுடையவரின் முன்னால் உட்கார்ந்து இருப்பதைக் கவனித்தேன். அவர்கள் மூவர் மட்டுமே.

அறை ஓரளவுக்கு இருந்தது – பெரிதாகவும் சிறிதாகவும் இல்லாமல். மூன்று மேசைகள், ஜன்னலருகில் அடுக்கப்பட்டிருந்தன, ஒரு எஃகுப்பெட்டகம், எதிர்ச்சுவரில். இடையிலிருந்த சுவரின் எஃகு அலமாரியில் ஒரு பட்டியலும், மூன்று காவலாளித்தொப்பிகளும் இருந்தன. அறையின் ஒருமூலையில் இருக்கும் கண்ணாடிச்சுவரைத் தாண்டி அங்கு இன்னோரு அறை இருந்தது, பெரும்பாலும் காவலர்கள் அங்குதான் உறங்குவார்கள். நாங்களிருந்த அறை எந்த அலங்காரமும் இல்லாமல் இருந்தது. பூக்கள் இல்லை, படங்கள் இல்லை, நாள்காட்டி கூட இல்லை. மிகப்பெரிய உருண்டையான ஒரு சுவர்க்கடிகாரம் மட்டுமே. ஓர் உயிர்ப்பற்ற அறை, நேரத்தால் மறக்கப்பட்ட உலகின் தொன்மையான மூலையைப்போல். இதற்குமேல் அந்த இடத்தில் ஒரு விசித்திரமான மணம் – சிகரெட் புகை, கரையான் அரித்த கோப்புகள் மற்றும் வியர்வைநாற்றம் யாவும் கலந்து, பல வருடங்களாய் காற்றில் கலந்திருப்பதாக.

பாதுகாவல் தலைவனோ பெருத்து 50களின் இறுதியில் இருந்தவன். அவனது கைகள் முரட்டுத்தனமாக இருந்தன, பெரியதலை முழுதும் கருப்பு, வெள்ளை கலந்த முடி, அவன் அதை விலைகுறைவான (தனது வேலையில் கிடைக்கும் சொற்ப சம்பளத்தைக்கொண்டு) எண்ணெய் வைத்து சீவியிருந்தான். அவன் முன்னாலிருந்த சாம்பல்தட்டு முழுதும் செவன்ஸ்டார் சிகரெட் துண்டுகளால் நிரம்பிவழிந்தது. நான் உள்ளே நுழைந்தபோது, கருப்பு விளிம்பு கொண்ட தனது கண்ணாடியை எடுத்து, அவன்

214 | ஹருகி முரகாமி

ஒருதுணியால் துடைத்து, மீண்டும் போட்டுக்கொண்டான். இதுவே அவன் புது ஆட்களுக்கு வணக்கம் சொல்லும் விதமாயிருக்கலாம். கண்ணாடியின்றி அவன் கண்கள் நிலவின் பாறைகள் போல் வெளிர்ந்தும், மறுபடியும் கண்ணாடியை அணிந்தபோது, அந்தக்காட்சி மாறி, ஒரு சக்திவாய்ந்த பார்வை மீண்டும் வந்தது. எப்படிப்பார்த்தாலும், அவன் பார்வை ஆறுதல் அளிப்பதாக இல்லை.

அறை மிகவும் சூடாக இருந்தது; ஜன்னல்கள் திறக்கப்பட்டிருந்தன, ஆனால் அதிலிருந்து ஒருபொட்டு காற்றுக்கூட வரவில்லை. வெளியே சாலைகளில் இருந்துவந்த சத்தம் மட்டும்தான். ஒரு பெரிய லாரி, சிவப்ப விளக்கைப் பார்த்து சடாரென்று பிரேக்போட்டு நிறுத்தப்பட்ட சத்தம், பென் வெப்ஸ்டர் தனது இறுதிக்காலங்களில் வாசித்த டெனோர்சாக்ஸை நினைவூட்டியது. நாங்களனைவரும் வியர்த்துக்கொண்டிருந்தோம். நான் மேசைக்குச் சென்று, என்னை அறிமுகப்படுத்திக்கொண்டேன், பிறகு எனது வணிக அட்டையை அவனிடம் நீட்டினேன். ஒருவார்த்தை பேசாமல், உதட்டைப் பிதுக்கியவாறே அவனதைச் சிறிதுநேரம் பார்த்தான், பின் மேசையின்மேல் வைத்தான், என் முகத்தைப் பார்த்தான்.

“நீங்கள் ஆசிரியராக இருப்பதற்குச் சற்று இளமையாக இல்லை?” எனக் கேட்டான். “எத்தனை வருடங்களாகப் பாடம் நடத்திக்கொண்டிருக்கிறீர்கள்?”

நான் யோசிப்பது போல் பாவனை செய்து விட்டு, பதிலளித்தேன், “மூன்று வருடங்கள்.”

“ம்” என்றான். பிறகு எதுவும் சொல்லவில்லை. அவனது மௌனம் பல விஷயங்களைச் சொன்னது. அட்டையை எடுத்து என் பெயரை மீண்டும் படித்தான், எதையோ சரிபார்ப்பதுபோல்.

“என் பெயர் நகமுரா, நான் இங்கு பாதுகாவல் தலைவன்,” என்றான், அவனுடைய அடையாளஅட்டை எதையும் நீட்டவில்லை. “அங்கிருந்து ஒரு நாற்காலியை இழுத்துக் கொள்ளுங்கள். என்னை மன்னிக்கவும், மிகவும் வெப்பமாக உள்ளது. குளிரூட்டி வேலை செய்யவில்லை, ஞாயிறு என்பதால் சரிசெய்ய யாரும் வரமாட்டார்கள். அவர்கள் எனக்கு ஒரு மின்விசிறி தரும் அளவுக்கு நல்லவர்கள் கிடையாது அதனால்தான் நான் இங்கே அமர்ந்து, இந்தக்கொடுமையை

அனுபவிக்கிறேன். வேண்டுமெனில் கோட்டைக் கழற்றிவிடுங்கள். நாம் இங்கு சிறிதுநேரம் இருக்கவேண்டிவரலாம், உங்களைப் பார்த்துக்கொண்டிருப்பதே எனக்கு உஷ்ணத்தை அதிகமாக தெரியச்செய்கிறது."

அவன் சொன்னதுபோல் செய்தேன், நாற்காலியை இழுத்துப் போட்டேன், கோட்டைக்கழற்றினேன். வியர்த்திருந்த எனது சட்டை, தேகத்துடன் ஒட்டிக்கொண்டது.

"உனக்குத் தெரியுமா, ஆசிரியர்களைப் பார்த்து நான் எப்போதும் பொறாமைப்பட்டிருக்கிறேன்." எனத் தொடர்ந்தான். ஒரு நமட்டுச்சிரிப்பு அவன் உதடுகளில், அவனது கண்கள், ஆழங்களில் சின்னச்சின்ன அசைவுகளைத் தேடும் ஆழ்கடல் வேட்டைமீனைப்போல் என்னைக் கவனித்தன. அவனுடைய வார்த்தைகள் கண்ணியமாகத் தோன்றினாலும், அவை வெறும் வெளிப்பூச்சு மட்டுமே. ஆசிரியர் என்று சொன்னவிதமே ஏதோ அவன் என்னை அவமதிப்பதைப்போல் இருந்தது.

"உனக்கு ஒருமாதம் கோடைவிடுமுறை, ஞாயிறுகளில் வேலை கிடையாது, இரவுவேலை கிடையாது. மக்கள் ஏதேனும் ஒரு பரிசுப்பொருளைக் கொடுத்துக்கொண்டே இருக்கிறார்கள். அருமையான வாழ்க்கை. நானும் நன்கு படித்து, ஆசிரியராக ஆகியிருக்கவேண்டும். விதி, நான் இங்கே - பாதுகாவலனாக, ஒரு பல்பொருள் அங்காடியில். எனக்கு அறிவில்லை என நினைக்கிறேன். ஆனால் என் குழந்தைகளிடம், வளர்ந்து ஆசிரியராகச் சொல்கிறேன். யார், என்ன சொல்கிறார்கள் என்பது முக்கியமில்லை, என்னைப் பொறுத்தவரை ஆசிரியர்கள் அனைத்தையும் சாதித்தவர்கள்."

என் பெண்தோழி சாதாரண நீலநிற அரைக்கைசட்டை கொண்ட உடையைப் போட்டிருந்தாள். அவளது கேசத்தின் மேலே அழகாகக் கொண்டைபோல் இழுத்துக்கட்டப்பட்டிருந்தது, சின்னக் காதணி. வெள்ளைச்செருப்பு அவளின் வெளித் தோற்றத்தைப் பூரணமாக்க, சிறிய வெள்ளைப்பை, குட்டி கிரீம்நிற கைக்குட்டை தொடையின்மீது. நான் கிரேக்க நாட்டிலிருந்து திரும்பியபிறகு அவளைப்பார்ப்பது இதுவே முதல்முறை. அவள் என்னையும், தலைமைக்காவலாளியையும் மாறிமாறிப் பார்த்தாள், அவளது கண்கள் அழுது வீங்கியிருந்தன. அவள் நிச்சயம் துயரத்தில் இருக்கிறாள் என்று தெரிந்தது.

நாங்கள் ஒருமுறை பார்த்துக்கொண்டோம், நான் எனது பார்வையை அவள் மகன்மீது திருப்பினேன். அவன் பெயர் ஷின்'சி நிமுரா, ஆனால் அவன் வகுப்பினர் அனைவரும் அவனை கேரட் என்று அழைப்பார்கள். அவனுடைய நீண்ட, ஒல்லியான முகம், ஒழுங்கற்ற, சுருட்டையான முடி, அவனுக்கு அந்தப்பெயர் பொருத்தமாக இருந்தது. நானும் அவனை அப்படியே அழைத்தேன். மிகவும் அமைதியான பையன், யாரிடமும் தேவையில்லாமல் பேசமாட்டான். அவனது மதிப்பெண்களும் நன்றாகவே இருந்தது; அவன் எப்போதும் வீட்டுப்பாடம் முடித்துவிடுவான், சுத்தம் செய்யும் நேரத்தில் அவனது பங்கை சரியாகச் செய்துவிடுவான். எப்போதும் பிரச்சினையில் மாட்டிக்கொண்டதில்லை. ஆனால் எதையும் புதிதாகச் செய்யும் எண்ணமே அவனுக்கு இல்லை, ஒருமுறைகூட வகுப்பில் விடைசொல்ல கையை உயர்த்தியது கிடையாது. அவன் வகுப்பினருக்கு அவனைப் பிடிக்கும், ஆனால் பிரபலமானவன் கிடையாது. அவன் அம்மாவிற்கு இது பிடிக்கவில்லை, என்னைப் பொறுத்தவரைக்கும் அவன் நல்ல பையன்.

"நீ இந்தப்பையனின் அம்மாவிடம் இருந்து, என்ன நடந்தது என்பதை அறிந்திருப்பாய் என நினைக்கிறேன்," என்றார் பாதுகாப்புத் தலைவர்.

"ஆம், தெரியும்," என்றேன். "அவன் கடையில் திருடும்போது மாட்டிக்கொண்டான்."

"அதுசரி," என்று அந்தப்பாதுகாவலன், காலடியில் இருந்த அட்டைப்பெட்டியை எடுத்து, என்னிடம் தள்ளினான். உள்ளே ஒரேமாதிரி இருக்கக்கூடிய எட்டு சிறிய ஸ்டேப்ளர் டப்பாக்கள் இருந்தன. நான் ஒன்றை எடுத்து, ஆராய்ந்தேன். 850 யென்கள்.

"எட்டு ஸ்டேப்ளர், அவ்வளவு தானா?" என்றேன்.

"ஆம். இதுதான்."

நான் ஸ்டேப்ளரைப் பெட்டிக்குள் போட்டேன். "மொத்தமாக 6,800 யென்கள்."

"ஆம். 6,800 யென்கள். நீங்கள் நினைக்கலாம், 'ஆமாம் அவன் திருடினான். சிறிய தவறுதானே, இதற்கா இத்தனை பிரச்சினை. 8 ஸ்டேப்ளர்தானே? இவன் சின்னப்பையன்.' சரியா?"

ஸ்புட்னிக் இனியாள் | 217

நான் பதில் சொல்லவில்லை.

"அப்படி நினைப்பது தவறில்லை. அதுவே உண்மையும்கூட. இதைவிடக் கொடுமையான திருட்டுகள் ஆயிரமிருக்கிறது. நான் பாதுகாவலன் ஆவதற்கு முன்னால் காவல்துறையில் வேலை செய்தேன், அதனால் நான் என்ன சொல்கிறேன் என்று எனக்குத் தெரியும்."

அவன் பேசியபடி எனது கண்களை நேராகப்பார்த்தான். நானும் கவனமாக அவனை நோக்கினேன்.

"இது முதல்முறை என்றால், கடை இந்தளவிற்குப் பிரச்சினை செய்யாது. எங்களின் பணி வாடிக்கையாளர்களோடு, அதனால் இதுபோன்ற சின்ன விஷயங்களைப் பெரிதாகக் கருதமாட்டோம். வழக்கமாக பிள்ளையை இந்த அறைக்கு அழைத்துவந்து, கடவுளின்மீது பயத்தை உண்டாக்கிவிடுவேன். இன்னும்போனால், பெற்றோரைக் கூப்பிட்டுப் புகாரளிப்போம். நாங்கள் பள்ளியுடன் தொடர்புகொள்ளமாட்டோம், இதுவே கடையின் கொள்கை, அமைதியாக இதைக் கையாள்வது."

"பிரச்சினை என்னவென்றால் இது முதல்முறை இல்லை. எங்கள் கடையில் மட்டும் இவன் மூன்றுமுறை மாட்டியிருக்கிறான். மூன்றுமுறை. நம்பமுடிகிறதா? இதில் மோசமான விஷயம் என்னவென்றால் இரண்டுமுறை அவன் பெயரையோ, பள்ளியின் பெயரையோ சொல்லக்கூட இல்லை. நான் அவனை விசாரித்தேன், எனக்கு நன்றாக நினைவுள்ளது. ஒரு வார்த்தைகூடப் பேசமாட்டான். என்ன கேட்டாலும், அமைதியாக இருப்பான். அமைதிவழிக் கையாள்கை. அப்படித்தான் இதைச்சொல்வோம், காவல்துறையில்."

ஒரு மன்னிப்பு இல்லை, வருத்தமில்லை, கேவலமான மனப்பான்மையோடு சிலைபோல் இருப்பான். அவன் இந்தத்தடவை பெயரைச் சொல்லவில்லை என்றால் காவல்துறையிடம் ஒப்படைத்துவிடுவேன் என்றேன், அதற்கும்கூட எவ்வுணர்ச்சியுமில்லை. வேறு வழியில்லாமல், பேருந்துச்சீட்டை காண்பிக்கச் சொல்லி, அவன் பெயரை அறிந்தேன்."

அவன் கொஞ்சம் நிறுத்தி, எங்களுக்குள் அவன் சொன்னது புகுந்ததா என்பதுபோல் பார்த்தான். என்னை இன்னும் பார்த்துக்கொண்டேதான் இருந்தான், நானும் அதையே செய்தேன்.

“இன்னொரு விஷயம் அவன் திருடிய பொருட்கள். எதுவுமே அழகான பொருட்கள் கிடையாது. முதல்முறை 15 பென்சில். மொத்த விலை 9,750 யென்கள். அடுத்தமுறை 8 காம்பஸ் 8,000 யென்கள். ஒவ்வொருமுறையும் ஒரேபொருளைத் திருடுகிறான். அவன் அதை உபயோகிக்கப்போவதில்லை. சந்தோசத்திற்காக மட்டுமே செய்கிறான், அல்லது நண்பர்களிடம் விற்கிறான்.”

கேரட் தான் திருடிய ஸ்டேப்ளர்களை அவனது நண்பர்களுக்கு மதிய உணவு நேரத்தில் விற்பதாக நான் கற்பனைசெய்தேன். என்னால் கற்பனைகூட செய்யமுடியவில்லை.

“எனக்கு என்ன புரியவில்லை என்றால்,” என்றேன். “ஏன் ஒரேகடையில் திருடுகிறான்? பிடிபடும் சதவிகிதத்தை அது அதிகரிக்காதா? - அல்லது தண்டனையை அதிகரிக்காதா? திருடுவதுதான் குறிக்கோள் என்றால், பல கடைகளை முயற்சிக்கமாட்டானா?”

“என்னிடம் கேட்காதீர்கள். அவன் பலகடைகளில் திருடியிருக்கலாம். எங்கள் கடை அவனுக்குப் பிடித்தமானதாக இருக்கலாம். அவனுக்கு எனது முகம் பிடிக்காமல் இருக்கலாம். நான் வெறும் பாதுகாவலன்தான், இதெல்லாம் யோசிப்பது என் வேலையில்லை. எனக்கு அவ்வளவு சம்பளமும் இல்லை. உங்களுக்குத் தெரியவேண்டும் என்றால் நீங்களே கேட்டுக் கொள்ளுங்கள். நான் மூன்றுமணிநேரமாக இங்கே அவனை உட்காரவைத்திருக்கிறேன், ஒருவார்த்தைகூடப் பேசவில்லை. அருமையல்லவா! அதனால்தான் உங்களைக் கூப்பிடும்படியானது. உங்களை விடுமுறைநாளில் கூப்பிட்டதற்கு மன்னிக்கவும்... நீங்கள் வந்ததில் இருந்தே கேட்கவேண்டும் என்று நினைத்தேன். உங்கள் சருமம் நன்றாகக் கருத்துள்ளதே, கோடைக்கு எங்காவது விசேசமான இடத்திற்குச் சென்றீர்களா?”

“இல்லை, எங்கும் விசேசமாக இல்லை,” என்றேன்.

இருப்பினும் அவன் எனது முகத்தை முறைப்பதை நிறுத்தாமல், ஏதோ இதில் நான்தான் முக்கியப்புதிருக்கான விடை என்பதைப்போல் பார்த்தான்.

நான் மறுபடியும் அந்த ஸ்டேப்ளரை எடுத்து கவனமாகப் பார்த்தேன். சாதாரணமான, சிறிய ஸ்டேப்ளர், எந்த வீட்டிலும், அலுவலகத்திலும் பார்க்கலாம். விலைகுறைவான பொருள்.

பாதுகாவலன் ஒரு செவன்ஸ்டார் சிகரெட்டை எடுத்து, தனது பிக் லைட்டரால் பற்றவைத்தான், தலையை ஒருபுறமாகத் திருப்பிப் புகையை ஊதினான்.

நான் பையனிடம் மெதுவாகத்திரும்பி, "ஏன் ஸ்டேப்ளர்?" என்றேன்.

கேரட் இதுவரைக்கும் தரையைப் பார்த்துக்கொண்டிருந்தான், இப்போது மெதுவாகத் தலையையுயர்த்தி, என்னைப்பார்த்தான், ஆனால் ஒன்றும் பேசவில்லை. முதல்முறையாக அவன் முகபாவம் மொத்தமும் மாறியிருப்பதைப் பார்த்தேன் - விசித்திரமான உணர்ச்சியில்லாத முகம், கண்கள் எங்கோ, சூனியத்தைப் பார்த்தபடி.

"யாரவது உன்னை இதைச் செய்யச் சொன்னார்களா?"

ஏதும் பதிலில்லை. அவனிடம் என் வார்த்தைகள் போய்ச்சேருகிறதா என்றே புரியவில்லை. அவனிடம் இப்போது எதைக்கேட்டாலும் எந்தப்பயனுமில்லை. அவனுடைய கதவு இறுக்கி மூடப்பட்டிருந்தது, ஜன்னல்கள் தாழிடப்பட்டு.

"சரி, சார், இப்போது என்ன செய்யலாம் என்கிறீர்கள்?" பாதுகாவலன் கேட்டான். "எனக்குக் கடையைச்சுற்றவும், திரையைச் சோதனையிடவும், திருடர்களைப்பிடிக்கவும், இந்த அறைக்குக் கூட்டிக்கொண்டு வரவும் சம்பளம் கொடுக்கிறார்கள். அதன்பிறகு என்ன செய்கிறேன் என்பது எனது விஷயம். குழந்தைளைச்சமாளிப்பது மிகவும் கடினம். என்ன பண்ணலாம் என்கிறீர்கள்? உங்களுக்கு என்னைவிட இதில் அனுபவம் அதிகம் என்று நினைக்கிறேன். காவல்துறையிடம் ஒப்படைத்துவிடுவோமா? அது எனக்கு எளிதாக இருக்கும். நம் நேரமும் வீணாகாது."

நான் அந்தநொடி எதையோ நினைத்துக்கொண்டிருந்தேன். இந்தக் குப்பையான, சிறிய, பல்பொருள் அங்காடியின் பாதுகாவலர் அறை எனக்கு கிரேக்கக் காவல்நிலையத்தை நினைவுபடுத்தியது. இந்த எண்ணங்கள் என்னை சுமிரேவிடம் கொண்டு சென்றன. அவள் போய்விட்டாள் என்ற உண்மையிடம்.

அவன் என்ன சொல்கிறான் என்ற நிதர்சனத்துக்கு வரவே எனக்கு இரண்டு நிமிடங்கள் எடுத்தது.

"அவன் தந்தையிடம் சொல்கிறேன்," இது கேரட்டின் அம்மா, "என் மகனுக்குத் திருடுவது குற்றம் என்று சொல்லித்தருகிறேன்.

சத்தியமாக அவன் இனிமேல் உங்களைத் தொந்தரவு செய்யமாட்டான்."

"அதாவது நீங்கள் இதை நீதிமன்றம்வரை எடுத்துச் செல்ல வேண்டாம் என்று நினைக்கிறீர்கள். நீங்கள் இதை ஆயிரம் முறை சொல்லிவிட்டீர்கள்," என்றான் அவன் சலிப்படைந்த குரலில்.

அவன் சிகரெட்டை சாம்பல்தட்டில் தட்டினான். என்னைப் பார்த்து சொன்னான், "நான் உட்கார்ந்திருக்கும் இடத்திலிருந்து, மூன்றுமுறை என்பது அதிகம். யாராவது இதை நிறுத்தியே ஆக வேண்டும். நீங்கள் என்ன நினைக்கிறீர்கள்?"

நான் பெருமூச்சுவிட்டேன், நிகழ்காலத்திற்கு வந்தேன். எட்டு ஸ்டேப்ளர்களுக்கும், செப்டம்பர்மாத ஞாயிறு மதியத்திற்கும்.

"அவனிடம் பேசும்வரை என்னால் எதுவும் சொல்ல முடியாது," என்றேன். "அவன் அறிவாளியான பையன், எந்தப்பிரச்சனையும் கொடுத்ததில்லை. ஏன் இதுபோன்ற முட்டாள்தனத்தை செய்தான் என்று எனக்கு யோசனையே இல்லை, ஆனால் அவனுடன் உட்கார்ந்து நேரம் செலவழித்து, இது ஏன் என்று அறியப்போகிறேன். உங்களுடைய தொந்தரவு அனைத்திற்கும் மன்னிக்கவும்."

"ஆனால் எனக்குப் புரியவில்லை, இவன் ஷிஞ்சி நிமுரா உங்கள் வகுப்பில் இருக்கிறான் அல்லவா? அவனை நீங்கள் தினமும் பார்ப்பீர்கள் அல்லவா?"

"ஆம்"

"அவன் நான்காம் வகுப்பில் இருக்கிறான், அதாவது உங்கள் வகுப்பில் ஒரு வருடம், நான்கு மாதங்கள் படித்துள்ளான் சரியா?"

"ஆம். நான் மூன்றாம் வகுப்பில் இருந்து அவனுக்குச் சொல்லிக் கொடுத்திருக்கிறேன்."

"மொத்தம் எத்தனை மாணவர்கள்?"

"முப்பத்து ஐந்து"

"அவர்கள் அனைவர் மீதும் உங்களுக்குக் கண்ணிருக்கும் சரியா. ஆனால் இவன் பிரச்சினையானவன் என்று உங்களுக்குத் தோன்றவே இல்லை. ஒரு அறிகுறிகூட இல்லை?"

"ஆம்"

"ஒருநிமிடம் - எனக்குத் தெரிந்தவரை, அவன் ஆறு மாதங்களாகத் திருடி வருகிறான். எப்போதும் தனியாக. அவனை யாரும் வற்புறுத்தவில்லை. இது திட்டமிடாமல் செய்வது கிடையாது. பணத்திற்காக இதைச் செய்யவில்லை. அவன் அம்மா அவனுக்கு கைச்செலவிற்குப் பணம்தருகிறார். இந்தப் பையனுக்கு பிரச்சினை இருக்கிறது. ஆனால் நீங்களோ ஒருஅறிகுறிகூட இல்லை என்கிறீர்கள்?"

"நான் ஆசிரியராகச் சொல்கிறேன். குழந்தைகளைப் பொறுத்த வரையில் திருடுவது குற்றம் கிடையாது, அது நுட்பமான உணர்ச்சி, சமநிலையிழத்தல். நான் கொஞ்சம் கூர்ந்து கவனித்தால் ஏதாவது கண்டறியலாம். நிச்சயம் அதில் தவறிவிட்டேன். ஆனால் உணர்ச்சிகள் சார்ந்த பிரச்சனைகள் இருப்பின் வெளிப்படையாகப் பார்த்தால் போதாது. நீங்கள் இந்த விஷயத்தை மட்டும் பார்த்து தண்டனை தந்தால், பிரச்சினை குணமாகாது. அதன் காரணமறிந்து, சரிசெய்யும்வரை வேறு விதங்களில் இது வந்துகொண்டேதான் இருக்கும். திருடும் குழந்தைகள் ஏதோ சொல்ல நினைக்கிறார்கள், அதனால் பேசுவதே சிறந்த தீர்வு."

பாதுகாவலன் தனது சிகரெட்டுத்துண்டைக் கசக்கினான், வாயைத் திறந்து வைத்துக்கொண்டு எனது முகத்தை பார்த்தவாறிருந்தான், ஏதோ நானொரு விசித்திர விலங்கென்பதைப்போல. அவனது குண்டான விரல்கள் மேசை மீதிருந்தன, ரோமங்கள் முளைத்த பத்து கருப்பு உயிர்கள்போல. அவனைப் பார்க்கப்பார்க்க மூச்சுவிடுவதே எனக்குச் சிரமமாக இருந்தது.

"இதைத்தான் கல்லூரிகளில், அல்லது ஆசிரியப்பயிற்சியில், அல்லது அதை எப்படி அழைப்பார்களோ, அங்கு சொல்லித் தருகிறார்களா?"

"அவசியமில்லை. இது வெறும் உளவியல் சங்கதி. எந்தப் புத்தகத்தில் வேண்டுமானாலும் படிக்கலாம்."

"எந்த புத்தகத்தில் வேண்டுமானாலும்." நான் சொன்னதை அவன் திருப்பிச் சொன்னான். முகம்துடைக்கும் துண்டை எடுத்து, அவனுடைய கழுத்தில் இருந்த வியர்வையைத் துடைத்தான்.

"நுட்பமான உணர்ச்சி, சமநிலையிழத்தல் - அப்படியென்றால் என்ன? காவல்துறையில் இருந்தபோது நான் ஒவ்வொருநாளையும், பகலில் இருந்து இரவுவரைக்கும், சமநிலையில்லாதவர்களுடனே கழித்தேன். அதில் நுட்பமாக எதுவுமே இல்லை. உலகம் முழுதும்

222 | ஹருகி முரகாமி

இது போன்ற மக்கள் இருக்கின்றனர். எந்த மதிப்புமற்றவர்கள். ஒவ்வொரு ஆள் கொடுக்கும் நுட்பமான தகவலையும் நான் கேட்டுக்கொண்டிருந்தால், எனக்கு 10 மூளை வேண்டும். அதுவும் பத்தாது."

அவன் பெருமூச்சு விட்டான், அந்த ஸ்டேப்ளர் அட்டைப் பெட்டியை எடுத்து மேஜைக்கடியில் வைத்தான்.

"சரி - நீங்கள் சொல்வது சரியே. குழந்தைகளுக்குத் தூய்மையான மனது. துன்புறுத்துவது, உடல்ரீதியான தண்டனைகள் தருவது தவறுதான். மக்கள் சமமானவர்கள். மதிப்பெண்களை வைத்து அவர்களை அங்கீகரிக்கக்கூடாது. பேசித்தான் முடிவிற்கு வரவேண்டும். எனக்கு அதில் எந்தச்சிக்கலும் இல்லை. ஆனால் உலகம் அப்படி நல்ல இடமாக மாறிவிடுமா? இல்லவே இல்லை. உருப்படி இல்லாது போகும். எப்படி எல்லோரும் சமமாக இருக்க முடியும்? நான் இதுவரை இதுபோன்றதைக் கேட்டதே இல்லை. இதை யோசித்துப்பார் - ஜப்பானில் மட்டும் 110 மில்லியன் மக்கள், ஒருவரை ஒருவர் முட்டிக் கொள்கிறார்கள். அவர்களனைவரையும் ஒன்றாக நினைத்துப்பார். உலகம் நரகமாகிவிடும்."

"இதுபோன்ற இனிப்பான சொற்களை சொல்வது எளிது. கண்களை மூடி, என்ன ஆகிறது என்று தெரியாமலேயே வாழ், பின் செத்து போ. எந்தக் கேள்வியையும் எழுப்பாதே, 'ஆல்ட் லாங் சினே' பாடு, குழந்தைகளுக்குப் பட்டம்கொடு, அதற்குப்பிறகு எல்லோரும் சந்தோசமாக இருப்பார்கள். திருடுவது குழந்தையின் செய்தி. நாளையைப்பற்றிக் கவலைப்படாதே. அதுதான் சிறந்தவழி, இல்லையா? ஆனால் இந்தப் பிரச்சினைகளை யார் சரி செய்வது? என்னைப்போன்ற மக்கள்தான் சரிசெய்யவேண்டும், வேறு யார்? எங்களுக்கு இது பிடித்துச்செய்கிறோம் என்று நினைக்கிறாயா? உங்களைப் போன்றவர்கள் 6,800 யென்கள் தானே? என்ற முகத்துடன் இருப்பீர்கள், அவன் திருடிய மக்களைப்பற்றி யோசித்துப்பார். 100 பேர் இங்கு வேலை செய்கிறார்கள், அவர்களுக்கு ஒன்றிரெண்டு யென்களில் கூட வித்தியாசம் தெரியும். கணக்குப்புத்தகத்தை எண்ணும்போது 100 யென்கள் குறைந்தால், அதிகநேரம் வேலைசெய்தே அதை அவர்கள் சரிக்கட்ட முடியும். இங்கே இதை சரிசெய்யும் பெண் ஒருமணிநேரத்திற்கு எவ்வளவு வாங்குகிறாள் என்று தெரியுமா? உங்கள் மாணவர்களுக்கு ஏன் சொல்லிக்கொடுப்பதில்லை?"

நான் ஒன்றும் சொல்லவில்லை. கேரட்டின் அம்மாவும் அமைதியாக இருந்தாள், அந்தப்பையனும். பாதுகாவலன் சோர்ந்துவிட்டான், நாற்காலியில் சாய்ந்தமர்ந்து, அமைதியானான். அடுத்த அறையில் தொலைபேசி அழைத்தது, யாரோ எடுத்தார்கள். "என்ன செய்வது?" என்றான் அவன்.

நான், "அந்தரத்தில் கட்டி மன்னிப்பு கேட்கும்வரை தொங்க விடுவோம்?" என்றேன்.

"நல்ல திட்டம். ஆனால் என்னை வேலையைவிட்டு அனுப்பி விடுவார்கள்."

"எனில் பேசித்தீர்ப்பது ஒன்றே வழி. இதைமட்டுமே என்னால் சொல்லமுடியும்."

யாரோ அடுத்த அறையில் இருந்து கதவைத்தட்டி, உள்ளே வந்தார்கள். "நகமுரா, சேமிப்பு அறையின் சாவியைத் தருவீர்களா?" என்றான். நகமுரா மேசையின் இழுப்பறை முழுக்கத் தேடினான், ஆனால் அதைக் கண்டுபிடிக்கமுடியவில்லை.

"காணவில்லையே, நான் எப்போதும் இங்குதான் வைப்பேன்."

"அது மிகவும் முக்கியம், இப்போதே தேவை." என்றான் மற்றொருவன். அவர்கள் பேசிக்கொண்டதைப் பார்த்தால், மிகவும் முக்கியமான சாவி போலிருந்தது, மேஜையின் அலமாரியில் வைக்கக்கூடாத சாவி என்பதைப்போல்.

அவர்கள் அனைத்து அலமாரியிலும் தேடினார்கள், ஆனால் சாவி தென்படவில்லை.

நாங்கள் மூவரும் அங்கே அமர்ந்திருந்தோம். சிலமுறை கேரட்டின் அம்மா என்னை மன்றாடுவதுபோல் பார்த்தாள். கேரட் எந்த உணர்ச்சியுமின்றி, தரையைப் பார்த்தபடி அமர்ந்திருந்தான். தேவையில்லாத எண்ணங்கள் எனது சிந்தனையில் உதித்தது. அந்த அறை என்னைத் திணறடித்தது.

யாருக்குச் சாவி வேண்டுமோ அவன் புலம்பிக்கொண்டே அங்கிருந்து சென்றான்.

"இதுபோதும், வந்ததற்கு நன்றி. இத்துடன் முடித்து கொள்ளலாம். மற்றதை உன்னிடமும் இந்தப்பையனின் அம்மாவின் பொறுப்பிற்கும் விட்டுவிடுகிறேன் - இன்னும் ஒருமுறை

திருடினால், இதுபோல் இருக்காது. எனக்கு எந்தப் பிரச்சினையும் வேண்டாம், ஆனால் எனக்கென்று ஒரு வேலை இருக்கிறது."

அவள் தலையசைத்தாள், நானும். கேரட் எதுவும் கேட்காததுபோல் உட்கார்ந்திருந்தான். நான் எழுந்துநின்றேன், அவர்களிருவரும் எழுந்து கொண்டார்கள்.

"கடைசியாக ஒரு விஷயம். இது தவறு என்று தெரியும், என் கண் உன்மேல் பட்டதில் இருந்தே, ஏதோ சரியில்லை என்று தோன்றுகிறது. நீ இளமையாக, உயரமாக, அழகாகத் தோற்றமளிக்கிறாய், கருப்பாக இருக்கிறாய், தெளிவாகப் பேசுகிறாய். எல்லாமே அர்த்தமுள்ளதாக இருக்கிறது. உன் மாணவர்களின் பெற்றோர்களுக்கு நிச்சயம் உன்னைப் பிடிக்கும் என நினைக்கிறேன். எனக்கு விவரிக்க முடியவில்லை, ஆனால் உன்னைப் பார்த்ததில் இருந்து, ஏதோ சரியில்லை. புரிந்துகொள்ள இயலாத ஏதோவொன்று. தனிப்பட்டவிதத்தில் இல்லை, அதனால் தவறாக நினைக்காதே. ஏதோ என்னைத் தொந்தரவு செய்கிறது. அது என்ன என்று யோசித்துக்கொண்டே இருக்கிறேன்?"

"நான் உங்களிடம் தனிப்பட்டவிதத்தில் ஒன்று கேட்கட்டுமா?" என்றேன்.

"கேள்."

"மக்கள் அனைவரும் சமமில்லை என்றால், நீங்கள் எங்கு பொருந்துவீர்கள்?"

நகமுரா ஒருமுறை சிகரெட் புகைத்தான், பிறகு தலையை அசைத்தான், பொறுமையாக மூச்சுவிட்டான், யாரையோ ஏதோ செய்ய வற்புறுத்தியதைப்போல், "எனக்குத் தெரியவில்லை," என்றான்.

"கவலைப்படாதீர்கள். நாம் இருவரும் ஒரேநிலையில் இருக்க மாட்டோம்," என்றேன்.

அவள் தனது சிவப்பு டொயோட்டா செலிசாவை பல்பொருள் அங்காடியின் வாகனநிறுத்தத்தில் நிறுத்தினாள். அவள் மகனிடம் இருந்து சிறிதுதூரம் விலகிநின்று, என்னோடு சற்றுதொலைவு வரும்படி அவளை அழைத்தேன்.

"உன் மகனுடன் நான் தனிமையில் பேச வேண்டும், அவனை நானே வீட்டிற்குக் கொண்டுவந்து விடுகிறேன்," என்றேன், அவள்

ஆமோதித்தாள். ஏதோ சொல்லவந்து, சொல்லாமலேயே, காரில் ஏறினாள், கண்ணாடியை போட்டுகொண்டாள், இயந்திரத்தைத் துவங்கினாள்.

அவள் போனபிறகு நான் கேரட்டை அருகிலிருந்த உயிரோட்டம் அதிகமுள்ள ஒரு காபிக்கடைக்கு அழைத்துச்சென்றேன். குளிரூட்டப்பட்ட அந்த அறையில் உட்கார்ந்து ஆசுவாசப்படுத்திக் கொண்டேன், எனக்கு ஒரு குளிர்ந்த தேநீரும், பையனுக்கு ஐஸ்கிரீமும் வாங்கினேன். நான் சட்டையின் பொத்தானை அவிழ்த்து, டையைக்கழற்றி, எனது கோட்-பைக்குள் போட்டேன். கேரட் அமைதியாக இருந்தான். அவன் பார்வையோ, முகபாவமோ மாறவேயில்லை. அவன் முகம் வெறுமையடைந்திருந்தது, இப்படித்தான் சிறிதுநேரத்திற்கு இருக்கப்போகிறான் என்று தோன்றியது. அவனது கைகள் மடியில். தரையைப் பார்த்தான், எனது முகத்தை பார்ப்பதைத் தவிர்த்தான். நான் தேநீரைக் குடித்து முடித்தேன், ஆனால் கேரட் அவனுடைய ஐஸ்கிரீமைத் தொடவில்லை. அது பொறுமையாகத் தட்டிலேயே உருகியது, அவன் அதைக் கண்டுகொள்ளவே இல்லை. நாங்கள் ஏதோ திருமணமான தம்பதிகள்போல் ஒருவர் முகத்தை ஒருவர் பார்த்து உட்கார்ந்தபடி, அமைதியில் பொழுதைக் கரைத்தோம். ஒவ்வொருமுறை எங்கள் மேசைக்கு அருகில் வந்தபோதும், பணிப்பெண் பதற்றமாகக் காணப்பட்டாள்.

“சில சமயங்களில், சில விஷயங்கள் நடந்துவிடுகிறது,” என்றேன் இறுதியாக. அவனைச் சமாதானப்படுத்த இதை நான் கூறவில்லை. எனக்குள் மேலோங்கி நின்ற வார்த்தைகளை மட்டுமே சொன்னேன்.

கேரட் மெதுவாகத் தலையைத்தூக்கி என்னைப்பார்த்தான். அவன் ஒருவார்த்தைகூடப் பேசவில்லை. நான் கண்கள் மூடி, மூச்சுவிட்டு, கொஞ்சம் நேரம் அமைதியாக இருந்தேன்.

“இதை நான் யாரிடமும் சொன்னதில்லை,” என்றேன், “ஆனால் இந்தக் கோடையில் நான் கிரேக்கநாட்டிற்குப் போயிருந்தேன். உனக்கு கிரேக்கம் தெரியுமில்லையா? சமூகவியல் வகுப்பில் காணொளி பார்த்தோமே, ஞாபகமிருக்கிறதா? ஐரோப்பாவின் தென்திசையில், மெடிட்டேரியன் கடலுக்கு அருகில். அங்கே பலதீவுகள் இருக்கிறது என்பதோடு ஆலிவ்மரங்களும் வளர்கின்றன. கிபி 500-யில் தான் அவர்கள்

நாகரீகம் உச்சத்தைத் தொட்டது. ஏதென்ஸில்தான் ஜனநாயகம் உருவானது, சாக்ரடீஸ் விஷம் குடித்து இறந்தார். நான் அங்குதான் போயிருந்தேன். மிக அழகான இடம். ஆனால் அங்கு மகிழ்ச்சியாக இருக்கப்போகவில்லை. என் தோழி ஒரு சின்ன கிரேக்கத்தீவில் தொலைந்துவிட்டாள், அவளைத்தேட உதவப்போயிருந்தேன். ஆனால் எங்களால் எதையும் கண்டுபிடிக்கமுடியவில்லை. என் தோழி மறைந்துவிட்டாள். புகைபோல்."

கேரட் வாயைப்பிளந்து என்னைப்பார்த்தான். அவன் உணர்ச்சிகள் இன்னும் திடமாகவும், உயிரற்றும் இருந்தன, ஆனால் ஒரு சிறிய ஒளி. அவனது பிரக்ஞைக்குள் நான் எப்படியோ நுழைந்துவிட்டேன்.

"எனக்கு இந்தத்தோழியை அத்தனை பிடிக்கும். மிக மிக அதிகமாக. இந்த உலகத்திலேயே எனக்கென்று இருந்தவள் அவள் மட்டும்தான். அதனால் ஒரு விமானத்தை எடுத்துக்கொண்டு அவளைத் தேட உதவிசெய்யப்போனேன். ஆனால் அது பெரிதாக உதவவில்லை. ஒருதடயம்கூட கிடைக்கவில்லை. என் தோழியை நான் தொலைத்ததால், எனக்கு யாரும் இல்லை. ஒருவர்கூட."

நான் கேரட்டிடமோ என்னிடமோ பேசவில்லை. சத்தமாக யோசித்தேன், அவ்வளவுதான்.

"எனக்கு இப்போது என்ன தோன்றுகிறது தெரியுமா? பிரமிட்போல ஏதேனும் உயரமான இடத்திற்கு ஏறி, அதிக உயரமான இடம், நீண்டதூரம்வரை பார்க்கக்கூடிய இடம், மலையுச்சியில் நின்று, முடிந்ததூரம்வரைக்கும் பார்க்கவேண்டும், இயற்கையின் அழகை, பிறகு எனது சொந்தக்கண்களால் உலகம் எதைத் தொலைத்துவிட்டது என்று பார்க்கவேண்டும். எனக்குத் தெரியவில்லை... ஒரு வேளை எனக்கு இவற்றை எல்லாம் பார்க்கவேண்டாம். ஒருவேளை எதையுமே இனிமேல் பார்க்கவேண்டாம்."

உணவக பணிப்பெண் எங்களருகில் வந்து, கேரட்டின் உருகியிருந்த ஐஸ்கிரீம்தட்டை எடுத்தபிறகு, ரசீதை வைத்துவிட்டுச் சென்றாள்.

*

"குழந்தைப்பருவம் முதல் நான் தனிமையில்தான் இருந்திருக்கிறேன். வீட்டில் பெற்றோரும், அக்காவும் இருந்தார்கள், ஆனால் நான் அவர்களுடன் சரிவரப் பழகவில்லை. வீட்டிலிருந்த ஒருவரிடமும்

சரியாகப் பேசமுடியவில்லை. அதனால் என்னை அவர்கள் தத்தெடுத்தார்கள் என்று நினைத்திருந்தேன். ஏதோ காரணத்தால் யாரோ தூரத்துச்சொந்தம் என்னை இக்குடும்பத்திடம் கொடுத்துவிட்டார்கள். அல்லது ஓர் அனாதை இல்லத்தில் இருந்து என்னைத் தத்தெடுத்தார்கள் என்று நினைத்தேன். இப்போது அது எத்தனை அர்த்தமற்ற எண்ணம் எனத் தோன்றுகிறது. என் பெற்றோர் ஓர் அனாதையைத் தத்தெடுக்கும் ஆட்கள் கிடையாது. ஆனாலும் இவர்களுக்கும் எனக்குமிடையே ரத்தசம்பந்தம் இருக்கும் என்று என்னால் நினைக்க முடியவில்லை. அவர்கள் அந்நியர்கள் என நினைப்பது எளிதாக இருந்தது."

"நான் ஏதோதூரத்தில் ஒரு நகரம் இருப்பதாகவும் அதில் ஒரு வீடும் அங்கு எனது நிஜமான குடும்பம் வசிப்பதாகவும் நினைத்தேன். சின்ன வீடு, ஆனால் கதகதப்பு நிறைந்தது, வரவேற்கும் குணமுடையது. அங்கு அனைவராலும் ஒருவர் சொல்வதை மற்றவர் புரிந்துகொள்ள முடியும், தோன்றுவதெல்லாம் சொல்லமுடியும். சாயங்காலங்களில், அம்மா சமையலறையில் ஓடிக்கொண்டிருப்பாள், உணவு தயாரிக்க. அதில் அத்தனை அன்பும், மணமும். அதுவே என் இடம். நான் எப்போதுமே அந்த இடத்தைக் கற்பனை செய்து கொள்கிறேன், என்னை அந்த இடத்தின் ஒருபகுதியாகப் பொருத்தி."

"எனது உண்மையான குடும்பத்தில் ஒரு நாய் இருந்தது, அது மட்டுமே என்னுடன் ஒன்றிப்போகும். அது மோங்கிறேல் வகையைச் சேர்ந்தது, ஆனால் நன்கு சுறுசுறுப்பாக இருக்கும்; ஒருமுறை ஏதேனும் சொல்லிக்கொடுத்தால், அது மறக்கவே மறக்காது. அதை நான் பூங்காவிற்குத் தினமும் நடைக்கு அழைத்துச்செல்வேன், நாங்கள் ஒரு பெஞ்சில் அமர்ந்து, எல்லாவற்றையும் பற்றிப் பேசுவோம். நாங்கள் ஒருவரை ஒருவர் அப்படிப் புரிந்துக்கொண்டோம். எனது வாழ்நாளில் அத்தனை சந்தோஷமான தருணங்கள் அவை. நான் 5ஆம் வகுப்பு படிக்கும்போது வீட்டினருகில் லாரி இடித்து அது இறந்து விட்டது. என் பெற்றோர் எனக்கு இன்னொன்று வாங்கித்தரவில்லை. சத்தமாகவும், அழுக்காகவும் இருக்கிறது, நிறைய பிரச்சினை, என்றார்கள்."

"நாய் இறந்தபிறகு நான் பலநாட்கள் அறையிலேயே இருந்தேன், புத்தகம் மட்டும் படித்துக்கொண்டு. புத்தகங்களின் உலகம், நிதர்சனத்தைக் காட்டிலும் உயிரோட்டம் அதிகமாகவுள்ளதாக

உணர்ந்தேன். நான் இதுவரை பார்க்காத புதியவிஷயங்களைப் பார்க்கமுடிந்தது. புத்தகம் மற்றும் இசை இவையே என் நண்பர்கள். பள்ளியில் எனக்குச் சிலதோழர்கள் இருந்தார்கள் ஆனால் யாரிடமும் மனம்விட்டுப் பேசமுடியவில்லை. நாங்கள் சிறிது பேசுவோம், கால்பந்து விளையாடுவோம். ஆனால் ஏதேனும் என்னைப் பாதித்தால் யாரிடமும் அதைப்பற்றி பேசவில்லை. எனக்குள்ளே அதைப்பற்றி சிந்தித்துக்கொண்டேன், பிறகு முடிவிற்கு வந்தேன், நானே செய்யவேண்டியதைச் செய்தேன். நான் தனிமையாக உணர்ந்தேன் என்றில்லை. அப்படித்தான் வாழ்க்கை என்று எண்ணினேன். மனிதர்கள், இறுதியில், தனியாகத்தான் வாழ்ந்தாக வேண்டும்."

"நான் கல்லூரியில் சேர்ந்தபோது, ஒருதோழி கிடைத்தாள், நான் அவளைப் பற்றித்தான் உன்னிடம் கூறினேன். எனது யோசனைகள் மாறியது. எனக்குள்ளே நான் யோசனை செய்து வாழ்வதால்தான் என்னை இப்படி இறுக்கமாக உணரச்செய்கிறது, ஒரேகோணத்தில் யோசிக்க வைக்கிறது. தனிமையாக இருப்பது ஒன்றும் அத்தனை துயரமான காரியமில்லை என்று உணர ஆரம்பித்தேன்."

"தனிமையில் இருப்பதென்பது, நீ ஒரு பெரியநதி முடியுமிடத்தில், மழை பெய்யும் மாலைவேளையில் நின்றுகொண்டு, அந்த நதி கடலில் கலப்பதைக் காண்பது. எப்போதாவது அதைச் செய்திருக்கிறாயா? பெரிய நதி கடலில் சங்கமிக்கும் இடத்தில் நின்று, அதன் நீரோட்டத்தைப் பார்த்துள்ளாயா?"

கேரட் பதில் சொல்லவில்லை.

"நான் அதைச் செய்திருக்கிறேன்," என்றேன்.

கண்களை விரித்து, கேரட் என்னைப்பார்த்தான்.

"என்னால் ஏன் நதியின் தண்ணீர் கடலில் கலப்பதைப் பார்ப்பது அத்தனை தனிமையான உணர்வு என்று சொல்லமுடியவில்லை. ஆனால் அது நிச்சயம் அப்படிப்பட்டதே. எப்போதாவது அதை நீ முயற்சி செய்து பார்க்கவேண்டும்."

நான் என்னுடைய கோட்டை எடுத்தேன், பின் ரசீதை, மெதுவாக எழுந்தேன். கேரட்டின் தோளின்மீது கைவைத்தேன், அவனும் எழுந்துகொண்டான். நாங்கள் காபிக்கடையை விட்டு நகர்ந்தோம்.

*

ஸ்புட்னிக் இனியாள் | 229

அவன் வீட்டிற்கு 30 நிமிட நடை. நாங்கள் சேர்ந்து நடந்தோம், அவன் ஒருவார்த்தைகூடப் பேசவில்லை.

அவன் வீட்டினருகில் ஒரு சின் நதி, அதன்மீது ஒரு கான்கிரீட் பாலம். சாதுவான சிறிய இடம், நதி என்றில்லை, குட்டியான, நீட்டிக்கப்பட்ட கால்வாய் அவ்வளவுதான். இங்கு வயல்கள் இருந்தபோது, பாசனம் செய்ய உதவியிருக்கும். இப்போதோ தண்ணீர் கொஞ்சம் அழுக்காய், சோப்பு வாசனையுடன். கோடைப்புறக்கள் கால்வாயின் இருபுறத்திலும் படர்ந்திருந்தது, தூக்கி வீசப்பட்ட ஒரு காமிக்ஸ் புத்தகம் திறந்து கிடந்தது. கேரட் பாலத்தின் நடுவில்நின்று, கம்பிகளில் சாய்ந்து, குனிந்து தண்ணீரைப் பார்த்தான். நானும் அவனருகில் நின்று பார்த்தேன். பலமணிநேரம் அப்படியே நின்றிருந்தோம். அவனுக்கு வீட்டிற்குப்போக மனமில்லை எனத் தோன்றியது. என்னால் அதைப் புரிந்துகொள்ள முடிந்தது.

கேரட் தனது கையைப் பைக்குள் விட்டு, ஒரு சாவியை எடுத்து, எனக்குத் தந்தான். சாதாரண சாவிதான், பெரிய சிவப்புப்பட்டியுடன். சேமிப்பு அறை 3 என்று எழுதியிருந்தது. இந்தச்சாவியைத்தான் பாதுகாவல் தலைவன் நகமுரா தேடிக் கொண்டிருந்தான். அவன் கேரட்டை சிறிதுநேரம் தனியாக உட்கார வைத்திருப்பான், அப்போது அவன் இதை மேசை அலமாரியில் இருந்து எடுத்து, தனது பைக்குள் போட்டுக் கொண்டிருப்பான். நான் நினைத்ததைவிட இந்தச்சிறுவனின் மனம் ஒரு பெரிய புதிர். மொத்தத்தில் அவன் ஒரு விசித்திரமான குழந்தை.

நான் சாவியை வாங்கி, உள்ளங்கையில் வைத்துக்கொண்டேன், அதனைத் தொட்டிருக்கும் அனைத்து கைகளின் பாரத்தையும் உணரமுடிந்தது. அது சாபக்கேடான, அழுக்குப்பிடித்த, சிறியமனம்கொண்ட ஒரு பொருளாகத் தோன்றியது. பயந்து, நான் அதைத் தண்ணீரில் எறிந்தேன். நீர் சற்றேத் தெறிக்க, சத்தத்தை உருவாக்கியது. தண்ணீர் கறுத்திருந்தாலும், நதி ஆழமாக ஓடியது, சாவி கண்ணுக்குத் தெரியாமல் மறைந்தது. பாலத்தில் கேரட்டின் அருகில் நின்று, நான் தண்ணீரைப் பார்த்துக்கொண்டிருந்தேன். அது என்னை உற்சாகப்படுத்தி, உடம்பை லேசாக்கியது.

“அதைத்திருப்பி எடுத்துச்செல்லும் நேரத்தை கடந்துவிட்டோம்,” என்று என்னிடமே சொல்லிக்கொண்டேன். “நிச்சயம் அவர்கள்

இதற்கு நகல் வைத்திருப்பார்கள். அவர்களின் விலைமதிப்பற்ற சேமிப்பு இடம் அல்லவா."

நான் கையை நீட்டினேன், கேரட் அதை மெதுவாகப் பிடித்துக் கொண்டான். என்னால் அவனது மெலிந்த, சிறிய விரல்களை உணர முடிந்தது. நான் இதற்குமுன் எங்கோ அதை அனுபவித்த உணர்வு - எங்கு என்று நினைவில்லை? - பலப்பல ஆண்டுகளுக்கு முன்பு. நான் அவனின் கையைப் பிடித்துக்கொண்டேன், நாங்கள் வீட்டிற்குச் சென்றோம்.

அவன் அம்மா எங்களுக்காகக் காத்திருந்தாள், நாங்கள் அங்கு சென்றபோது. அவள் கையில்லாத சட்டை மற்றும் பாவாடைக்கு மாறியிருந்தாள். அவளது கண்கள் சிவந்து, வீங்கியிருந்தன. தனியே படுத்து அழுதிருக்கவேண்டும். அவள் கணவன் நகரத்தில் ரியல் எஸ்டேட் நிறுவனம் வைத்திருந்தான். ஞாயிறுகளில் வேலை இல்லையென்றால், கோல்ஃப் விளையாடுவான். அவள் கேரட்டை அறைக்கு அனுப்பிவிட்டு, என்னை வரவேற்பறைக்கு, இல்லை, சமையலறைக்குக் கூட்டிக்கொண்டுபோய், மேசை மீது அமரச்செய்தாள். அவளுக்கு அங்கு பேசுவது எளிதாக இருக்கலாம். சமையலறையில் ஒரு பெரிய அவோகாடோநிற குளிர்சாதனப்பெட்டி இருந்தது, மத்தியில் ஒரு மேடை, கிழக்குப் பார்த்த சாளரம்.

"முன்பைவிட இப்போது அவன் பரவாயில்லை" என்றாள், குரலில் சக்தியே இல்லாமல். "நான் முதலில் அவனைப் பாதுகாவலர் அறையில் பார்த்தபோது என்ன செய்வதென்றேத் தெரியவில்லை. அவனை நான் அப்படிப் பார்த்ததேயில்லை. ஏதோ வேறுஉலகத்தைச் சார்ந்தவன் போல்."

"கவலைப்பட ஒன்றுமில்லை, அவனுக்குக் கொஞ்சநேரம் கொடு, சரியாகி விடுவான். சிறிது நேரம் அவனிடம் ஒன்றும் சொல்லாதே. அவனைத் தனியே விடு."

"நீங்கள் இருவரும் என்ன செய்தீர்கள் நான் கிளம்பியதற்குப் பிறகு?"

"நாங்கள் பேசினோம்," என்றேன்.

"எதைப்பற்றி?"

"பெரிதாக எதுவும் இல்லை. நான்தான் பேசிக்கொண்டிருந்தேன்."

"ஏதாவது குடிக்கிறாயா?"

ஸ்புட்னிக் இனியாள் | 231

இல்லை என்று தலையாட்டினேன்.

"எனக்கு அவனிடம் எப்படிப் பேசுவது என்று புரிந்துகொள்ளவே முடியவில்லை," என்றாள். "இந்த உணர்வு வளர்ந்துகொண்டேதான் போகிறது."

"அவனிடம் பேச அதிகப் பிரயத்தனம் செய்யாதே. குழந்தைகள் தனியுலகில் வாழ்கின்றனர். அவனுக்குப் பேசவேண்டும் எனும்போது, பேசுவான்."

"ஆனால் அவன் பேசுவதே கிடையாது."

எங்கள் உடல் உரசிக் கொள்ளாதவாறு கவனமாக பார்த்துக் கொண்டோம், சமையலறை மேசையில் எதிரெதிரில் அமர்ந்திருந்தோம். எங்களுடைய உரையாடல் நெருக்கமின்றி இருந்தது. ஒரு தாயும் ஆசிரியரும் பிள்ளையின் பிரச்சினையைப் பற்றி எப்படிப் பேசுவார்களோ, அப்படி. நாங்கள் பேசிக் கொண்டிருந்தபோது அவள் கைகளுக்குள் விளையாடிக் கொண்டிருந்தாள், விரல்களை மடக்கி, நீட்டி, வளைத்து, இன்னொரு கையைப் பற்றிக்கொண்டு. அந்தக்கைகள் படுக்கையில் எனக்குச் செய்தவற்றை நான் நினைத்துப் பார்த்தேன்.

"நான் பள்ளியில் இதைப்பற்றிச் சொல்லமாட்டேன்" என்றேன். "நான் அவனிடம் பேசுகிறேன், ஏதேனும் பிரச்சனை இருப்பின் அவனைப் பார்த்துக்கொள்கிறேன். அதனால் அவனைப் பற்றிக் கவலைப்படாதே. அவன் சமர்த்துப்பையன், நல்லவன்; கொஞ்சம் நேரம் கொடு, அவன் சரியாகி விடுவான். இது ஒரு கட்டம் அவ்வளவுதான். நீ முக்கியமாகச் செய்யவேண்டியது நிம்மதியாக இருக்கவேண்டியது மட்டுமே." மெதுவாக, பொறுமையாக இதை நாம் அவளிடம் திரும்பத்திரும்பச் சொல்லிக்கொண்டிருந்தேன், அவள் காதுகளில் விழும்வரைக்கும். அவளை அது ஆசுவாசப்படுத்தியது போல் இருந்தது.

குனிட்ச்சியில் இருக்கும் எனது வீட்டிற்கு அவள் என்னைக் கூட்டிச்செல்வதாகக் கூறினாள்.

"உனக்கு என் மகனுக்கு ஏதும் புரிகிறது எனத் தோன்றுகிறதா?" என்று போக்குவரத்து விளக்கில் நிற்கும்போது கேட்டாள். அவள் எங்களின் உறவைப் பற்றிக் கேட்டாள்.

நான் இல்லையென்று சொல்லி “ஏன் இப்படி கேட்கிறாய்?” என்றேன்.

“வீட்டில் தனியாக இருக்கும்போது தோன்றியது, நீ வருவதற்காகத் தான் காத்திருந்தேன். ஏன் இப்படித் தோன்றுகிறது என்று தெரியவில்லை, ஓர் உணர்வு மட்டுமே. அவன் மிகுந்த உள்ளுணர்வு வாய்ந்தவன், எனக்கும் என் கணவருக்கும் இடையே பிரச்சனை என்பதை உணர்ந்திருப்பான்.”

நான் அமைதியாக இருந்தேன். அவளும் எதுவும் பேசவில்லை.

*

அவள் காரை எனது வீட்டைத்தாண்டி இருக்கும் குறுக்குச் சந்திப்பில் இருந்து சற்றுத்தள்ளி நிறுத்தினாள். ஹாண்ட்பிரேக்கை இழுத்து, வண்டியை அணைத்தாள். குளிரூட்டி அணையும் சத்ததுடன், அது அணைந்தது, அந்த வண்டியில் சங்கடமான அமைதி பரவியது. அவள் என்னைக் கட்டியணைக்க நினைத்தாள், எனக்குத்தெரியும். அவளின் வனப்பான உடலையும், சட்டைக்குப் பின்னால் இருக்கும் செழிப்பையும் நினைத்தவுடன் எனது வாய் உலர்ந்தது.

“இனிமேல் நாம் சந்திக்காமல் இருப்பது நல்லது,” என்று நேரடியாகச் சொன்னேன்.

அவள் ஏதும் சொல்லவில்லை. கைகள் ஸ்டியரிங்கைப் பற்றியிருந்தன, எண்ணெய் ஊற்றும் துவாரத்தை உற்றுக் கொண்டிருந்தாள். அவளின் முகத்திலிருந்த அனைத்து உணர்வுகளும் மறைந்தன.

“நான் இதைப்பற்றி நன்கு சிந்தித்துவிட்டேன்,” என்றேன். “நான் பிரச்சினையில் ஒரு பாதியாக இருக்க விரும்பவில்லை. என்னால் தீர்வு தரமுடியவில்லை என்றால், பிரச்சினையாகவும் இருக்கக்கூடாது. அதுவே அனைவருக்கும் சிறந்தது.”

“அனைவருக்கும்?”

“முக்கியமாக உன் மகனுக்கு.”

“உனக்குமா?”

“ஆம். நிச்சயம்.”

“எனக்கு? என்னையும் சேர்த்துத்தான் இந்தச் சிந்தனையா?”

ஆம் என்று சொல்ல நினைத்தேன். ஆனால் வார்த்தை வரவில்லை. தனது அடர்பச்சைநிறக் கண்ணாடியை எடுத்து, மறுபடியும் போட்டுக்கொண்டாள்.

"இதைச் சொல்வது எளிதில்லை, ஆனால் உன்னைப் பார்க்காமல் இருப்பது அத்தனைச் சுலபமில்லை."

"எனக்கும் இது கடினமே. நாம் இப்படியே இருந்துவிடலாம் என்று நினைத்தேன். ஆனால் இது சரியில்லை."

அவள் மூச்சை நன்றாக இழுத்துக்கொண்டாள், பின் கேட்டாள்.

"எது சரி என்று சொல்லமுடியுமா? எனக்கு எது சரியென்று நிச்சயம் தெரியவில்லை. எது தவறு என்பது தெரியும். ஆனால் சரி என்பது என்ன?"

என்னிடம் சரியான பதில் இல்லை.

அவள் அழுவதுபோலிருந்தாள். இல்லை அலறுவதுபோல். ஆனால் எப்படியோ தன்னை ஆசுவாசப்படுத்திக்கொண்டாள். அவள் ஸ்டியரிங்கை மட்டும் இறுக்கமாகப் பற்றிக்கொண்டாள், அவளின் பின்னங்கைகள் சற்று சிவந்தன.

"நான் இளமையாக இருக்கும்போது பல பேர் என்னுடன் பேசுவது உண்டு," என்றாள். "அவர்கள் பலகதைகள் சொன்னார்கள். அற்புதமான கதைகள், அழகான கதைகள், விசித்திரமான கதைகள். ஆனால் ஒருசமயத்திற்குப் பிறகு அனைவரும் பேசுவதை நிறுத்தி விட்டார்கள். யாருமே இல்லை. என் கணவர், என் குழந்தைகள், என் நண்பர்கள்... யாரும் இல்லை. பேசுவதற்கு என்னுடன் எதுவுமே இல்லாததுபோல். சிலசமயங்களில் என் உடல் கண்ணுக்குப் புலனாவதில்லை என்பதாக உணர்கிறேன், என்னுள் ஊடுருவிப் பார்க்கமுடியும் என்பது போல்."

அவள் கைகளை ஸ்டியரிங்கில் இருந்து எடுத்து, தனக்கு முன்னால் வைத்துக்கொண்டாள்.

"நான் சொல்வது உனக்கு ஒன்றும் புரியப்போவதில்லை."

நான் சரியான வாரத்தைகளைத் தேடினேன், ஆனால் ஒன்றும் வரவில்லை.

"இன்று நீ எனக்காகச் செய்த அனைத்திற்கும் நன்றி" என்றாள், மனநிலையைச் சரிசெய்துகொண்டு. அவளின் வழக்கமான,

மென்மையான குரலில். "நான் இதைத் தனியாகச் செய்திருப்பேன் என்ற நம்பிக்கை இல்லை. எனக்கு இது மிகக் கடினம். நீ அங்கு இருந்தது மிகவும் உதவியாக இருந்தது. உனக்குக் கடமைப்பட்டுள்ளேன். மிகச்சிறந்த ஆசிரியராக இருக்கப் போகிறாய். இப்போதே நீ நல்ல ஆசிரியர்தான்."

இது வஞ்சப்புகழ்ச்சியா? இருக்கலாம். இல்லை - நிச்சயம் அதுதான்.

"இன்னும் இல்லை," என்றேன். அவள் மெலிதாகச் சிரித்தாள். எங்களின் உரையாடல் அங்கு முடிந்தது.

நான் காரில் இருந்து இறங்கி, வெளியே கால்வைத்தேன். கோடையின் மதியச்சூரியன் தேய்ந்திருந்தான். மூச்சு விடவே கஷ்டமாக இருந்தது, எனது கால்கள் வித்தியாசமாக உணர்ந்தன. அவளின் கார் உறுமியது, என் வாழ்க்கையில் இருந்து அவள் விலகிச்செல்கிறாள். ஜன்னலைத் திறந்து, அவள் கை உயர்த்தினாள், நானும் பதிலுக்கு அதையே செய்தேன்.

வீட்டிற்கு வந்து எனது வியர்வைபடிந்த சட்டையைக் கழற்றி மெஷினில் போட்டுவிட்டு, குளித்து, என் முடியையும் அலசினேன். சமையலறைக்குப் போய் நான் பாதி சமைத்திருந்த உணவை முடித்துவிட்டு, உணவருந்தினேன். சோபாவில் அமர்ந்து புத்தகம்படிக்க ஆரம்பித்தேன். ஐந்து பக்கங்கள்கூட படிக்கமுடியவில்லை. புத்தகத்தைக் கைவிட்டு சுமிரேவைப் பற்றி நினைத்துக்கொண்டிருந்தேன். பிறகு நான் அழுக்கு நதியில் தூக்கிப்போட்ட சேமிப்பு அறையின் சாவியையும், ஸ்டியரிங்கை இறுகப்பிடித்த என் பெண் தோழியின் கரங்களையும் நினைத்தேன். பிறகும் அது நீண்டநாளாய் இருந்து, இறுதியில் மறந்துவிட்டது, சில சம்பந்தமற்ற ஞாபகங்களை விட்டுவிட்டுப் போனது.

நீண்ட நேரம் குளித்தும், எனது உடலில் படர்ந்திருந்த புகையிலை மணம் போகவில்லை. மேலும் என் கைகளில் ஒரு கூர்மையான உணர்வு - எதனுடைய உயிரையோ பறித்துவிட்டதுபோல்.

நான் சரியான காரியம்தான் செய்தேனா?

நான் அப்படி நினைக்கவில்லை. எனக்கு எது நன்மை பயக்குமோ அதை மட்டுமே செய்துள்ளேன். அதில் பெரிய வித்தியாசமிருக்கிறது. அனைவருக்குமா? என்று கேட்டாள் அவள். என்னையும் சேர்த்தா?

உண்மை என்னவென்றால் நான் அப்போது அனைவரையும் பற்றி யோசிக்கவில்லை. நான் சுமிரேவைப்பற்றி மட்டுமே யோசித்தேன். அங்கு இருந்த அனைவரையோ, இங்கு இருக்கும் அனைவரையோ பற்றியில்லை.

எங்குமே இல்லாத சுமிரேவைப் பற்றி மட்டுமே.

16

நாங்கள் துறைமுகத்தில் அன்று விடைபெற்றதிலிருந்து, இன்றுவரை ஒருவார்த்தைகூட மியுவிடமிருந்து வரவில்லை. எனக்கு இது விசித்திரமாயிருந்தது, ஏனென்றால் அவள் என்னைத் தொடர்புகொள்வேன் என்று சொன்னாள், சுமிரேவைப்பற்றித் தகவல் கிடைத்தாலும் கிடைக்காமல் போனாலும். அவள் என்னை மறந்துவிட்டதை என்னால் நம்பமுடியவில்லை; அவள் நிறைவேற்றப்படமுடியாத வாக்குறுதிகளை அளிப்பவள் இல்லை. என்னைத் தொடர்புகொள்ளாமல் இருக்க ஏதோ நடந்திருக்கவேண்டும். நான் அவளை அழைக்க நினைத்தேன், ஆனால் எனக்கு அவளின் இயற்பெயரோ, நிறுவனத்தின் பெயரோ, அது எங்கிருக்கிறது என்பதோ தெரியாது. மியுவைப் பொருத்தவரையில், சுமிரே சிறிய தடயத்தைக்கூட விட்டுப்போகவில்லை.

சுமிரேவின் தொலைபேசியில் இன்னும் அதே அழைப்புச் செய்திதான் இருந்தது, ஆனால் அதுவும் சீக்கிரம் துண்டிக்கப்பட்டது. நான் அவளது குடும்பத்தை அணுக நினைத்தேன். ஆனால் எனக்குத் தொலைபேசிஎண் தெரியவில்லை, அதைக் கண்டுபிடிப்பது கடினமில்லை, யோகோஹமா மஞ்சள்பக்கங்களில் அவள் தந்தையின் பல்மருத்துவமனையைத் தேடலாம். ஏனோ எனக்கு அந்த முயற்சியை எடுக்கத் தோன்றவில்லை. அதற்குப்பதில், நான் நூலகம்சென்று ஆகஸ்ட்மாத பத்திரிகைகள் அனைத்தையும் படித்தேன். ஒரு சிறியகட்டுரை கிரீஸில் காணாமல்போன 22 வயது ஜப்பானியப் பெண்ணைப்பற்றி இருந்தது. உள்ளூரதிகாரிகள் விசாரணையையும், தேடுதல் வேட்டையையும் நடத்திக்கொண்டிருக்கிறார்கள். ஆனால் இன்னும் தடயம் ஏதும் கிட்டவில்லை. வெளிநாடுபோகும் பலரும் காணாமல் போவார்களாம். அவளும் அதில் ஒருத்தி.

செய்தித்தாள்மூலம் அவளைப்பற்றித் தெரிந்துகொள்வதை நான் கைவிட்டேன். அவள் காணாமல்போனதற்கு என்னகாரணமோ,

ஸ்புட்னிக் இனியாள் | 237

விசாரணை எப்படிப் போய்க்கொண்டிருந்தாலும், ஒருவிஷயம் உறுதி: சுமிரே திரும்பிவந்தால், என்னைத் தொடர்புகொள்வாள். அதுதான் தேவையானது.

செப்டம்பர் வந்து, பின் போனது, இலையுதிர்காலம் நான் அறியுமுன்பே உதிர்ந்தது, குளிரும் வந்தது. நவம்பர் 7ம் தேதி சுமிரேவின் பிறந்தநாள், மற்றும் டிசம்பர் 25 என்னுடையது. புதுவருடமும் பிறந்தது, பள்ளிவருடம் முடிந்தது. கேரட் மேலும் எந்தப்பிரச்சினையும் செய்யவில்லை, ஐந்தாம் வகுப்பிற்குப்போனான். அந்தநாளுக்குப்பிறகு அவனிடம் ஒருபோதும் நான் கடையில் திருடியது பற்றிப் பேசவில்லை. அவனைப் பார்க்கும்போதெல்லாம் அது தேவையற்றதாகத் தோன்றியது.

அவனுக்கு இப்போது புதுஆசிரியர் என்பதால், எனது முன்னாள் காதலியை நான் கடந்துசென்ற நாட்களும் குறைந்தது. சிலநேரங்களில் அவளுடலின் வெப்பம்தரும் கதகதப்பின் நினைவு வருடும், அப்போதெல்லாம் எனது கைகள் தொலைபேசியினருகில் செல்லும். என்னை தடுத்துநிறுத்துவது எதுவென்றால், அந்த அங்காடியின் சேமிப்புக்கிடங்குசாவி எனது கையிலிருந்த உணர்வு. அந்தக் கோடைகால மதியநினைவு. மேலும் கேரட்டின் குட்டிக்கரங்கள் என்னைப் பற்றியிருந்ததும்.

கேரட்டை பள்ளியில் கண்டபோதெல்லாம், அவன் வித்தியாசமான குழந்தை என்று என்னால் எண்ணாமல் இருக்க முடியவில்லை. அந்த அமைதியான, ஒல்லியான முகத்தின் பின்னால் என்னமாதிரி எண்ணவலைகள் அடித்துக் கொண்டிருந்தன என்பதில் எனக்கு எந்தப்புரிதலுமில்லை. ஆனால் அமைதியான வெளித்தோற்றத்திற்கு பின்னே ஏதோ ஓடிக்கொண்டிருக்கிறது என்று மட்டும் தெரியும். தேவை ஏற்படின் அவனுக்குச் செயலில் இறங்கும் தைரியமிருந்தது. அவன் ஆழமானவன் என்பதை என்னால் உணரமுடிந்தது. எனதுணர்வை நான் அவனிடம் சொன்னது சரியென்றே எண்ணுகிறேன். அவனுக்கும் சரி, எனக்கும் சரி. குறிப்பாக எனக்கு. நான் சொல்வது சற்று அசாதாரணமாக இருக்கலாம், ஆனால் அவன் என்னைப் புரிந்துகொண்டான், ஏற்றுக்கொண்டான். என்னை மன்னித்தும் விட்டான். ஓர் அளவிற்காவது.

எத்தகைய - முடிவற்ற இளமையால் நிறைந்த - நாட்களை கேரட் போன்ற குழந்தைகள் எதிர்கொள்வார்கள், பெரியவர்களாக அவர்கள் வளரும்போது? அவர்களுக்கு அது எளிதாயிருக்காது. கடினமானநாட்களே, எளிதான நாட்களைக்காட்டிலும் அதிகமாயிருக்கும். என்னுடைய அனுபவத்திலிருந்து, அவர்களின் வலி எடுக்கக்கூடிய பரிமாணங்களை என்னால் யூகிக்கமுடிகிறது. யாரிடமாவது அவன் காதலில் விழுவானா? அந்தப்பெண் அவனைத் திரும்பக் காதலிப்பாளா? என் சிந்தனை எதையும் மாற்றப்போகிறது என்றில்லை. அவன் பள்ளிப்பருவம் முடிந்தவுடன், இங்கிருந்து போய்விடுவான், அவனை நான் சந்திப்பது நின்றுவிடும். நான் சிந்திக்க எனது பிரச்சனைகளே எனக்கு நிறைய இருந்தன.

நான் இசைப்பதிவுகள் விற்கும் கடைக்குச்சென்று, எலிசபெத் ஸ்சவார்கோப் பாடிய மொசார்டின் லிதுரை வாங்கிவந்து, அதைத் திரும்பத்திரும்பக் கேட்டேன். அந்தப்பாடல்களின் அழகான அமைதி எனக்குப்பிடித்திருந்தது. கண்களை நான் மூடும்போதெல்லாம், அது என்னை அந்த கிரேக்க இரவிற்கு அழைத்துச்சென்றது.

அவள் வீடு மாற உதவிபுரிந்தநாளில், நான் உணர்ந்த பெரும்ஈர்ப்பும் சேர்த்து, சில அற்புதமான நினைவுகள்தவிர, சுமிரே விட்டுப்போனதென்னவோ சில நீண்ட கடிதங்களும், ஒரு சி.டி. யும்தான். நான் அந்தக் கடிதங்களையும், இரண்டுகோப்புகளையும் பலமுறை படித்ததில் எனக்கு அது மனப்பாடமே ஆகிவிட்டது. அதை நான் படித்தபோதெல்லாம் நானும் சுமிரேவும் மறுபடியும் ஒன்றாயிருப்பதாகத் தோன்றியது, எங்களின் இதயங்கள் ஒன்றாகி. அனைத்தையும்விட, இதுதான் எனது இதயத்திற்கு நிம்மதியளித்தது. ரயிலில் இரவுநேரம் நீங்கள் பரந்த சமவெளியில் பயணிக்கும்போது, ஏதோ ஒரு பண்ணைவீட்டில் எரியும் சிறியவிளக்கின் ஒளியை ஒருநொடி உங்கள் கண்கள் கிரகித்துக்கொள்ளும். மறுநொடியே அந்தவொளி இருளால் உறிஞ்சப்பட்டு, மறைந்தும்போகும். ஆனால் நீங்கள் உங்களுடைய கண்களை மூடிக்கொண்டால், அந்த ஒளி சிறிதுதூரம் உங்களோடு பயணிப்பதுபோல் தோன்றும், சிலநொடிகளேனும்.

நான் நடுநிசியில், கட்டிலை விட்டு எழுந்து (எப்படியும் இதற்குமேல் தூக்கம்வரப்போவதில்லை), சோபாவில் படுத்துக்கொண்டு, ஸ்சவார்கோப்பைக் கேட்டபடியே கிரேக்கத்தீவின் நினைவுகளை அசைபோடுகிறேன். ஒவ்வொரு தருணத்தையும் நான் ஞாபகப்படுத்திப்பார்க்கிறேன், பொறுமையாக எனது நினைவுகளின் பக்கங்களைத் திருப்புகிறேன். அழகான கடற்கரை, துறைமுகத்தினருகில் அமைந்திருந்த திறந்தவெளி காபிக்கடை, பணியாளரின் வியர்வைபடிந்த சட்டை. மியுவின் கருணைமிகு தோற்றம், தாழ்வாரத்தில் இருந்து காணும்போது ஜொலிக்கும் மெடிடெர்ரேனியக்கடல். பிரத்தியேகமான இடத்திலிருக்கும் கழுவேற்றப்பட்ட தலைவரின் சிலை. மலையுச்சியில் அன்று நான் கேட்ட கிரேக்கசங்கீதம். நான் தத்ரூபமாக மறுபடியும் அந்த மந்திர நிலவொளியையும், இசையின் அற்புதமான எதிரொலியையும் அனுபவிக்கிறேன். இசையால் தட்டி எழுப்பப்பட்டபோது நான் அனுபவித்த தனிமை. உருவமில்லா அந்த நள்ளிரவு வலி, எனது உடலும் சத்தமில்லால், கொடூரமாகக் கழுவேற்றப்படுவதைப்போல்.

படுத்துக்கொண்டு நான் சிறிதுநேரம் கண்ணைமூடிக்கொள்கிறேன் பிறகு திறக்கிறேன். சத்தமின்றி மூச்சையிழுக்கிறேன், பின் விடுகிறேன். ஓர் எண்ணம் என் மனதில் உதிக்கிறது, இறுதியில் நான் எதைப்பற்றியும் சிந்திக்கவில்லை. இரண்டிற்குமிடையில் பெரிய வித்தியாசமில்லை - சிந்தனைக்கும், சித்தனையின்மைக்கும். நான் இப்போதெல்லாம் ஒரு விஷயத்திற்கும் இன்னொன்றிற்கும் இடையே பிரித்துப்பார்ப்பதில்லை, இருந்தவற்றிற்கும், இல்லாதவற்றிற்கும் இடையே. நான் ஜன்னல்வழியே பார்த்துக்கொண்டேயிருக்கிறேன், வானத்தில் வெளிச்சம் நிறைந்து, மேகங்கள் நகர்ந்து, பறவைகள் கூச்சலிட்டு, இந்த உலகத்தில் (வசிக்கும் மக்களனைவரின் தூங்கும் மனங்களைச் சேகரித்து) பொழுது புலரும் வரை.

நான் ஒருமுறை டோக்கியோவின் பிரதானசாலையில், மியுவைக் கண்டேன். சுமிரே காணாமல்போய் ஆறுமாதம் இருக்கும், மார்ச்மாத மத்தியில் ஒரு கதகதப்பான ஞாயிறுநாள். வானில் மேகங்கள்சூழ்ந்து எப்போது வேண்டுமானாலும் மழைவரலாம் என்பதாகத் தோற்றமளித்தது. அனைவரும் குடையோடு இருந்தனர். நான் நகரின் பிரதானப்பகுதியிலிருக்கும் என் உறவினர்களைக் காணச்சென்று திரும்பும்வழியில், ஹிரூவில் போக்குவரத்து விளக்கில் நின்றேன், மேடியா அங்காடிச்சந்திப்பில்.

அப்போது ஓர் அடர்நீல ஜாகுவார் கொஞ்சம்கொஞ்சமாகப் போக்குவரத்துநெரிசலில் முன்னேறுவதைக் கண்டேன். நான் வாடகைக்காரில் இருந்தேன், அப்போது அந்த ஜாகுவார் எனக்கு இடப்பக்கப்பாதையில் இருந்தது. நான் அந்தக்காரைப் பார்த்தன் காரணம், அதன் ஓட்டுநர் ஒரு பெண், அவளுக்கு மிக அடர்த்தியான மிளிரும் வெள்ளைநிறக்கேசமிருந்து. தூரத்திலிருந்தே அந்த வெள்ளைக்கேசம், அடர்நீல காரினுள்ளே, வேறுபட்டு பளிச்சென்று தெரிந்தது. நான் மியுவை அடர்கருப்புநிறக்கேசத்தில்தான் பார்த்திருக்கிறேன், ஆக இந்த மியுவையும், நானறிந்த மியுவையும் பொருத்திப்பார்க்க எனக்குச் சற்றுநேரமானது. ஆனால் நிச்சயமாக அது அவள்தான். என் நினைவில் இருந்தளவுக்கு அவள் அத்தனை அழகாயிருந்தாள், அரிதான ஆனால் அற்புதவகையிலான ஒரு சௌந்தர்யம். அவளது திகைப்பூட்டும் அழகுடைய கேசம், அனைவரையும் தொலைவில் வைக்கும் திடத்தையும், மாயத்தோற்றத்தையும் அளிக்கக்கூடியதாக இருந்தது. என் கண்முன்னால் இருக்கும் மியு, கிரேக்கத்தீவின் துறைமுகத்தில் அன்று என்னை வழியனுப்பிய மியுவே கிடையாது. அரைவருடமே கடந்திருந்தது, ஆனால் அவள் வேறொருத்தி போலிருந்தாள். அவள் கேசத்தின் நிறம் மாறியிருந்தது. ஆனால் அது மட்டுமில்லை.

ஒரு வெறுமையான ஓடு. இதுவே என் மனதில் எழுந்த முதல்வார்த்தைகள். அனைவரும் சென்றபிறகு நின்றிருக்கும் காலி அறைபோல் காட்சியளித்தாள் மியு. ஏதோவொரு மிக முக்கியமான சங்கதி - சுமிரேவைத் தன்னுள் இழுத்துக்கொண்ட புயல், நான் படகிலிருந்து பார்த்தபோது எனது இதயத்தை அதிரச்செய்த அந்தசங்கதி - மியுவிடமிருந்து காணாமல்போயிருந்தது. வாழ்வைத் தொலைத்துவிடவில்லை, ஆனால் வாழ்க்கையின்மையை அவள் அடைந்திருந்தாள். உள்ளுக்குள் ஏதோ உயிருடன் இருக்கும் கதகதப்பு அவளிடம் இல்லை, ஆனால் ஞாபகங்களின் மௌனம் மட்டும். அவளுடைய தூய்மையான வெண்ணிறக்கேசம் என்னைக் காலங்களால் மக்கிப்போன மனிதஎலும்பின் நிறத்தைக் கற்பனைசெய்யத்தூண்டியது. சிலநிமிடங்கள் என்னால் சுவாசிக்கமுடியவில்லை.

மியு ஓட்டிய ஜாகுவார் சிலசமயம் எனது வாடகைவண்டியைத் தாண்டியும், சிலசமயம் அதன் பின்னாலும் சென்றது, ஆனால் மியு நான் அவளருகில் அமர்ந்து அவளைப்

பார்த்துக்கொண்டிருப்பதைக் கவனிக்கவில்லை. என்னால் அவளைக் கூப்பிடவும் முடியவில்லை. கூப்பிட்டு என்ன சொல்வதென்றுத் தெரியவில்லை. நான் கூப்பிட்டிருந்தாலும் அவளுக்குக் கேட்டிருக்காது ஏனென்றால் ஜாகுவாரின் ஜன்னல்கள் மூடப்பட்டிருந்தன. மியு நிமிர்ந்து உட்கார்ந்திருந்தாள், இரண்டு கைகளும் ஸ்டியரிங்கின்மீது, அவள் கவனம் முழுவதும் நேரேதெரியும் பாதையை நோக்கியிருந்தது. அவள் எதையோ சிந்தித்தாள், அல்லது "ஆர்ட் ஆஃப் த பியூஜ்" கேட்டுக்கொண்டிருந்தாள், அதுவே அவள் காரின் ஒலிபெருக்கியில் ஒலித்துக்கொண்டிருந்தது. மொத்த நேரமும் கடினமாக இறுகியிருந்த அவளின் முகபாவனை மாறவேயில்லை, அவள் கண்களைக்கூடச் சிமிட்டவில்லை. இறுதியாக விளக்கு பச்சைக்கு மாறியது, என் காரைப் பின்னால்விட்டு அவள் ஜாகுவார் அயோமாவை நோக்கிப்பறந்தது, எனது வாகனம் வலதுபுறதிருப்பத்திற்காக அப்படியே நின்றிருந்தது.

இப்படித்தான் நாம் நமது வாழ்க்கையை வாழ்கிறோம். எவ்வளவு ஆழமான மரணஇழப்பைச் சந்தித்திருந்தாலும், நம்மிடமிருந்து திருடப்பட்ட - நம் கைகளிலிருந்து பறிக்கப்பட்ட பொருள் எத்தனை முக்கியமாக இருப்பினும் - நமது வெளிதோற்றத்தைத்தவிர முழுமையாக நம்மை மாற்றக்கூடியதாக இருப்பினும், நாம் நமது வாழ்க்கையை வாழ்ந்துகொண்டே இருக்கிறோம், மௌனமாக. நாம் நமது வாழ்நாளின் இறுதியை நோக்கி நகர்கிறோம், காலம் பின்தங்கிவிட அதனிடமிருந்தும் நாம் விடைபெறுகிறோம். மிகத்திறமையாக, சிலநேரங்களில், நமது வாழ்வின் முடிவில்லா செயல்பாட்டை மிகத்திறமையாக மீண்டும்மீண்டும் செய்துகொண்டே இருக்கிறோம். நாம் அனுபவிக்கும் அளவற்ற வெறுமையை மறைத்துக்கொண்டு வாழ்கிறோம்.

ஜப்பானுக்குத் திரும்பியிருந்தாலும், ஏதோவொரு காரணத்தால் மியு என்னைத் தொடர்புகொள்ளவில்லை. அதற்குப்பதில் அவள் தனது அமைதியை அணைத்துக்கொண்டு; தனது நினைவுகளைத் தானே இறுகப்பிடித்துக்கொண்டு; ஏதோவொரு பெயரில்லாத, ஆளில்லாத இடம் தன்னை விழுங்கிவிடாதா எனத் தேடியவாறிருக்கிறாள். அப்படித்தான் நான் கற்பனை செய்தேன். நான் அவளைக் குறைகூறவில்லை. அவளை வெறுப்பது என்பது நடக்காதவொன்று.

நான் கனவுகாண்கிறேன். சிலநேரங்களில், அதுவே சரியானசெயல் எனத் தோன்றுகிறது. கனவுகாண, கனவினுள் வாழ - சுமிரே சொன்னதுபோல். ஆனால் அது நிலைப்பது கிடையாது. என்னைத் திரும்பக் கூட்டிச்செல்ல முழிப்பு எப்போதும் வந்துவிடுகிறது.

அந்தநொடி எனது மனதில் வந்த எண்ணம், வடகொரியாவில் அந்த மலைக்கிராமத்தில் வைத்திருக்கும் மியுவின் தந்தைக்கான வெண்கலச்சிலை. என்னால் அந்தச் சின்னநகரத்தின் பிரதானசந்திப்பையும், உயரம்குறைவான வீடுகளையும், தூசிபடிந்த வெண்கலச்சிலையையும் கற்பனைசெய்யமுடிந்தது. எப்போதும் அங்கு காற்று பலமாகவீசி மரங்களை விசித்திரமான கோணங்களில் வளைத்திருக்கும். ஏனென்று தெரியாமல், வெண்கலச்சிலையையும், ஜாக்குவாரின் ஸ்டியரிங்கையும் பற்றியிருந்த கைகளும் ஒரேகாட்சியாக எனக்குள் ஒன்றிணைந்தன.

ஒருவேளை ஏதோவொரு தொலைதூரஇடத்தில், அனைத்தும் ஏற்கனவே சத்தமில்லாமல் தொலைந்துருக்கிறது. அல்லது குறைந்தபட்சம் அனைத்தையும் ஒன்றாக்கி, மறைத்துவைத்துக் கொள்ளும் ஓர் அமைதியான இடம் இருக்கிறது. நாம் வாழ்க்கையை வாழ்ந்துகொண்டே போகும்போது, (அவற்றைக் கட்டியிருக்கும் மெலிதான கயிற்றை நமக்கு அருகில் இழுத்து) தொலைந்த அனைத்தையும் மீண்டும் கண்டுகொள்கிறோம். எனது கண்களை மூடி, என்னால் முடிந்தளவு என்னுடைய வாழ்வின் தொலைந்த அழகான பொருட்களை நினைவிற்குள் கொண்டுவர முயற்சிக்கிறேன். அவற்றை இழுத்து, எனக்கருகே வைத்து அணைத்துக்கொள்கிறேன், அவற்றின் வாழ்நாள் சொற்பமென அறிந்தும்.

நான் மூன்றுமணிக்கு விழித்து, விளக்கைப்போட்டு, நேராக அமர்ந்து, கட்டிலினருகில் இருக்கும் தொலைபேசியை பார்க்கிறேன். சுமிரே ஒரு தொலைபேசிமையத்தில் நின்றுகொண்டு, சிகரெட்டைப் பற்றவைத்து, எனது தொலைபேசிஎண்ணை அழுத்துவதாகக் கற்பனைசெய்கிறேன். அவளுடைய தலைமுடி கலைந்து; பலமடங்குஅளவு பெரிதாக இருக்கக்கூடிய ஒரு ஆண் போட்டுக்கொள்ளும் ஹெரிங்போன் கோட்டோடு, அதற்குப்பொருந்தாத காலுறையையும் அணிந்திருந்தாள். மூச்சுக்குழாயில் புகை சிக்கிக்கொள்ள சுமிரே முகம்சுளிக்கிறாள். அனைத்து எண்களையும் அழுத்த அவளுக்கு நீண்ட நேரமாகிறது. என்னிடம் சொல்லவேண்டிய வார்த்தைகள் தலைமுழுக்க

ஸ்புட்னிக் இனியாள் | 243

அவளுக்கு நிரம்பிக்கிடக்கிறது. பொழுதுவிடியும்வரைகூட அவள் பேசுவாள், யாருக்குதெரியும்? குறியீட்டிற்கும், சின்னத்திற்குமான வித்தியாசம் என்னவென்பதை. எனது தொலைபேசி எப்போது வேண்டுமானாலும் அடிக்கலாம்போலத் தோன்றுகிறது. ஆனால் அடிக்கவில்லை. படுத்துக்கொண்டு, நான் ஒலியெழுப்பாத தொலைபேசியை பார்க்கிறேன்.

ஆனால் ஒருமுறை மணி அடிக்கிறது. எனது கண்களுக்குமுன்னால், நிஜமாகவே அடிக்கிறது. மெய்மைநிறைந்த உலகத்தின் காற்றை உலுக்கி, ஆட்டுகிறது. நான் தொலைபேசியை எடுக்கிறேன்.

“ஹலோ?”

“நான் வந்துவிட்டேன்,” என்கிறாள் சுமிரே. மிகச்சாதாரணமாக. மிகவும் உண்மையாக. “எளிதாயில்லை, ஆனால் எப்படியோ சமாளித்துவிட்டேன்.” ஹோமரின் ஒடிசியை, ஐம்பது வார்த்தைகளுக்குள் சுருக்கி எழுதச்சொன்னதுபோல்.”

“மிக்க நல்லது,” நான் சொன்னேன். என்னால் இன்னும் நம்பமுடியவில்லை. அவளின் குரலைக் கேட்கமுடிகிறதென்பதை. இது நடக்கிறதென்பதை.

“மிக்க நல்லதா?” சுமிரே வினவுகிறாள், அவள் முகம்சுளிப்பதை என்னால் கேட்கமுடிகிறது. “என்ன நினைத்துக்கொண்டிருக்கிறாய்? நான் நரகத்தைச் சந்தித்துவிட்டு திரும்பவந்திருக்கிறேன், உன்னிடம் சொல்கிறேன்; நான் சந்தித்தத் தடைகள் - கோடிக்கணக்கானவை, சொல்லத்துவங்கினால், சொல்லி முடிக்கமுடியாது - இதெல்லாம் உன்னிடம் திரும்பிவருவதற்காக ஆனால் உன்னால் இதைமட்டும்தான் சொல்லமுடிந்ததா? எனக்கு அழுகையாக வருகிறது. நான் வந்ததில் உனக்குச் சந்தோஷமில்லை எனில் நான் என்ன செய்ய? மிக்க நல்லது? என்னால் நம்பமுடியவில்லை! இதுபோன்ற இதயம்கனிந்த, சாமர்த்தியமான கருத்துக்களை உனது மாணவர்களுக்காக வைத்துக்கொள் - அவர்கள் பெருக்கலைக் கற்று முடித்தவுடன்!”

“இப்போது எங்கிருக்கிறாய்?”

“எங்கிருக்கிறேனா? எங்கிருக்கிறேன் என்று நினைக்கிறாய்? நம்முடைய நம்பிக்கைக்குரிய பழைய தொலைபேசி மையத்தில்தான். இந்தச் சுகாதாரமற்ற சிறிய இடத்தில் சுவர்களெங்கும், போலி வட்டிகடைகள் மற்றும் இரவிற்குத்

துணைதேடித்தரும் சேவைமையங்களின் விளம்பரம் ஒட்டப்பட்டுள்ளது. சற்று வெண்மைகுறைந்த பிறைநிலா வானத்தில் மிதக்கிறது; தரையெங்கும் சிகரெட்டின் மிச்சங்கள். கண்ணுக்கெட்டும் தூரம்வரையில் மனதிற்கிதமாய் எதுவுமில்லை. ஒன்றுக்கொன்று வித்தியாசமின்றி இடம் மாறியிருந்தாலும் குறியீடுகளால் உணரக்கூடிய ஒரு தொலைபேசிமையம்."

"ஆக, எங்கிருக்கிறாய் என உனக்கு உறுதியாகத்தெரியவில்லை?" எல்லாமே குறியீடுகள்தான்.

"உனக்கு என்னைத் தெரியுமல்லவா? நான் எங்கிருக்கிறேன் என்பது எனக்கு பாதிநேரம் புலப்படாது. எனக்கு வழிசொல்லவும் தெரியாது. வாடகைவண்டி ஓட்டுனர்கள் எப்போதும் என்னிடம் கத்துவார்கள்: ஏய், பெண்ணே எங்கு போக நினைக்கிறாய்? நான் தொலைவில் இல்லை என நினைக்கிறேன். நிச்சயம் எங்கோ அருகில்தான்."

"நான் வந்து உன்னை கூட்டிக்கொள்கிறேன்."

"அதுவும் நன்றாகத்தானிருக்கும். எங்கிருக்கிறேன் என்று அறிந்துகொண்டு மீண்டும் உன்னை அழைக்கிறேன். என்னிடம் சில்லறையில்லை. கொஞ்சம் பொறுத்திரு, சரியா?"

"எனக்கு உன்னைப் பார்க்கவேண்டும் போலிருந்தது" என்றேன்.

"எனக்கும் உன்னைப் பார்க்க வேண்டும் போலிருந்தது." என்றாள், "என்னால் உன்னைக் காணமுடியாதபோதே அதை உணர்ந்தேன். எனக்கான கோள்கள் நேர்வரிசைக்கு வந்ததுபோல் தெளிவாகப்புரிந்தது. எனக்கு நீ நிச்சயம் தேவை. நீ எனக்குள் ஓர் அங்கம்; நான் உனக்குள். எங்கோ, நிச்சயம் எங்கென்று தெரியவில்லை - நான் எதனுடைய கழுத்தையோ அறுத்துவிட்டேன். எனது கத்தியைக் கூர்மையாக்கி, இதயத்தை கல்லாக்கிக்கொண்டு. சீனநாட்டில் கதவு செய்வதைப்போல் - குறியீடாக. நான் என்ன சொல்கிறேன் என்று புரிகிறதா?"

"புரிகிறது, என நினைக்கிறேன்."

"அப்படியென்றால், வந்து கூட்டிச்செல்."

திடீரென்று தொலைபேசி துண்டிக்கப்படுகிறது. ரிசீவரை பற்றிக்கொண்டு நான் நீண்டநேரம் அதை பார்த்துக்கொண்டே இருக்கிறேன். தொலைபேசியை, ஏதோ ஒரு முக்கியமான

தகவல்போல, அதன்வடிவமும் நிறமும் ஏதோ ரகசியத்தை அதற்குள் புதைத்து வைத்திருப்பதைப்போல. கொஞ்சம் யோசித்துவிட்டு நான் ரிசீவரைக் கீழேவைக்கிறேன். மெத்தையின் மீதமர்ந்து, அது மறுபடியும் அடிக்கக்காத்திருக்கிறேன். சுவரின்மீது சாய்ந்து கொள்கிறேன், எனது முழுக்கவனமும் ஒருபுள்ளியாகக்குவிந்து, எனக்குமுன் இருக்கும் வெளியைப் பார்க்கிறேன். தொலைபேசி அடிக்கவில்லை. நிபந்தனையற்ற மௌனம் காற்றில் நிலவுகிறது. ஆனால் நான் எந்த அவசரத்திலும் இல்லை. சடுதியில் செய்ய எதுவுமில்லை. நான் தயாராக இருக்கிறேன். எங்கு வேண்டுமானாலும் போகலாம்.

சரியா?

சரி!

நான் கட்டிலிலிருந்து எழுகிறேன். பழைய, நிறம் மங்கிய திரைச்சீலையை இழுத்து, நான் ஜன்னலைத் திறந்துவிடுகிறேன். எனது தலையை வெளியே நீட்டி, வானத்தைப் பார்க்கிறேன். சற்றே வெண்மைகுறைந்த ஒரு பிறைநிலா வானத்தில் மிதந்துகொண்டிருக்கிறது, நிதர்சனமே.

நல்லது. நாங்கள் இருவரும் அதே பிறைநிலவைத்தான் காண்கிறோம், ஒரே உலகத்தில். மெய்மையின் நேர்கோட்டில் நாங்கள் ஒன்றிணைந்துள்ளோம். நான் செய்யவேண்டியதெல்லாம் பொறுமையாக அதை என்னருகில் இழுப்பது மட்டுமே. எனது விரல்களை விரித்து, இரு உள்ளங்கைகளையும் பார்க்கிறேன், ரத்தக்கறை தெரிகிறதா என்று. ஒன்றுமில்லை. ரத்தத்தின் வாசனையில்லை, விறைப்பில்லை. குருதி அதற்கே உரிய அமைதியானமுறையில் எனக்குள் நுழைந்திருக்கவேண்டும்.

○○○

சுப்ரீம் இன்பமாள் | 247